ஆல்பர்ட் சுவைட்சரின் சுயசரிதம்

தமிழாக்கம்

க.நா.சுப்ரமண்யம்

பதிப்பு

கால சுப்ரமணியம்

பரிசல்

பரிசல்

பரிசல்

ஆல்பர்ட் சுவைட்சரின் சுயசரிதம்

மூல ஆசிரியர்: ஆல்பர்ட் சுவைட்சர்
மொழிபெயர்ப்பு: க.நா.சுப்ரமண்யம்
பதிப்பு: கால சுப்ரமணியம்

Out Of My Life and Thought by Albert Schweitzer
First published in German by Verlag Felix Meiner, 1931
English Edition : George Allen & Unwin, London

முதல் பதிப்பு: ***1959 (ஓரியன்ட் லாங்மன்ஸ்)***
பரிசல் புத்தக நிலையம் செம்பதிப்பு: ***2025***

© தென்மொழிகளின் புத்தக டிரஸ்டு

நூலாக்கம்: **கால சுப்ரமணியம்** (Ph. 63836 75433)
அச்சாக்கம் : தி பிரிண்ட் பார்க், சென்னை-77.

வெளியீடு
பரிசல் புத்தக நிலையம்
14 , B-1 ***பிளாட், முதல் தளம்,***
தாமோதர் பிளாட் - ஐஸ்வர்யா அபார்ட்மெண்ட்,
ஓம் பராசக்தி தெரு, VOC ***நகர், பம்மல், சென்னை-75.***
அலைபேசி: 9382853646 / 8825767500.
மின்னஞ்சல்: parisalbooks2021@gmail.com

விலை : ரூ. 230

Albert Schweitzerin Chuya Sarithai by Ka.Naa.Subramaniam. Edited by Kaala Subramaniam. First Edition : March 2024. Book Size : Demy 445 × 572 mm. Pages : 210. Printed at The Print Park, Chennai-77. Published by Parisal Putthaga Nilayam, No.47, B-1 Flat, First Floor, Dhamodar Flat Aiswarya Apartment, Om Parasakthi St., VOC Nagar, Pammal, Chennai-75. Moble : 9382853646 / 8825767500. E-mail: parisalbooks2021@gmail.com

ISBN : 978-93-48942-53-1

பொருளடக்கம்

பதிப்புரை : க.நா.சுப்ரமண்யமும் மொழிபெயர்ப்பும் - கால சுப்ரமணியம்	4
ஆல்பர்ட் சுவைட்சரின் கடிதம்	16
முகவுரை : ஆல்பர்ட் சுவைட்சரின் 'என் வாழ்வும் சிந்தனையும்' - வாடியா	17
மொழிபெயர்ப்பாசிரியர் க.நா.சு. முகவுரை	27
1. குழந்தைப்பருவமும் பள்ளிக்கூடமும் பல்கலைக்கழகமும்	31
2. பாரிசும் பெர்லினும் (1898-1899)	37
3. ஸ்டிராஸ்போர்கில் அலுவல்கள் : ஆரம்ப வருடங்கள்	40
4. காட்டு டாக்டர் ஆவது என்று தீர்மானித்தேன்...	47
5. என் மருத்துவப் படிப்பு (1905-1912)	61
6. ஆப்பிரிக்காவுக்குப் போகத் தயார் செய்துகொள்ளல்...	72
7. ஆப்பிரிக்காவில் முதல் அலுவல்கள்	79
8. கரெய்சானும் செயின்ட் ரெமியும்	108
9. திரும்பவும் அல்சேசில்	120
10. ஆஸ்பத்திரியில் டாக்டர், புனித. நிகோலசில் மதபோதகர்	125
11. ஆப்பிரிக்க நினைவுகள் பற்றிய நூல்	128
12. குன்ஸ்பர்க்கும் வெளியூர்ப் பயணங்களும்	137
13. ஆப்பிரிக்காவில் இரண்டாவது தடவை (1924-27)	147
14. ஐரோப்பாவில் இரண்டு வருஷங்கள் : மூன்றாவது தடவை ஆப்பிரிக்காவில்	154
15. முடிவுரை	157
பின்னுரை : எவெரெட் ஸ்கில்லிங்ஸ்	179
யுத்த வருஷங்களும் பிறகும்	193

பதிப்புரை
க.நா.சுப்ரமண்யமும் மொழிபெயர்ப்பும்

கால சுப்ரமணியம்

க.நா.சுப்ரமண்யம் (1912-88), பல நிறைகளையும் சில குறைகளையும் உடைய, தமிழின் மிக முக்கியமான சென்ற தலைமுறையின் நவீன எழுத்தாளர்களில் ஒருவர். நாவல்களில் சாதனை படைத்தவர். இன்றைக்கும அவருடைய *பொய்த்தேவு* நாவலைத்தான், தமிழின் மிகச் சிறந்த நாவல்களுள் தலையாயதாகக் கொள்ள முடிகிறது. நாவல்களின் பல வடிவங்களையும் தன்னெழுச்சியாக, தினந் தோறுமான எழுத்துப் பயிற்சியாக, பத்திரிகைத் தேவைக்காக, பதிப்பகத் தூண்டுதலுக்காக அவர் முயன்று பார்த்திருக்கிறார். அவரது *பொய்தேவு, ஒருநாள்* ஆகியவற்றுடன் *வாழ்ந்தவர் கெட்டால், அசுரகணம், அவதூதர்* ஆகிய நாவல்களையும், தமிழ் நாவல் வரலாற்றின் சிறந்த பகுதிகளாகக் கொள்ள முடியும். ஆனால் தமது ஏராளமான சிறுகதைகளிலும் போதுமான அளவு புதுக்கவிதைகளிலும் அவர் இந்த மாதிரி சாதனைகளைப் படைத்தவர் அல்லர் - கைப்பிடியளவு சிறுகதைகளும் கவிதைகளும் தான் தேறும்.

க.நா.சு., புனைகதை எழுத்தாளராகத் தோற்றுத்தான், விமர்சகராகவும் உலக நாவல்களை அறிமுகப்படுத்தும் மொழிபெயர்ப்பாளராகவும் சிறுபத்திரிகையாளராகவும் மாறினார் என்று அன்று சொல்லப்பட்டதுண்டு. இப்படிச் சொல்லிப் பார்த்தவர்கள் அன்று ஜனரஞ்சகமாகப் பெரும் பத்திரிகைகளில் எழுதிப் பிரபலமாக இருந்த, கல்கி, ஆர்வி, அகிலன், பூவை எஸ். ஆறுமுகம் போன்ற தொடர்கதை எழுத்தாளர்களும் வணிக எழுத்தாளர்களும் பண்டித எழுத்தாளர்களும் தாம். ஏன், நா.பார்த்தசாரதி, ஜெயகாந்தன் போன்ற பிரபலங்களும் பின்பு இதை ஆதரித்தவர்கள் தாம். இடதுசாரி எழுத்தாளர்கள் இதில் தனிரகம். ஆனால் க.நா.சு., புதிதாகப் பிறந்திருந்த வாசகர் என்ற வர்க்கம், தன் நாவல்களையும் தம்மையொத்த எழுத்துக்களையும் பகுத்துக் காணவும் அவைகளின் உலக இலக்கியத் தொடர்ச்சியையும் வளத்தையும் அவர்களுக்குப் போதிக்கவும் பத்திரிகை எழுத்தையும் நல்ல இலக்கியத்தையும் பிரித்துணர வைக்கவுமே விமர்சனத்தையும் மொழிபெயர்ப்பையும்

கைக்கொண்டார் என்பதே நிதர்சனம். தமிழில் விமர்சனத்துறை ஒன்று வளர்ந்து வளப்படவேண்டும் என்றும் பாடுபட்டார். மேலும் இவைகளோடு இணையாகத் தம் சொந்தப் படைப்புகளையும் தொடர்ந்து எழுதிவந்திருக்கிறார்.

மணிக்கொடி பத்திரிகையால் எழுச்சி பெற்ற சீரிய எழுத்தாளர் களோடு அவர் இணைந்திருந்தாலும், இந்தப் பிரபலங்களுடனும் பெரும் பத்திரிகைகளுடனும் பெரும் பதிப்பாளர்களோடும் கி.வா.ஜ., மு.வ., கைலாசபதி முதலிய பண்டிதர்களுடனும் ரகுநாதன் முதலிய இடதுசாரிகளோடும் தொடர்பில் இருந்தவர் தாம். பண்டித எழுத்து, பத்திரிகை எழுத்து, பிரச்சார இலக்கியம், சீரிய இலக்கிய எழுத்து என்று பேதப்படுத்திப் பார்க்கும் வாசகர் களை உருவாக்க முனைந்தவர் அவர். கல்கி போன்றவர்களால் வாசகர் என்ற புதிய வர்க்கம் தோன்றியிருந்த காலம் அது. அத்துடன் போராட முனைந்தார் கநாசு. அதனால் அவர் பெற்ற லாப நட்டங்கள், பெருமை சிறுமைகள், போற்றுதல் தூற்றுதல்கள் பல விதங்களில் உண்டு.

க.நா.சு. என்றாலே நாவலாசிரியராக, மொழிபெயர்ப்பாளராக, விமர்சகராகத் தான், இன்றைய தலைமுறைக்கு அறிமுகம் கொண் டிருக்கிறார். விமர்சகராக அவர் ஆங்கிலத்திலும் தமிழிலும் கணக்கற்ற கட்டுரைகளையும் பல நூல்களையும் எழுதியிருக்கிறார். அவை களில் தேர்ந்தெடுத்த கட்டுரைகள் பல, தமிழ் விமர்சனத் துறைக்கும் வாசக ரசனை மேம்பாட்டுக்கும் வளம் சேர்த்து, அவருடைய விமர்சனப் பாங்கை வெளிப்படுத்துகின்றன. இவைகளில் பல, அன்றில்லாத புதிய வாசகர்களை உருவாக்கும் நோக்கில், அறிமுக நிலையிலும் ரசனை நோக்கிலும் பட்டியல்களாகவும் பத்திரிகைத் தேவைக்காகவும் தினப்பயிற்சியாகவும் ஏராளமாக எழுதிக் குவிக்கப்பட்ட நிறைகுறைகள் கொண்டவை. எனவே தமிழின் நவீன இலக்கிய உலகில் முன்னோடி விமர்சகராக - ஏன் முதல் விமர்சகராக - அவரது சாதனைகள் பல உண்டு. வாதனைகளும் உண்டு. சில வேதனைகளும் உண்டு.

சரி, கநாசு பற்றிய இந்த இருமுகப் பொதுவான சுருக்க அறிமுகத்தை இத்துடன் குறைத்துக் கொண்டு, அவரது மூன்றாவது முகமான மொழிபெயர்ப்புத் துறைக்கு இனி வருவோம்.

மேலை நாட்டின் தாக்கத்தால் நாவல், சிறுகதை என்ற புனைகதை வடிவங்கள் - பின்பு புதுக்கவிதை வடிவம் - தமிழில் உருமாற்றம் பெற்றன என்பதில் வேறு கருத்தில்லை. நவீன இலக்கிய விமர்சனத்தை இப்படி உருவாக்க முனைந்த முதல்வர் க.நா.சு. என்பதிலும் மாற்றுக்

கருத்து எழ வாய்ப்பில்லை. பிடுங்கி நட்ட தாக்கமும் பின்பு வேரூன்றிய மறுமலர்ச்சியும் பற்றியே விவிதக் கருத்துருக்கள் எழுந்தன. ஆராய்ச்சி வேறு, (கல்விவட்ட) திறனாய்வு வேறு, விமர்சனம் வேறு என்பதையும் இங்கே கவனத்தில் கொள்ளவேண்டும்.

பல துறை ஆய்வும் திறனாய்வும் முன்பே தேன்றி வளர்ந்திருந்தன. பின்பும் இவை தீவிரம் கொண்டுள்ளன. (வேறு ஒரு சமயத்தில், பெயர்களுடன் தோற்ற வளர்ச்சியுடன் வகைமை களுடன் இவை பற்றிப் பேசலாம்.)

வ.வே.சு.அய்யர், செல்வகேசவராயர் முதலிய காவிய மரபுத் திறனாய்விலிருந்து, அமெரிக்க, ஐரோப்பியப் புதுத் திறனாய்வு முறைக்கு மடைமாற்ற முயன்றவர் க.நா.சு. அவருக்குப் பிறகுதான், விமர்சனத்துக்கு என்றே பிறந்த எழுத்து சிறுபத்திரிகை மூலம் சி.சு.செல்லப்பா, வெங்கட் சாமினாதன், தருமு சிவராம் (பிரமிள்) ஆகியவர்கள் தோன்றி, நவீன விமர்சனத்தை வளர்த்தெடுத்தார்கள். இந்த வளர்ச்சியை ஏற்க மனமற்ற க.நா.சு., அலசல் விமர்சனம் என்று இவர்களை அலட்சியப்படுத்தியதும், தொடர்ந்து தன் பாணியில் பட்டியல் விமர்சனம் செய்ததும் தனிக்கதை.

ஆங்கில வழி மேலைப் புனைகதைத் தாக்கம், ஆரம்பத்தில் அ.மாதவையா, ராஜமையர், தி.சரவணமுத்துப் பிள்ளை போன்றோரின் கறாரான சுதேசியச் சீரிய படைப்புகளைத் தந்தது போக ஏராளமான தழுவல்களையும் பல மொழிபெயர்ப்புகளை யும் நவீனத் தமிழுக்குக் கொண்டுவந்தன. இந்த இறக்குமதிகளுக்கு அச்சுப் பண்பாட்டின் அசுர வளர்ச்சியும் பதிப்பகங்கள் என்றவைகளின், பத்திரிகைகளின் பகாசுரப் பசியும் வாசகர்கள் என்ற புதிய வர்க்கத்தின் மேய்ச்சல் வகைப்பாடும் கல்விப் பாடத் திட்டத்துக்குள் கொண்டு சென்றால் பெறும் லாபக்கணக்கு வரும் என்பன போன்ற காரணங்கள்தாம் எனலாம்.

சரியாகவே தவறாகவோ நவீனத் தமிழ் இலக்கியத்தின் நாவல்களின் இருண்டகாலம் என்று சொல்லப்படுவது சூழ்ந்தது. துப்பறியும் மர்ம நாவல்கள், சாகச அற்புதநவிற்சிக் கதைகள், ருசிகர நாவல்கள், சமூகப் பிரக்ஞையற்ற மேம்போக்கான காதல், காமக் குடும்ப உறவுச் சிக்கல் நாவல்கள், இந்தத் தேவைகளுக்காகவும் பத்திரிகை, பதிப்பக அநுசரணையிலும் குவிந்தன. புதுமை எழுச்சியில் சிறிது விழிப்புற்றிருந்த பெண் எழுத்தாளர்கள் இதில் இணைந் ததையும் நாம் அறிவோம். (உண்மையில் ஆரம்ப கட்டத்திலிருந்து ஆண்களுக்கு இணையாக ஏராளமான பெண் எழுத்தாளர்களும் தோன்றிதைக் கணக்கிட்டு அறிய முடிகிறது.) ரெயினால்ட்ஸின்

ரொமான்ஸ்கள், கானன் டாயிலின் ஷெர்லாக்ஹோம்ஸ் கதைகள், டினோவன் *தானவனாக மாறியது*, வில்கி காலின்ஸின் *சந்திர காந்தக் கல் (மூன் ஸ்டோன்)*, பாதர் பிரௌன் திகம்பர சாமியராக மாறியது, வால்டர் ஸ்காட்டின் வேவர்லி நாவல்கள், அலெக்சாண்டர் டூமாஸ், ஸ்டெந்தால் போன்றோரின் சரித்திர நாவல்கள் என்று, இந்தப் பாதிப்புகளும் தழுவல்களும் தமிழில் எண்ணிக்கையற்றுப் பெருகின. (இந்த மேலை எழுத்தாளர்கள் தமக்குரிய இலக்கிய வகைமைகளில் மாஸ்டர்கள் என்பது தனியான விவரிப்புக்குரியது.)

நடேச சாஸ்திரி, தி.ம. பொன்னுசாமி பிள்ளை, ஜே.ஆர். ரங்கராஜு, வடுவூர் துரைஸ்வாமி ஐயங்கார், ஆரணி குப்புசாமி முதலியார், வை.மு. கோதைநாயகி அம்மாள் என்று இந்த வகையில் பலரைச் சேர்க்கலாம். (சில தனிப்படைப்புகள் தவிர) உதிரிப் பாகங்களாக இறக்குமதி செய்யப்பட்டு இங்கே அசெம்பிள் செய்யப்பட்டு சுதேசி என்ற முத்திரை குத்தப்பட்டு இங்குள்ள மார்க்கெட்டுக்கு விற்பனைப் பொருள்களாக இவை வெளிவந்தன. இந்த வகையில் நேரடி மொழிபெயர்ப்புகளும் வெளிவந்துள்ளன என்பதும் கவனிக்கத் தக்கதே.

க.நா.சு. காலத்தில் இந்த சரித்திர, மர்ம, ரொமான்ஸ் வகையிலிருந்தே கல்கி பெரும் ஆலமரமாக விரிகிறார். பத்திரிகைத் தொடர்கதைகள், ஓ.ஹென்றி வகைப் பத்திரிகைச் சிறுகதைகள் என்று மேலே சொன்ன இருண்ட காலம் விடிந்து நடுப்பகல் வெயிலாகக் காய்ந்தது.

கிரேக்க, நார்டிய, வேதாகமத் தொன்மக் கதைகள், சீனத்தின் மேற்குநோக்கிய பயண குரங்குமாமுனி கதைகள், பாரசீகத்தின் அரேபிய இரவுக் கதைகள், இந்தியாவின் இதிகாச, கதாசரித் சாகரக் கதைகள், புத்தக ஜாதகக் கதைகள், விக்கிரமாதித்தன், மதன காமராசன் கதைகள் போன்றவைகளில் இருந்து நவீன நாவல் வடிவம் பெற்ற தொன்மப் ஃபேண்டசி கதைகள், தமிழிலும் ஒருவகை நாவல் வடிவத்தை ஆரம்பத்தில் கையாண்டிருக்கிறது. தாமிரப் பட்டணம் என்ற அறபுத் தமிழ்க்கதை, உசேன் பாலந்தை கதை, அசன்பே சரித்திரம், பிரதாப முதலியார் சரித்திரம், ஆயிரம் தலைவாங்கி அபூர்வ சிந்தாமணி, கவிராஜ கந்தசாமிப் பிள்ளை நாவல்கள், நடேச சாஸ்திரியின் திராவிடக் கதைகள், பண்டிதை விசாலாட்சி அம்மாளின் *ஆரியகுமாரி* போன்ற சில நாவல் முயற்சிகள் எல்லாம் இந்தப் புனைகதை வகையைச் சேர்ந்தவையே. இவைகளை நவீன நாவல் வகைகளில் ஒன்றாக்காக்கலாமா என்பது விவாதத்துக்குரிய விஷயமே.

சீரிலக்கிய வகையினமாக ஷேக்ஸ்பியர் நாடகங்கள், தாக்கரே, டிக்கன்ஸ், கோல்ட்ஸ்மித், ஹார்டி, டால்ஸ்டாய் நாவல்கள் தமிழில் பாதிப்பைச் செலுத்தியுள்ளன. இவைகளின் வழியில் சுயம்புகளும் மொழிபெயர்ப்புகளும் தழுவல்களும் பிறந்துள்ளன.

வணிகப் பெரும் பத்திரிகைகளின் அசுர வளர்ச்சி இன்னும் கைகூடியிராத போது, கா.சி.வேங்கடரமணி வழியில் அதிலிருந்தே தப்பித்தவறி ஒரு சங்கரராம் பிறக்கிறார். அதுவும் மண்ணாசை என்ற ஒரு நாவலைக் கொண்டும் பல சிறுகதைகளை வைத்தும், அவர் ஒரு முன்னோடியான சீரிய இலக்கிய வகை எழுத்தாளராகத் தெரியவருகிறார். அப்படிப் பிரித்துப் பார்த்தவரே கநாசு தான். சிறுகதையின் பொற்கால மணிக்கொடியின் முதன்மை எழுத்தாளர்கள் யாரும் அன்றைக்கு நாவல்கள் எழுதியவர்கள் அல்ல. ஆர். ஷண்முக சுந்தரமும் க.நா.சு.வும் மட்டுமே சீரிய வகை இலக்கிய நாவல்களை எழுத முயன்றவர்கள்.

இந்தக் காலகட்டத்தில் தான் மொழிபெயர்ப்புகளின் பொற்காலமும் பிறக்கிறது. இந்திய நாவல்களை த.நா.குமாரசாமி, த.நா.சேனாபதி, கா.ஸ்ரீ.ஸ்ரீ., குமுதினி, அ.கி.ஜெயராமன், ஆர். ஷண்முகசுந்தரம், எம்.வி.வெங்கட்ராம் தழுவல்கள், சரஸ்வதி ராம்நாத் போன்றோர் மொழிபெயர்த்தார்கள். பங்கிம்சந்திரரும் தாகூரும் சரத்சந்திரரும் தாராசங்கரும், காண்டேகரும் தமிழ்ப் படைப்பாளிகளாகவே கருதப்பட்ட ஒரு காலமும் இருந்தது. ரஷ்ய நாவல்களை மொழி பெயர்த்த ரா.கிருஷ்ணையா, பூ.சோமசுந்தரம் போன்றோரும், அயல் மொழி நாவல்களை மொழிபெயர்த்த க.நா.சு., கா.அப்பா துரை, வி.எஸ்.வெங்கடேசன், கு.பரமசிவன், ரதுலன் போன்றோரின் மொழிபெயர்ப்புகளும் தமிழ்ச்சுடர் நிலையம், ஜோதி நிலையம், சக்தி காரியாலயம், அல்லயன்ஸ், கலைமகள் காரியாலயம், கழகம், பெர்ல் பப்ளிஷர்ஸ், முன்னேற்றப் பதிப்பகம், தென் மொழிகள் புத்தக நிலையம், சாகித்ய அகாதெமி, நேஷனல் புக் டிரஸ்ட் போன்ற பதிப்பகங்களின் உறுதுணையும் சேர்ந்தே இந்த மொழி பெயர்ப்புப் பொற்காலத்தைச் சாதிக்க வைத்தன.

மேலை இலக்கிய நாவல்களை மொழிபெயர்த்த பிற தமிழாக்க எழுத்தாளர்களுக்கும் க.நா.சு.வுக்கும் பலத்த வித்தியாசம் உண்டு. அவர்கள் அன்றைய தேவைகளை மோஸ்தர்களை நிறைவேற்றிய வர்கள் தாம். க.நா.சு. புதிய மோஸ்தர்களை உருவாக்கவும் புதிய தேவைகளை, கண்டடைதல்களை, வீரியமாக்கலை நிறைவாக் கவும்தான் விமர்சனத்தையும் மொழிபெயர்ப்பையும் கையில் எடுத்துக்கொண்டார். மற்ற மொழிபெயர்ப்பாளர்களைப் போல்

இல்லாமல், சாதனைகொண்ட நாவலாசிரியராகவும் விளங்கினார். விரிந்த இலக்கியப் படிப்பும் எழுத்தாளர்கள், பத்திரிகையாளர்கள், பதிப்பாளர்கள் தொடர்பும் அவருக்குத் துணை செய்தன. நோபல் பரிசு பெற்றவர்களையும் அன்றைய உலக இலக்கியப் போக்கில் ஸ்காண்டிநேவிய நாவல்கள் ஆட்சி செலுத்திய காரணத்தால் அவைகளையும் தமிழுக்குக் கொணர்ந்து செழுமைப் படுத்த முயன்றார். உலக இலக்கியத்திலும் உள்ள ஜனரஞ்சக, பிரச்சார எழுத்துக்களைத் தவிர்த்து, இலக்கியத் தரத்தை வடிவப் படுத்திய படைப்புகளை மட்டுமே கவனத்தில் கொண்டார்.

தமிழ்ச்சுடர் நிலையம் அ.கி.கோபலன், ஜோதி நிலையம் அ.கி. ஜெயராமன் போன்ற பதிப்பாளர்களை உருவாக்கித் தம் எண்ணங்களை முடிந்த வரை செயலாக்கத் துணிந்தார். அவைகளில் தான் கநாசுவின் பெரும்பகுதி மொழிபெயர்ப்புகள் வெளிவந்துள்ளன. அமெரிக்கச் சார்புடைய பெர்ல் பப்ளிகேஷனில் அதன் எடிட்டர் ச.து.சு.யோகியோடு நட்பாலும் அவர்களது தரத் தேடலில் தேர்ந்த தாலும் இணைய முடிந்தது. அதே போல போர்டு பவுண்டேசன் நிதியால் உருவான தென்மொழிகள் புத்தக நிறுவனத்துக்கும் ஒரு நூலை மொழிபெயர்க்க முடிந்தது. அல்லயன்ஸ் பதிப்பகம், நவயுகப் பிரசுராலயம் போன்றவைகளுக்குச் சில மொழிபெயர்ப்புகளைச் செய்து தந்திருக்கிறார். கௌரவவாத பதிப்பகமான வானதி பதிப்பகத்தில் கூட ஒரு சுருக்க மொழிபெயர்ப்பு நாவல் வெளி வந்துள்ளது.

க.நா.சு., சாதி மேட்டிமையோ, அரசியல் பீடிப்போ, சமயப் பிடிப்போ அற்றவர். அவர் வாழ்விலும் எழுத்திலும் இதை ஒருசேர உணர முடியும். மேலை இலக்கியத்தில் ஆழ்ந்த படிப்பமைதியும் ரசனையும் அமெரிக்கப் புதுத்திறனாய்வுக் கோட்பாடுகளில் ஈடுபாடும் சிந்தனை வரலாற்றிலும் கலை வரலாற்றிலும் நாடகப் பிரதிகளிலும் அக்கறையும் கொண்டிருந்தவர். ஜனநாயகத்தில் பற்றும் வேதந்தப் படிப்பில் ஆர்வமும் புதுமைகளிலும் சோதனை முயற்சிகளில் நாட்டமும் அவருக்கு இருந்தது. உலக அளவில் சில எழுத்தாளர்களோடும் இந்திய அளவில் பல எழுத்தாளர்களோடும் தொடர்புகள் இருந்தன. இவைகளை, மனிதகுலச் சிந்தனை வளம் என்ற கட்டுரை நூல் மூலமாகவும் தமது இலக்கிய வட்டம் சிறுபத்திரிகையில் ஆனந்த குமாரஸ்வாமி போன்ற கலை ஆய்வாளர் களை அறிமுகப்படுத்தியதாலும் பிற்காலத்தில் ருக்மணி தேவி போன்றவர்களைப் பற்றி எழுதியதாலும் கேரளாவில் வேதாந்தம் படித்ததிலும் இருந்து அறிய முடிகிறது. நீதி நூலான திருக்குறள் இலக்கியமாகாது என்ற தமது ஆரம்ப காலக் கூற்றைத் தாமே மறுத்து,

பிற்காலத்தில் அதை இலக்கியமாக ஏற்று, ஒரு நூலும் படைத்துள்ளார். உலகின் தலைசிறந்த வழிகாட்டிச் சிந்தனையாளர்களான ஹெலன் கெல்லரின் *என் கதையையும்* *ஆல்பர்ட் சுவைட்சரின் சுயசரிதையையும்* தோரோவின் தன் வரலாற்றையும் மொழிபெயர்த்துள்ளார். இவையெல்லாம் சந்தர்ப்பங்கள் கிடைத்தபோது அல்லது சந்தர்ப்பங்களை உருவாக்கிக் கொண்டு செய்தவை எனலாம்.

மௌனி, சி.சு.செல்லப்பா, க.நா.சு. போன்றோரின் மொழிநடை பற்றிய வாதப் பிரதிவாதங்கள் உண்டு. இவர்களின் நடை பற்றி விரிவாகச் சொல்ல வேண்டும். ஆனால் க.நா.சு.வின் நடை தொடர்பாகச் சில கருத்துகளை மட்டும் இங்கு சுருக்கமாகப் பார்க்கலாம்.

க.நா.சு. நடை பத்திரிகைத்தனமான எளிய, சரளமான, இருண்மையற்ற, சாத்வீகமான நடை என்பார்கள். அதாவது பெரும் பத்திரிகையின் சாதாரணவாசகனுக்கும் புரியும் வசதிகொண்ட நடை. புனைகதைகளில் மௌனி போன்ற ஸ்டைலிஸ்டோ, கட்டுரைகளில் செல்லப்பா போன்ற கலப்பு நடையோ அலசல் நடையோ அற்றவர் க.நா.சு. மேலும் புதுமைப்பித்தனின் தவளைப் பாய்ச்சல் நடையோ, லா.ச.ராமாமிருதத்தின் உணர்ச்சிகர நனவோடை நடையோ, கு.ப.ரா., தி.ஜானகிராமனின் நளின நடையோ இல்லாதவர்.

காரணம், நவீனப் புனைகதைகளில் நடைச்சிறப்புக்கு அவ்வளவாக முக்கியம் தராத காலத்தில், (சில விதிவிலக்குகள் தவிர) கல்கியின் சரள பாணி எழுத்துக்கள் பெருகிய காலத்தில் எழுதவந்தவர் க.நா.சு. பெரும் பத்திரிகைகளிலும் எழுதத் தொடங்கியவர். ரஸிகமணி டி.கே.சி. போன்ற இலக்கிய ரசனைக் கட்டுரைகள் மட்டுமே மிகுந்திருந்த அந்தக் காலத்தில் உட்செரிக்கச் சிரமமான விமர்சனக் கருத்துகளை அறிமுகப் படுத்தவேண்டிய கட்டாயமும் அவருக்கு இருந்தது. *மணிக்கொடி, கல்கி* என்ற எதிர்முனைக்கு இடையில் மூன்றாவது தரப்பாக இருந்த நாரண துரைக்கண்ணனின் *பிரசண்டவிகடனில்* எழுதவந்த கு.அழகிரிசாமி போன்ற நல்ல எழுத்தாளர்களும் இந்தப் பத்திரிகை நடையில் தான் ஒருவிதமாகத் தம்மைப் பொருத்திக்கொள்ள வாய்த்தது. பிற்காலத்தில் *எழுத்து* பத்திரிகையில் செல்லப்பா, பிரமிள் வழியாக அவர்களைப் போலிசெய்து உருவான சிக்கலான சிறுபத்திரிகை நடையின் கோணல்மாணல்கள் அற்ற நடையாளர் க.நா.சு. அவருக்கு முன்னோடியாக நவீனச் சீரிலக்கியத்தில், மணிக்கொடிக்கு வெளியே உருவான ஒரு குறிப்பிடத் தகுந்த சிறுகதைகாரரான சங்கரராமிடமும் இந்தப் பத்திரிகை நடைதான் இருந்ததைப் பார்க்கலாம்.

மற்றொன்று, சங்கரராம், க.நா.சு. ஆகியவர்கள் ஆங்கிலத்தில் எழுதிப் பார்த்துவிட்டுப் பின்பு தம் சொந்த மொழிக்கு வந்தவர்கள். இந்திய ஆங்கிலம் செயற்கையானது என்பதால், புழங்குதல் அன்ற இலக்கண அமைதியோடு, எளிய வாக்கியங்களையே கொண் டிருக்கும். ஆங்கிலத்தில் வெற்றிபெற்ற ஆர்.கே. நாராயண் எளிய நடைக்காரர் தான். பிற்காலத்தில் நடைச் சிறப்புப் பெற்ற சல்மான் ருஷ்டியின் ஆங்கிலப் பாணியையே சட்னிஃபைடு இங்கிலிஷ் என்று கேலி செய்தவர்கள் உண்டு. ஆங்கிலத்தில் எழுத வந்து, பின்பு தமிழுக்கு மாறிய அசோகமித்திரனின் நடையிலும் இந்த எளிமையைப் பார்க்கலாம். அவர் மொழிபெயர்த்த அனிதா தேசாயின் *மலை மேல் நெருப்பு* நாவல், தமிழாக்கமாகவே தோன்றாத சரளத்தன்மை கொண்டிருக்கும். (இன்றைய 'முழிபெயர்ப்பு'களின் கொடூரங்களைப் பார்த்துவிட்டு, முன் தலைமுறையின் எந்த மொழிபெயர்ப்பாளரைப் பார்த்தாலும் ஆசுவாசமாகத்தான் இருக்கும்.) க.நா.சு.வின் படைப்பு நடையும் விமர்சன நடையும் சரளமானது. அவரது மொழிபெயர்ப்பு களுக்கும் இதையே சொல்லலாம்.

மொழிபெயர்ப்பியலில் சொல்லுக்குச் சொல் மொழிபெயர்ப்பு, வாக்கியத்துக்கு வாக்கிய மொழிபெயர்ப்பு, பத்தி பத்தியாக மொழிபெயர்த்தல் என்றெல்லாம் இருக்கின்றன. (கருத்து மொழி பெயர்ப்பு என்பது கட்டுரைகளுக்கே உரியது.) தருமொழிக்கும் பெறுமொழிக்கும் ஏற்ப, மொழிபெயர்ப்பாளரின் தனித்தன்மைக்கு ஏற்ப இப்படி இவை மாறுபட்டுவரும். கையளவில் உலகம் சுருங்கி, இயந்திர மொழிபெயர்ப்புகள், செய்யறிவு மொழிப்படுத்தல்கள் வந்துவிட்ட இந்தக் காலத்திலும், தமிழ் மொழிபெயர்ப்புகள், மொழிபெயர்ப்பாளர்கள் பற்றிய காத்திரமான திறனாய்வுகள் இல்லாதது பெரும் குறையே.

நரமாமிச பட்சண மொழிபெயர்ப்பு (Cannibalism /Cannibalistic Translation) என்று ஒரு சமீபத்திய கோட்பாடு உண்டு. பிரேசில் நாட்டு Haroldo de Campos என்பவரால் முன்மொழியப்பட்டு, 2003 வாக்கில் Jiang என்பவரால் சீனாவில் நடைமுறைப்படுத்தப்பட்டு, உலகம் முழுதும் இன்று பரவியுள்ள ஒருவித மனித உண்ணி வகை மொழி பெயர்ப்புக் கொள்கை இது. ஆதிக்கவாதிகளுக்கும் ஆதிக்கத்துக்கு உட்பட்டவர்களுக்கும் / காலனியவாதிகளுக்கும் காலனியர்களுக்கும் இடையிலான பரிமாற்றம் போன்றது இந்த (மூல மொழி) தரு மொழிக்கும் பெறும்மொழிக்கும் ஆன உறவுப் பரிமாறல். எளிமை யாகவும் சுருக்கமாகவும் சொல்லப் போனால், தின்று ஜீரணித்துப்

பரிமாறல். மொழிபெயர்ப்பு என்பதும் இப்படிப்பட்ட மென்று தின்று செரித்ததை மீண்டும் எடுத்துப் பறிமாறல் (பறவை தனது குஞ்சுகளுக்கு உணவூட்டுதல் போன்று) தான் எனப்படுகிறது. இதில் வார்த்தைகளை, வாக்கியங்களை அப்படியே பரிமாறுதல் அல்ல, பத்திகளை, பக்கங்களைச் செரித்துப் பரிமாறல்.

க.நா.சு. சொல்லுக்குச் சொல், வாக்கியத்துக்கு வாக்கியமாக மொழிபெயர்க்காமல், மூலத்துக்கு நியாயம் செய்யாமல், பத்தி பத்தியாக மொழிபெயர்க்கிறார், மூலத்தின் மொழி நடை வித்தியாசங்களில் கவனம்கொள்ளாமல் தன்னுடைய சொந்த நடையிலேயே பரிமாறுகிறார் என்ற குற்றச்சாட்டுக்குச் சமாதானம் சொல்லவே இந்தக் கலாச்சாரப் பரிவர்த்தனை / பண்பாட்டுப் பரிமாறல் நடையைப் பற்றிக் குறிப்பிட நேர்ந்தது.

இன்றைய எந்திர/செய்யறிவு மொழிபெயர்ப்பு பற்றி வித விதமான அவதானிப்புகள் எழுந்துள்ளன. ஏஐ, எந்த ஒரு மொழியின் பெயர்ச் சொல்களையோ வினைச் சொல்களையோ பிறமொழிக் கலப்புச் சொல்களையோ பற்றியும் வார்த்தை, வாக்கிய இலக்கண அமைதிகளைப் பற்றியும் கூடத் தனியே கவலைப்படுவதில்லையாம். சுன்னவெளி இடுகைகளிலிருந்து கொத்துக்கொத்தாக வாக்கியங்களைச் செரித்துப் பரிமாறத் தொடங்கிவிட்டதாம். எனவே கனிபல் மொழிபெயர்ப்புக்கும் இந்த சைபர்வெளி மொழிபெயர்ப்புக்கும் நிறைய இணைவைப்புகள் செய்யலாம் போலிருக்கிறது.

இன்றைய தலைமுறைக்கு இன்று உலகப் பிரசித்தம் பெற்ற புரட்சிக்காரர்களையும் சமூக சீர்திருத்தவாதிகளையும் மதத் தலைவர்களையும் கார்பரேட் சாமியார்களையும் டைக்கூன் களையும் இந்திய-தமிழ் அரசியல்வாதிகளையும் தெரியும். அரசில் வாதியாகவும் அகிம்சாவாதியாவும் இருந்த மகாத்மா காந்தியைத் தெரியும். காந்திக்கு இணையாக முன் தலைமுறையில் பிரபலமும் புகழும் பெற்றிருந்த ஆல்பர்ட் சுவைட்சர் அரசியல் அற்றவர், பிரபலமான மதபோதகராக இருந்தும் அதை ஒதுக்கி வைத்து, மக்கள் சேவையே மகேசன் சேவை என்று, அதுவும் அடிமைப்பட்டிருந்த ஆப்பிரிக்க மக்களுக்கான மருத்துவ சேவை செய்வதையே திட்ட மிட்டுத் தம் வாழ்க்கை லட்சியமாக மேற்கொண்டவர்.

ஆல்பர்ட் சுவைட்சர் (1875-1965) ஒரு ஜெர்மன்-பிரெஞ்சுக்காரர். இறையியலாளர், மதபோதகர், ஆர்கனிஸ்ட், இசைக்கலைஞர், எழுத்தாளர், மனிதாபிமானி, தத்துவஞானி, மருத்துவர், ரட்சகர் என்று பல்துறை வல்லுநராக விளங்கியவர். தமது வெள்ளை யினத்தால் ஒடுக்கப்பட்ட ஆப்பிரிக்க ஏழை மக்களுக்கான

இரட்சண்ய, காருண்ய சேவை புரிவதே தம் வாழ்வின் அர்த்தமாக இருக்க வேண்டும் என்பதற்காக, தமது இசையாற்றால், இசைக் கருவிகளை செப்பனிடும் நிபுணத்துவம் பேச்சாற்றல், படிப்பார்வம் போன்றவைகளை இடைப்படுத்திக்கொண்டு, அதற்காகவே நடுவயதில் மருத்துவக் கல்வி கற்று, கடினப்பட்டு மருத்துமனை அமைத்து, டாக்டராகச் சேவை புரிய முன்வந்து சாதித்துக் காட்டியவர் அவர்.

உலகையே தன் பக்கம் பார்க்க வைத்தவர். எங்கோ ஒரு மூலையிலிருந்த லாம்பரீனை உலக வரைபடத்தில் இன்றும் அடையாளப்படும்படி செய்தவர். அவரது புரட்சிகர மதக் கருத்துக்களை ஏற்காத மதச்சபை, அவரை மதச் சேவையோடான மருத்துவச் சேவைக்கு அனுப்பத் தயங்கியபோது, மதபோதனை ஏதும் செய்யாமல் மருத்துவ சேவையில் நெறிப்படுவதே தமக்குச் சாலும் என்று சந்தோசமாக அனுமதி பெற்றுவந்தவர். மத போதனை யின் ஒரு கூறாகவே பிற்காலத்தில் மதர் தெரசா தமது மக்கள் சேவையைச் செய்து உலகப் புகழ் பெற்றார் என்பதன் வேறு பாட்டை இங்கே கருத்தில் கொள்வது நல்லது. போரழிவின் பின்பான உலக வாழ்கையின் நலிவுகளையும் நலப்பாடுகளையும் ஓர்ந்து, தத்துவத்திலும் இறையியலிலும் தேர்ந்த தம் சிந்தனைகளைப் புத்தகங்களாக வெளியிட்டார்.

லூத்தரன் ஊழியராக இருந்தும் மரபான கிறிஸ்தவ பார்வையை ஏற்காதவர். மதச்சார்பற்ற பார்வையை மதித்தவர். இந்திய ஞான மார்க்கத்திலும் தமிழின் திருக்குறளிலும் மிகுந்த ஈடுபாடு கொண்டவர். உலகில் திருக் குறளின் மேன்மை விளங்க அவர் ஒரு முக்கிய காரணியாக விளங்கியுள்ளார்.

இவ்வளவு மகத்துவங்கள் வாய்ந்த, மகா மனிதாய, உன்னதம் வாய்ந்த ஆல்பெர்ட் சுவைட்சரின் சுயசரிதையை க.நா.சு. மொழி பெயர்க்கத் தேர்ந்தெடுத்திருக்கிறார் என்பது, அவரது படைப்புச் செயல்பாட்டில் ஒரு மணிமுடியாகவே திகழும் என்பதில் ஐயமில்லை.

அவரை முன் தலைமுறை தெரிந்து போற்றி வந்ததைப் போல் இந்தத் தலைமுறைத் தெரியுமா என்று சந்தேகப்படத் தோன்றுகிறது.

நான் க.நா.சு.வின் நாவல்களை 1970களிலேயே படித்திருக் கிறேன். அப்போது சுவைட்சர் வரலாற்றையும் படித்திருக்கிறேன். தமிழில் மறுபதிப்புகளின் பொற்காலம், ஆப்செட் அச்சு முறை வளர்ந்தபின் தான் பெருகத் தொடங்கியது எனலாம். அதைச் சாதனையளவுக்குச் செய்தவர் வ.உ.சி. நூலகம் பதிப்பாள நண்பர் இளையபாரதி என்றுதான் சொல்ல வேண்டும். க.நா.சு. மொழி பெயர்த்திருந்த பேர் லாகர் குவிஸ்ட்டின் *அன்புவழி* என்ற ஸ்வீடிஸ்

நாவலை, வேர்கள் ராமலிங்கம் வழியாக, *பாரபாஸ்* என்ற மூலப் பெயருக்கே புத்தகத் தலைப்பை மாற்றிக் கொண்டுவந்தேன். அதுதான் திட்ட மிட்டு வெளிவந்த, நவீனத் தமிழ் இலக்கிய உலகின் முன்னோடி மறுபதிப்பு என்று நினைக்கிறேன். பின்பு அதுவரை புதிய மறு பதிப்புக் காணாமல் பெயரளவில் மட்டும் தெரிய வந்திருந்த க.நா.சு.வின் மாஸ்டர்பீஸான *பொய்த்தேவு* நாவலையும் முதன் முதலில் மறுபிரசுரம் செய்தேன். க.நா.சு.வின் சிறந்த தமிழ் நாவல்கள் பட்டியலில் எப்போதும் இடம் பெற்றிருக்கும், காணாமல் போயிருந்த சங்கரராமின் *மண்ணாசை* (1941) நாவலையும் கொண்டுவந்தேன். இந்த இரு நூல்களையும் தமிழ்த்துறைத் தலைவராக இருந்த பேராசிரிய நண்பர் கு. மகுடீஸ்வரன் ஆதரவில், அருகிலிருந்த கோபி கலைக்கல்லூரியின் பாடத்திட்டத்தில் வைத்தே வெளியிட முடிந்தது. பொய்த்தேவு நாவலின் அந்த டைப்செட்டை பிரதியை வாங்கியே பின்பு காவ்யா, காலச்சுவடு பதிப்பகங்கள் புதிய பதிப்புகளை வெளியிட்டன.

1950களின் பிற்பகுதியில் தென் மொழிகள் புத்தக டிரஸ்ட் தொடங்கப்பட்டு, அதன் ஆதரவில் தென்னிந்திய மக்களுக்கு அளிக்கப்படுவதற்கென்றே, பல நூல்கள் வெளிவந்தன. இந்த நிலையம், போர்டு நிலையத்தாரின் நன்கொடையால் உருவாகி வளர்ந்தது. இதன் நோக்கம் தென்னிந்திய மொழிகளாகிய தமிழ், தெலுங்கு, மலையாளம், கன்னடம் ஆகிய நான்கு மொழிகளிலும் அறிவும் கலையும் நிறைந்த நூல்களைக் குறைந்த விலைக்கு வெளி யிடுவதை ஆதரிப்பதே ஆகும்.

வேறுபாடின்றி, தமிழ்நாட்டில் உள்ள அனைத்துப் பதிப்பங்கள் மூலமாகவும் மானியம் அளிக்கப்பெற்று இந்த நூல்கள் வெளியிடப் பட்டன. இடதுசாரிப் பதிப்பகங்கள் உட்பட இந்த வலதுசாரிப் பதிப்பகத் திட்டத்தை ஏற்றுக்கொண்டு தம் பதிப்பகங்களில் நூலகளைப் பதிப்பித்து வெளியிட்டன. 5000 பிரதிகள் வரை அச்சிடப்பட்டதாகத் தெரிகிறது. நூலகங்களிலும் பள்ளி, கல்லூரி, பிற கல்வி நிறுவனங்களிலும் கட்டாயம் இவை இடம்பெற அரசுத் தொடர்பில் வழிவகுக்கப்பட்டிருக்கலாம். இலவச விநியோகமும் சில வகைகளில் நடைபெற்றிருக்கலாம்.

இந்தத் திட்டத்தின் வரிசையில் வந்ததுதான் க.நா.சு. மொழிபெயர்த்த, *ஆல்பர்ட் ஸ்வைட்ஸரின் சுயசரிதை*. உலக அளவிலும் இந்திய அளவிலும் பிரசித்தமான ஓரியன்ட் லாங்மன்ஸ் என்ற ஆங்கில மொழிப் பதிப்பகம், தமது தமிழ்ப் பதிப்புகளில் ஒன்றாக இதை வெளியிட்டது. 'தற்கால வாசகர்களுக்கு ஏற்றவாறு ஆங்கிலப் பதிப்பிலிருந்து முக்கியப் பகுதிகள்

மொழிபெயர்க்கப்பட்டுள்ளன' என்று குறிப்பிடப்பட்டிருந்ததால் இத் தமிழாக்கம் சிறிது எடிட் செய்யப்பட்டது என்ற தெரிகிறது. தரம் அறிந்த, உயர்தரம் தேடும் இந்தப் பதிப்பகம், இந்திய அளவில் தெரிய வந்திருந்த, ஆங்கிலத்திலும் எழுதும் தமிழ் எழுத்தாளரான க.நா. சுப்ரமண்யத்தை இந்த நூலை மொழிபெயர்க்கத் தேர்ந்தெடுத்ததில் வியப்பேதும் இல்லை.

அந்த நூல் இதுவரை மறுபதிப்புப் பெறாமல், இந்தத் தலைமுறை அறியாத ஒன்றாய் இருந்து வந்தது. பத்தாண்டுகளுக்கு முன், நான் பணியாற்றிய கோவை அரசுக் கலைக்கல்லூரியின் நூலகத்திலிருந்து ஆல்பர்ட் ஸ்வைட்ஸர் நூல் கிடைத்தது. யாரும் பிரசுரிக்கா விட்டால் என்றாவது வெளியிடலாம் என்று அதை நூலுருவமாக மாற்றி வைத்திருந்தேன். க.நா.சு. அபிமானிகளான இலக்கியவீதி லட்சுமிபதியோ, அழிசி சீனிவாச கோபாலனோ கூட அதை வெளியிடாததால், சென்ற ஆண்டு அந்த நூலை வெளியிட்டு விடுவது என்று துணிந்தேன். அப்போது தான் தெரிந்தது, இந்தத் தலைமுறைப் பதிப்பாளர்களுக்கோ, எழுத்தாளர் களுக்கோ, விமர்சகர்களுக்கோ, வாசகர்களுக்கோ, டிஜிடல் யுகத்துக்காரர் களுக்கோ ஆல்பர்ட் சுவைட்சர் என்றால் யாரென்றே தெரிய வில்லை, தெரிந்துகொள்ளும் அக்கறையும் இல்லை என்று. எனவே இதைக் கொண்டுவந்தே தீருவது, என்றும் மறவாமல் அவசியம் அறிந்திருக்க வேண்டிய ஆல்பர்ட் சுவைட்சரை அறிமுகமாவது செய்வது என்ற முனைப்பில், இப்போது இந்த மறுபதிப்பு நூல் வெளிவருகிறது.

இந்நூல் பதிப்பில் சில எழுத்து மாறுதல்களை மட்டும் செய்துள்ளேன். ஆல்பர்ட் ஸ்வைட்ஷரை ஆல்பர்ட் சுவைட்சர் என்று எளிமை யாக்கம் செய்துள்ளேன். சுர வாத்தியம் என்பது ஆர்கன் என்ற இசைக் கருவியைக் குறிக்கும். சந்த. - என்று வருமிடங்களில் எல்லாம், புனித. - என்று மாற்றியுள்ளேன். சொல்லிடை எழுத்தாக க்ஷ வந்திருந்தால், அது இன்று மிக அருகிவிட்ட கிரந்த எழுத்து என்பதால், ட்ச என்ற நிகரான உச்சரிப்பைப் பயன்படுத்தியுள்ளேன். பல இடங்களில் கமாக்களை மட்டும் கூட்டிக் குறைத்திருக்கிறேன். இவைகளுக்காக மன்னிப்பு எதையும் கேட்கப் போவதில்லை.

சிறிதும் தயக்கமில்லாமல் ஆர்வத்துடன் இதை வெளியிட முன்வந்த பரிசல் செந்தில்நாதனுக்கு நன்றி.

சத்தியமங்கலம், **கால சுப்ரமணியம்**
ஏப்ரல் 2025. (Ph: *6383675433)*

ஆல்பர்ட் சுவைட்சர் தென்மொழிகள் புத்தக டிரஸ்ட் நிலையத்தாருக்கு எழுதிய கடிதத்திலிருந்து ஒரு பகுதி

'என் வாழ்வும் சிந்தனையும்' *(Out Of My Life and Thought. 1931)* என்னும் என் நூலை நான்கு தென் இந்திய மொழிகளிலும் வெளியிடப் போவதைக் கேள்வியுற நான் பெரிதும் உவப்பெய்தினேன். இதனால் நீங்கள் என்னை மிகவும் கௌரவிப்பதாகவே கருதுகிறேன்.

பிரபல இந்திய சிந்தனையாளர்கள் பற்றி **1934**-ல் வெளிவந்த என் புத்தகத்திற்காக (Indian Thought and Its Development) நான் தென்னிந்திய சிந்தனைகள் ஆராய்வதில் அதிகநேரம் செலவிட்டேன். அவற்றின் கருத்துக்கள் என் மனத்தில் வேரூன்றின. இது அப்புத்தகத்திலேயே தெரியவரும். திருக்குறள் என்னும் நூலின்பால் எனக்கு அளவு கடந்த மதிப்பு. அதன் ஒழுக்க முறைத் தத்துவம், மானிடரின் உயர்ந்த பண்புகளை உணர்த்துவது ஆகும். குறள் பாக்களில் பலவற்றை மனப்பாடம் செய்துள்ளேன். அவை என் இதயத்தில் நிலை பெற்றிருக்கின்றன. குறளை நான் அறிந்தது எனக்கோர் உன்னத மான அநுபவமே. அதன் அடிப்படைத் தத்துவத்திற்கு சம்பந்தப் பட்ட, வாழ்க்கையில் மதிப்பு, மரியாதை என்னும் என் அடிப்படைக் கொள்கை, தென்னிந்திய மொழிகளிலும் அறியப்படுவது என் பாக்கியமே. இதை என்னால் நம்பக் கூட முடியவில்லை.

இந்தியாவிற்கு வந்து, தென்னிந்தியாவில் சில காலம் இருக்க வேண்டுமென்று எனக்கு ஆசைதான். இரண்டாவது உலகயுத்தம் நடந்திராவிடில் நான் அப்படிச் செய்திருக்கக் கூடும். இனி அது முடியாத காரியம். எனக்கு அதிக வயதானது மட்டுமல்ல, என் வேலையும் வெளிதேசப் பிரயாணம் செய்ய அனுமதிக்காதவாறு அவ்வளவு அதிகமாயிருக்கிறது.

லாம்பரீன்,
2-10-1957.

மனமார்ந்த நம்லெண்ணங்களுடன்,
ஆல்பர்ட் சுவைட்சர்.

ஆல்பர்ட் சுவைட்சரின் ‘என் வாழ்வும் சிந்தனையும்’

முகவுரை

தலைமுறையின் மிகப் பெரிய மனிதர் யார்? - என்கிற கேள்வி மிகவும் நாஸூக்கானது, மிகவும் இயற்கையானது. பதில் சொல்லு பவன் ஆங்கிலேயனாக இருந்தால் ‘வின்ஸ்டன் சர்ச்சில்’ என்று சொல்லலாம். பொதுஉடமைக்காரனாக இருந்தால் ‘லெனினும் ஸ்டாலினும்’ என்று பதில் சொல்லலாம். இந்தியனாக இருந்தால் - ஆசியாக்காரனாக இருந்தாலும் - ‘மகாத்மா காந்தி’ என்று பதில் சொல்லலாம். இப்படிச் சொல்லப்படுபவர்கள் ஒவ்வொருவ ருடைய மேதையையும் பற்றி எவ்விதமான சந்தேகத்துக்கும் இடம் கிடையாது; அவர்கள் எடுத்துக்கொண்ட கட்சிக்கு அவர்கள் செய்த சேவைகளை யாரும் மறுத்துச் சொல்லவும் முடியாது. ஆனால் இவர்கள் ஒவ்வொருவரும் முதல் காரியமாகத் தங்கள் தங்கள் மக்களுக்குத்தான் சேவை செய்ய முற்பட்டார்கள்; இரண்டாம் பட்சமாகத்தான் அவர்கள் உலகுக்குச் செய்த சேவையைச் சொல்ல வேண்டும். ஆனால் வேறு ஒரு மனிதர் இருக்கிறார், அவர் இசை யிலும் தத்துவத்திலும் விஞ்ஞானத்திலும் மேதை - பெரிய மேதை. இந்தத் துறைகளில் எதில் ஈடுபட்டிருந்தாலும் அவர் பெரும் புகழ் பெற்றிருப்பார். ஆனால் அவர் தன் நாட்டிலே இருந்து பாடுபடுகிற சௌகரியத்தைக் கூடத் துறக்கத் தயாராக இருந்தார்; தன் ஜனங்களுக்குச் சேவை செய்வதை விட்டுவிட்டு, ஒரு அந்நிய தேசத்தில் அந்நியர்களுக்காகப் பாடுபட முன் வந்தார். அவர்தான் ஆல்பர்ட் சுவைட்சர். கிறிஸ்தவம் அவர் அகத்திலே ஊறிய ஒரு தத்துவம்; வெள்ளை மனிதனுக்கும் கறுப்பு மனிதனுக்கும் வித்தியாச முண்டு என்று அவர் நினைக்கவில்லை. வெள்ளை மனிதன் மேல் என்று அவர் எண்ணவில்லை. அதற்கு மாறாகக் கறுப்பு மனிதனுக்கு வெள்ளை மனிதன் செய்த தீங்கையெல்லாம் எண்ணி வெட்கப் பட்டார். கிறிஸ்துவின் கொள்கைகளுக்கெல்லாம் விரோதமாக வெள்ளையன் கறுப்பு மனிதனைச் சுரண்டுகிறானே என்று

வருந்தினார். தன் குலத்தவர் செய்த தவறுகளுக்கு, பாபங்களுக்குப் பிராயச்சித்தம் செய்து பாபமன்னிப்புப் பெற தனது சுக சௌகரியங் களை எல்லாம் துறந்து விட்டு, நாகரிக வாழ்வின் சுகபோகங்களைப் புறக்கணித்துவிட்டு, முன் பின் தெரியாத இடத்துக்குச் சென்று சேவை செய்தார். பிரென்சுக்காரர்களுக்குச் சொந்தமான பூமத்ய ரேகைப் பிரதேசமாகிய ஆப்பிரிக்காவில் உள்ள லாம்பரீன் என்கிற அந்த இடம் இப்போது உலகப் பிரசித்தி அடைந்துவிட்டது.

அவருடைய வாழ்க்கை வரலாறு மிகவும் சுவாரசியமானதாக இருந்துதானேயாக வேண்டும்! ‘என் வாழ்வும் சிந்தனையும்’ என்கிற தன் நூலிலே, சுவைட்சர் தனது உள்ளம் பூராவையும் திறந்து காண்பித்திருக்கிறார் என்று சொல்லலாம்.

மத போதகர்கள் வமிசத்தில் வந்தவர். இளவயதிலேயே, அவரது கால் பியானோ துருத்தியை எட்டுகிற அளவுக்கு நீளு முன்னரே, அவருடைய இசை மேதை தெளிவாகிவிட்டது. எட்டாவது வயதிலே அவர் சுர வாத்தியம் வாசிக்கத் தொடங்கிவிட்டார். ஒன்பதாவது வயதிலே குன்ஸ்பாக் கிராம ஆலயத்துச் சுர வாத்தியத்தை வாசிக்கத் தொடங்கிவிட்டார். இசைக் காதல் அவரை விட்டு அகலவில்லை. பெரியவரான பின் உலகிலே மிகவும் சிறந்த சுரவாத்திய வாசிப்பாளர் அவர்தான் என்று புகழ் பெற்றார். இசை ஆராய்ச்சியில் வல்லுநராகிய அவர் பாக் என்பவரின் இசைகள் பற்றி எழுதிய நூல் மிகச் சிறந்த அற்புதமான நூல் என்று பாராட்டப்பட்டு வருகிறது. சர்வகலாசாலையில் அவர் மத போதனையும், தத்துவ தரிசனமும் படித் தார். மத போதகர் என்ற முறையில் அவர் அசட்டுப் பிடிவாதக்காரர் அல்ல - ஏனென்றால் அவர் நல்ல சிந்தனையாளர். அவருடைய மத போதக ஆராய்ச்சி நூல்கள் ஆழ்ந்த தத்துவ ஞானத்தைப் புலப்படுத்துகின்றன. ஏசுவை மற்ற மத போதகர்கள் ஏற்றுக் கொண்ட மாதிரி ஏற்றுக்கொண்டு விடாமல், உண்மையில் கடவுளின் மகனாக அவரைக் கண்டு அறிந்தார். கஷ்டப் படுகிறவர்களுக்கு உதவி செய்ய மட்டும் தயாராக இல்லாமல், தன்னையே தியாகம் செய்து, விடவும் தயாராக இருந்தார். ஏசுவை அவர் கண்டு கொண்டார். கடவுளின் ராஜ்யம், அதன் புனிதம் என்பது பற்றிப் பசியும் தாகமும் கொண்ட ஒரு மனிதனாக அவர் ஏசுவைக் கண்டார். கிறிஸ்தவ ஆராய்ச்சியிலும் படிப்பிலும், நாணயமும் உண்மை உள்ளமும் ஒளியும் வேண்டும் என்று ஆரம்பத்திலிருந்தே புரிந்து கொண்டார் அவர். மதத்தின் ஆதாரம், நல்லது தீயது அடிப்படையில்தான் இருக்கிறது என்றும், இதை ஏசு ஸ்தாபித்தார் என்கிற முடிவுக்கும் வந்தார் அவர்.

அவருடைய சர்வதேசத் தன்மை - வேறு என்ன சொல்வது அதை - மதத்தில் மட்டுமல்ல, எல்லாத் துறைகளிலுமே அது செயல் பட்டது. அல்ஸேஸ்-லொரெய்ன் பகுதியைச் சேர்ந்தவராதலால் அவர் தாய்மொழி பிரெஞ்சுதான். ஆனால் ஜெர்மன் பாஷையையும் விரும்பிக் கற்றுக் கொண்டவர். அது மட்டுமல்ல; அதிலிருந்த அன்பினால் அதையே தன் தாய் பாஷையாகவும் கருதினார். அவருடைய பாக் நூலை அவர் பிரெஞ்சு பாஷையில் தான் எழுதினார். ஆனால் அதை விடப் பூரணமாக ஜெர்மன் பாஷையில் தன் கருத்துக்களை வெளியிட முடியுமென்று அவர் கருதினார். மத போதகப் படிப்புடன் சேர்த்துத் தத்துவதரிசனமும் படித்தார்; காண்ட் என்பவரின் மதத்தத்துவதரிசனப் படிப்பை விரிவாகத் தொடர்ந்து ஆராய்ந்தார். முப்பது வயது ஆன தும் அவருக்கு ஒரு புது ஊக்கமும் நாட்டமும் ஏற்பட்டன. மதம், தத்துவம் இரண்டிலும் அவருக்கு நிரம்ப ஈடுபாடு இருந்தாலும் கூட, ஆன்மீகமான ஒரு தூண்டுதல் அவரை விஞ்ஞானத்தில் ஈடுபடச் செய்தது; மருத்துவராகவும் ரணசிகிச்சையாளராகவும் பயிற்சி பெற்றுத் தேறி எங்கேயோ தூரத்திலுள்ள ஆப்பிரிக்கா மக்களுக்குச் சேவை செய்ய அவரைத் தூண்டிற்று. பாரிஸ் நகரிலுள்ள ஒரு பிரெஞ்சு மதப் பிரசார சங்கம் ஆப்பிரிக்காவில் சேவை செய்ய ஒரு டாக்டர் வேண்டும் என்று விளம்பரம் செய்தபோது இவருக்குச் சந்தர்ப்பம் கிடைத்தது. கிறிஸ்தவப் பிரசார சங்கம் எதுவும் இப்படிப்பட்ட டாக்டர் ஒருவரை உடனே வரவேற்றிருக்கும் என்றுதான் நாம் எண்ணுவோம். அதுவும் ஷ்வைட்ஸர் போன்ற ஒரு பரிசுத்த ஆத்மாவை வரவேற் றிருப்பார்கள் என்று தான் எண்ணுவோம். ஆனால் துரதிர்ஷ்ட வசமாக எப்பொழுதுமே மதஸ்தாபனங்களில் அசட்டுப் பிடிவாத மும் இருக்கும். பாரிஸ் நகர பிரசார சங்கம் சுவைட்சரின் மதக் கொள்கைக் கோட்பாடுகளைப் பரிசோதனை செய்து அவை சரியாக இருக்கின்றனவா என்று அறிந்துகொள்ள முற்பட்டது. கிறிஸ்துவைப் போல அவர் கஷ்டப்படுகிறவர்களுக்குச் சேவை செய்யத் தானாக முன் வருகிறாரே என்பது அவர்களுக்குத் தோன்ற வில்லை. தன்னுடைய சிந்தனை சுதந்திரத்தைத் தியாகம் செய்வதாகச் சொன்ன சுவைட்சர் மருத்துவச் சேவையை மட்டும் கவனிப்பதோடு நின்று விடாவிட்டால் என்ன செய்வது என்று சில சந்தேகப் பிராணிகள் நினைத்தனர். ஆனால் சாதாரண அறிவு வென்றது. தன்னுடைய பிரமாதமான சேவையைத் துவக்க சுவைட்சர் கிளம்பினார். **1913**-ல் அவர் லாம்பரீன் போய்ச் சேர்ந்தார். அங்குள்ள நிலைமையை அநாகரிகம் என்று மட்டும் சொன்னால்

போதாது. எல்லாவற்றிலும் ஆரம்பநிலையாக இருந்தது. சுவைட்சரைத் தவிர வேறு யாராவது என்றால் இவ்வளவு கஷ்டங்களைச் சமாளிப்பது எவ்வாறு என்று மனமிடிந்து போயிருப்பார்கள்.

'முதலில் நாங்கள் வசித்த பகுதிக்குப் பக்கத்திலிருந்த ஒரு கோழிக் குடிலை என் மருத்துவ அறையாக உபயோகித்தேன். ஆனால் இலையுதிர் கால முடிவில், பக்கத்தில் 26 அடிக்கு 13 அடி இருந்த கீற்றுக் கொட்டகைக்கு என் மருத்துவ அறையை மாற்ற முடிந்தது. இந்த அறையின் சுவர்கள் தகரங்களாலானவை; அதற்குள்ளே ஒரு சிறு பிரத்தியேக அறை, ஒரு ஆபரேஷன் அறை, மருந்து கலக்கும் அறை எல்லாம் சிறியவையாக இருந்தன. இந்தக் கட்டடத்தைச் சுற்றி நாளடைவில் சுதேசி நோயாளிகளுக்கென்று தங்குவதற்காக பல பெரிய மூங்கில் குடிசைகள் தோன்றின. வெள்ளையர்கள் நோயாளிகளாக வந்தால் டாக்டர் வீட்டிலோ, மதபோதகர் வீட்டிலோ இடம் பார்த்துக் கொண்டனர்.'

ஆப்பிரிக்கர்களையும் மனிதர்களாக மதித்து அவர்கள் அன்பைப் பெற்றார் அவர். மதபோதனையோ, பிரசாரமோ அவர் கவலையில்லை. தன் சேவை மூலம் அவர்களுக்குக் கிறிஸ்துவின் பாடத்தைக் கற்றுத்தர அவர் முனைந்தார். அவருடைய ஆஸ்பத்திரி இப்போது உலகப் புகழ் பெற்றுவிட்டது. லாம்பரீன் என்கிற சிறிய ஊர் இப்போது சர்வதேசப்படத்திலே இடம் பெற்று விட்டது. காட்டு மிருகங்களையும் நோய்க் கிருமிகளையும் எதிர்த்து அங்குப் போராடியிருக்கிறார் அவர். பல மைல்களுக்கப்பாலிருந்து வந்த நோயாளிகளுக்கு உடல் தேற வைத்தியம் செய்தார் அவர். அவருடைய ஆப்பிரிக்க சகோதரர்களும் சகோதரிகளும் அவரிடம் அன்பு கொண்டனர். மின்சார வசதிகளுக்கெல்லாம் பழகிவிட்ட நாம் மண்ணெண்ணை விளக்கு வெளிச்சத்தில் சுவைட்சர் ஆபரேஷன்கள் செய்தார் என்று படிக்கும்போது நம்பிக்கை கொள்ளவே தோன்றாது.

மிகவும் கடினமான வாழ்க்கை அது. இரும்புபோல உறுதியான உடல் வலுவுள்ள சுவைட்சரால்தான் அதைத் தாங்க முடிந்தது. அவர் நண்பர்கள் அவருக்கு ஒரு சுர வாத்தியத்தை இனாமாகத் தந்து, நாகரிக வாழ்வுக்கு வெகு தூரத்துக்கப்பாலுள்ள அந்த வாழ்க்கையை சகித்துக்கொள்ளக் கூடியதாகச் செய்தார்கள். மிகவும் சிரமமான வாழ்விலே சிறிது சிரம பரிகாரம் செய்து கொண்டு ஆறுதல் பெற அவருக்குச் சுர வாத்தியம் உதவிற்று. அதுமட்டுமல்ல; இவ்வளவுடன் அவர் சிந்தித்தார்; எழுதவும் பொழுது இருந்தது அவருக்கு. டாக்டராகி விட்டதனால் அவர் சிந்தனையை நிறுத்திவிட வேண்டுமா என்ன? அவருடைய *'நாகரிகத்தின் தத்துவம்'* கொஞ்சம் கொஞ்சமாக

உருப் பெற்றது. அவர் வாழ்விலே எதிர்பாராத விதமாக திடீரென்று ஒரு வார்த்தைச் சேர்க்கை, ஒரு சிந்தனை, 'வாழ்க்கை மதிப்பு' என்கிற சிந்தனை உதயமான நாளை ஒரு நன்னாள், பெரிய நாள் என்று தான் சொல்ல வேண்டும். 'இரும்புக் கதவு திறந்தது; திக்குத் தெரியாத காட்டிலே பாதை தோன்றி விட்டது. வாழ்க்கை உலக ஏற்பும் நல்லது தீயது அடிப்படையும் ஒருங்கே இயங்கும் கொள்கையை நான் கண்டு கொண்டேன். நல்லது, தீயது அடிப் படையில், உலக வாழ்வு ஏற்பும், அதனுடைய நாகரிக லட்சியங் களும் செயல்படும் உலக நோக்கை நான் புரிந்து கொண்டேன்; அது சிந்தனை அஸ்திவாரத்தில் எழுவது என்றும் புரிந்து கொண்டேன்.'

'நாகரிகத்தின் தத்துவம்' எனும் தன் மகத்தான நூலை எழுதும் போது அவர், சீனர்கள், இரானியர்கள், இந்தியர்கள், இவர்களின் தத்துவ தரிசனங்களையும் படித்து ஆராய்ந்து அறிந்து கொண்டார். *'இந்தியச் சிந்தனையும் அதன் வளர்ச்சியும்'* என்கிற நூல் இப்படி எழுதப்பட்டதுதான். வைதீக இந்தியர்களுக்கு அதில் கண்டுள்ள சிந்தனைகளும் அர்த்தங்களும் பிடிக்காது, ஏற்காது என்பது உண்மையாகவே இருக்கலாம். இருந்தாலும் இந்தியாவின் சிந்தனை பற்றி இதைப் போன்ற ஒரு நாணயமான, சிந்தனையைக் கிளறுகிற, அறிவு ஆழ்ந்த நூல் வேறு ஒன்றை நான் இனிமேல் தான் பார்க்க வேண்டும் - இதுவரை கண்டதில்லை.

இப்படியாக சுவைட்சர் ஆப்பிரிக்காவில் மூன்று தரப்பட்ட தன் பூரணமான வாழ்வை நடத்திவந்தார் - இசை, தத்துவம்,சேவை என்கிற மூன்று துறைகளிலும் அவர் ஈடுபட்டு வாழ்க்கை நடத்தினார். தன்னலம் கருதாத, பக்தி நிறைந்த சேவையாளர்கள் மட்டும் போதுமா, வளருகிற ஒரு ஆஸ்பத்திரிக்கு? பணமும் தேவைப்பட்டது. சுவைட்சர் பணம் கண்டு பிடிக்க முனைந்தார். கிறிஸ்தவ நண்பர்கள் பலர் உதவி செய்யத் தயாராக இருந்தனர். ஆனாலும் போதவில்லை. ஆகவே பல சந்தர்ப்பங்களில் ஐரோப்பா சென்று சுர வாத்தியக் கச்சேரிகள் செய்தும் பிரசங்கங்கள் செய்தும் பணம் திரட்டினார். நாள் ஆக ஆக அவர் புகழ் பரவிற்று. பிரான்ஸ், ஜெர்மனி, ஸ்விட்ஸர்லாந்து, ஸ்வீடன், இங்கிலாந்து, அமெரிக்கா முதலிய தேசத்துச் சர்வகலாசாலைகளிலிருந்து அவருக்கு அழைப்புகள் வந்தன. அவரை ஒரு ஜெர்மானியன் என்றோ, பிரெஞ்சுக்காரன் என்றோ யாரும் நினைக்கவில்லை. ஐரோப்பியன் என்று கூட யாரும் கருதவில்லை. அவர் உலகுக்கெல்லாம் சொந்தமாகி விட்டவர், காலத்தையும் கடந்தவர் என்றே எல்லோரும் கருதி னார்கள். காட்டு டாக்டர் என்று தனக்குப் புகழ் நிலைத்தால்

போதும் என்று அவர் எண்ணினார். ஆப்பிரிக்க மனிதர்கள் மட்டு மல்ல; மிருகங்களும் அவர் ஆஸ்பத்திரியிலே வளர்ந்தன; கோழிகள், வாத்துகள், வான் கோழிகள், பூனைகள், நாய்கள், ஆடுகள், மான்கள், பறவைகள் முதலியன. லாம்பரீன் வந்து பார்த்த டாக்டர் எமாரி ராஸ் என்பவர் தன் நாட்குறிப்பில் 'சுவைட்சர் அஸிஸியைச் சேர்ந்த ஒரு புது புனித. பிரான்ஸிஸ்' என்று குறித்து வைத்ததில் ஆச்சரியப்பட ஒன்றுமில்லை. கிறிஸ்தவ மதம் இரண்டே இரண்டு கிறிஸ்தவர்களைத்தான் உற்பத்தி செய்தது என்று சொல்வதுண்டு. ஒருவர் அஸிஸியைச் சேர்ந்த புனித. பிரான்ஸிஸ்; இவர் சரித்திர புருஷர். மற்றவர் கதை உலகைச் சேர்ந்தவர்; அவர் விக்டர் ஹ்யூகோவின் 'துயரம் நிறைந்தவர்கள்' என்கிற நாவலில் வருகிற பிஷப். இப்போது சரித்திர பூர்வமாக மூன்றாவது கிறிஸ்தவர் ஒருவர் தோன்றிவிட்டார் என்று சொல்லலாம். ஹிட்லரும் ஸ்டாலினும் தோன்றிய காலத்திலே தோன்றிய டாக்டர் சுவைட்சர் உலகையே வளப்படுத்திவிட்டார் என்று சொல்வது மிகையேயாகாது.

திரியாத, அசையாத முழு உண்மையை மையமாகக் கொண்டது அவர் வாழ்க்கை. அவர் எதிர்காலத்தில் நம்பிக்கையுள்ளவரா, நம்பிக்கையற்ற துயரவாதியா என்று கேட்பதற்கு உத்தரமாக அவர் 'அறிவினால் மட்டும் நான் நம்பிக்கையற்றவன் தான். ஆனால் உள்ளத்திலும் ரத்தத்திலும் நம்பிக்கை ஊறியவன்' என்று சொல்லு கிறார். அவருடைய தேகதிடம் கவனிப்பதற்குரியது. சீதோஷ்ணத்தின் கஷ்டங்களையும் மிகவும் கடினமான வேலையையும் அவரால் சமாளிக்க முடிந்தது. ஒரு நண்பர் 'ஒரு மெழுகுவர்த்தியை இரண்டு பக்கமும் எரிக்கக் கூடாது' என்று ஒரு தரம் கடிந்து கொண்டதற்கு சுவைட்சர் 'ஏன் கூடாது? வர்த்தி நீளமாக இருந்தால் எரிக்கலாம்' என்று பதில் அளித்தார். உண்மையில் சுவைட்சரின் வர்த்தி நீளமானது தான். எண்பது வயதுக்கு மேலாகிறது அவருக்கு. எனினும் சுறுசுறுப் பாகவும், வேலை செய்யும் திடமுள்ளவராகவும் இருக்கிறார். அவருடைய இந்தத் திடத்தின் ஆணிவேர் கிறிஸ்துவிடம் அவருக் குள்ள நம்பிக்கையில் தான் இருக்கிறது. அதைத் தவிர உள்ளூர உள்ள ஒரு சந்தோஷ மனப்பான்மையும் அவருக்கு நல்ல வலுக் கொடுத்திருக்கிறது என்று சொல்லலாம். பல தடவைகளில் அவர் மிகவும் ஹாஸ்யமாகப் பேசி சந்தோஷிப்பாராம். எவரெட் ஸ்கில்லிங்ஸ் இதற்கு ஒரு நல்ல உதாரணம் தருகிறார். ஒரு பிரசங்கத்தின் போது, அவரை எப்படிச் சபையோருக்கு அறிமுகம் செய்துவைப்பது என்று தலைவர் கேட்டபோது, சுவைட்சர், உடனே, 'இதோ இங்கு ஸ்காட்லாந்து தேசத்து நாய் போல

உள்ளவர் தான் ஆல்பர்ட் சுவைட்சர் என்று சொல்லுங்கள்' என்றாராம். ஒரு இடத்தில் க்ரென்பெல் என்பவரும் சுவைட்சரும் விருந்தாளிகளாக இருந்தார்கள். க்ரென்பெல் உருவத்தில் சிறியவர். அப்போது க்ரென்பெல் தன் பெயரை எழுதியதும் கீழே, 'நீர் யானை சந்தோஷத்துடன் வெள்ளைக் கரடியைச் சந்தித்தது' என்று எழுதிக் கையெழுத்திட்டாராம் சுவைட்சர்.

லாம்பரீன் என்கிற ஊர் முன்பின் யாருக்கும் தெரியாது என்பதால் சுவைட்சரும் யாருக்கும் தெரியாதவராக இருந்துவிடவில்லை. அவர் சேவையின் தரமும் வேகமும் உற்சாகமும் தன்னலப் பற்றின்மையும் அவரை உலகுக்கு ஒரு நாயக புருஷனாக எடுத்துக் காட்டின. கிறிஸ்தவர்கள் மட்டுமல்ல; சுயநலமில்லாத சேவையைப் போற்றுகிற உலகத்து மக்கள் எல்லோரும் அவர் சேவையைப் பாராட்டினார்கள். முதல் உலக யுத்தத்தின் போது இந்த நாயக புருஷர் கூட எதிரிகளைச் சேர்ந்தவர் என்று சிறைப்படாதிருக்க முடியவில்லை; அவரையும் அடைத்துவைத்து சந்தேகப்பட்ட மனித சுபாவத்தை என்னவென்று சொல்வது? தன் சேவையை விட்டு விட்டு அடைபட்டுக் காவலில் இருக்க அவர் அழைத்துச் செல்லப் பட்ட விநாடிகள் அவர் வாழ்விலே மிகவும் சோகம் நிறைந்த விநாடிகளாக இருந்திருக்கும். யுத்தம் முடிந்த பின் அவர் ஆப்பிரிக்கா வில் தன் சேவையைத் தொடர்ந்து செய்யத் திரும்பினார். சுதேசிகள் யுத்தம் பற்றிக் கேட்ட கேள்விகளுக்குப் பதில் சொல்ல வேண்டிய பொறுப்புக்கும் சேர்த்து அவர் மனம் குன்றினார் : 'அன்பு வழியைக் கொண்டுவருவதாகச் சொல்லிக் கொண்டு வந்த வெள்ளையர்கள் இப்படி இப்போது ஒருவரை ஒருவர் கொலை செய்து கொண்டிருக் கிறார்களே? ஏசுப் பிரபுவின் உத்தரவுகளை ஏன் இப்படிக் காற்றிலே பறக்க விட்டுவிட்டார்கள்? இந்தக் கேள்விகளை அவர்கள் எங்களைக் கேட்ட போது, நாங்கள் பதில் சொல்லச் சக்தியற்றுப் போனோம். சிந்திக்கத் தெரிந்தவர்கள் யாராவது என்னை இம்மாதிரிக் கேட்டால் சாக்குப் போக்குச் சொல்கிற மாதிரியோ, புரியும்படிச் சொல்கிற மாதிரியோ, அல்லது இதற்கு இது காரணம் என்று சொல்கிற மாதிரியோ எதுவும் நான் சொல்வதில்லை. புரியாத ஏதோ ஒரு பயங்கரத்தின் முன் நிற்கிறோம் என்பதுடன் நிறுத்திக்கொண்டு விடுவேன். இயற்கையின் குழந்தைகளாகிய இந்தச் சுதேசி களிடையே வெள்ளையனின் நல்லது, தீயது அடிப்படையில் இயங்கும் மத சம்பந்தமான அதிகாரம் இதனால் எப்படிப் பாதிக்கப் பட்டிருக்கிறது என்பதைப் பின்னர்தான் அறிய முடியும். ஏற்பட்ட நஷ்டம் கொஞ்ச நஞ்சமல்ல என்று மட்டுமே நான் சொல்லுவேன்.'

'ஆப்பிரிக்காவில் ஐரோப்பியர்கள் ஆதிக்கம் செலுத்துவது சரியா?' என்கிற பிரச்சினையும் அவர் முன் அடிக்கடி எழுப்பப் பட்டது என்பது தவிர்க்கமுடியாத விஷயம் தான். அது பற்றி அவர் உணர்ச்சியுடன் எழுதுகிறார் : 'வெள்ளையர்களாகிய நாம் நாகரிக மடையாத, முன்னேற்றமடையாத இந்தச் சுதேசிகள் மேல் ஆதிக்கம் செலுத்துவதற்கு உரிமையுண்டா? என்று கேட்டால், நாம் அவர்களை அடக்கி, ஆண்டு, அதனால் லாபம் அடைய முயற்சித்தால் - இல்லை, உரிமை கிடையாது என்றும், இதற்கு மாறாக நாம் அவர்களுக்கு அறிவு புகட்டி முன்னுக்குக் கொண்டு வந்து, அவர்களைச் சுபிட்சமான நிலைக்குக் கொண்டுவரப் போகிறோம் என்றால், உரிமை உண்டு என்றும் பதில் சொல்லுவேன். இந்த ஜனங்கள் தாங்களாகவே, தங்களுக்காகவே எப்படியாவது வாழ்வார்கள் என்கிற சந்தர்ப்பம் உண்டானால் அவர்களை அவர்களிஷ்டப்படி விட்டு விடுவதுதான் நல்லது என்று சொல்லுவேன்.' முடிவாக அவர் சொல்வது இதுதான்: 'இப்போது நமக்கு அவர்கள் மேலிருக்கிற ஆதிக்கத்தை அவர்கள் நன்மைக்காகச் செலுத்தி, அந்த ஆதிக்கம் நல்லது என்பதன் அடிப்படையில் நியாயம் என்று நாம் ருஜுப்பிக்க வேண்டும்.' அநியாயம் எதுவும் நல்ல பயன் தர முடியாது என்று உண்மைக் கிறிஸ்தவ உணர்ச்சியுடன் அவர் வற்புறுத்துகிறார். ஐரோப்பிய ஆதிக்கத்தை விட்டு நீங்கி ஆப்பிரிக்கர்கள் சுயேச்சையாக இருக்கும் காலத்தை அவர் நம்பிக்கையுடன் எதிர்நோக்கி யிருக்கிறார். ஐரோப்பியச் சுரண்டல் நீங்க வேண்டும் என்பதே அவர் கொள்கை. 'நல்லது, தீயது அடிப்படையில் நண்பர்களாக வெள்ளையர்களும் கறுப்பு மனிதர்களும் சந்திக்க வேண்டும்' என்பதே அவர் கட்சி. பரஸ்பர நட்பு அப்போதுதான் சாத்தியம். ஆப்பிரிக்காவின் சரித்திரம் எழுதப்படும் போது அதில் சுவைட்சரின் பெயர், ஆப்பிரிக்காவை உருவாக்கியவர்களில் ஒருவர் என்று நிச்சயமாக உன்னதமான இடம் பெறும். யுத்தம் எனும் புண்பட்டு, மனமும் ஆன்மாவும் புழுங்கும் போது அவர் லாவ்ட்ஸேயின் ஒரு சிந்தனையில் ஆறுதல் பெற்றார். 'யுத்த ஆயுதங்கள் பயங்கரமானவை. நாசம் விளைவிப்பவை. மேன்மையான மனிதன் கையில் அவை இருக்கக்கூடாது. வேறு வழியில்லாவிட்டால் தான் அவன் அவற்றை உபயோகிக்கலாம். அமைதியும் சாந்தியும் தான் மிகப் பெரியவை; அவனைப் பற்றிய வரையில் உன்னதமானவை. அவன் ஜயிப்பான்; ஆனால் ஜயித்ததிலே அவன் சந்தோஷங் கொள்ளமாட்டான். வெற்றியிலே ஆனந்தம் கொள்பவன், கொலையிலே ஆனந்தம் கொள்பவன் போலத்தான். வெற்றிச் சடங்குகளில், தலைவன்,

சாவுச் சடங்குகளில் எப்படி வழக்கமோ அப்படிக் கலந்து கொள்ள வேண்டும். உயிரிழந்த மக்களை எண்ணி இரக்கக் கண்ணீர் வடிக்க வேண்டும். யுத்தத்தில் ஜயித்தவன் இதனால் தான் சாவுச் சடங்கு களில் கலந்துகொள்பவன் போல வெற்றிச் சடங்குகளில் நடந்து கொள்ள வேண்டும்.'

'*ஆல்பர்ட் சுவைட்சர் - என் வாழ்வும் சிந்தனையும்*' என்கிற இந்த நூலைப் படிப்பதே ஒரு பாக்கியம். அதிலே கோடையிடி முழக்கங்கள் எதுவுமில்லை. மிகவும் எளிய பாணியில் தெளிவாக எழுதியிருக்கிறார். உண்மையான குறிப்புகள், தன் இதயத்தைத் திறந்து காட்டி எழுதியிருக்கிறார். இலக்கியபூர்வமாக வேண்டுமானால் இதைப் பெரிய புத்தகமாகச் சொல்லமுடியாது. ஆனாலும் சுவைட்சர் பல இடங்களில், மனமிருக்கும்போது, இலக்கியச் சிகரங்களை எட்ட முடியும் என்று காட்டியிருக்கிறார். *ஆல்பர்ட் சுவைட்சரின் ஆப்பிரிக்கா*' எனும் நூலில் ஜாயும் ஆர்னால்டும் இப்படிப்பட்ட ஒரு இலக்கியச் சிகரத்தை நமக்குக் காட்டுகிறார்கள் : 'பிரசாரம் செய்கிற சக்திக்குப் பதில் நாம் உண்மையை அறியும் சக்தியைப் பெற வேண்டும்; இன்றுள்ள தேச, நாட்டு பக்திக்குப் பதில் ஒரு மேன்மை யான பக்தியை, மனித குலம் பூராவுக்கும் பயன் தரும் ஒரு பக்தியை நாம் பரப்ப வேண்டும்; இன்று போற்றப்படும் குறுகலான தேசபக்திக் கனலுக்குப் பதில் பொது நாகரிகப் பண்பு பெற்ற மனித குலத்துக்குப் பாடுபட வேண்டும்; லட்சியமே அற்றுப்போன சமூகத்துக்குப் பதில் நாம் மீண்டும் ஒரு நாகரிக நிலையில் நம்பிக்கை வைக்க வேண்டும்; ஆன்மீகத்தைப் பூரணமாக இழந்துவிட்ட மனத்திற்குப் பதில் நாம் முன்னேற்றம் சாத்தியம் என்று நம்பி அதற்குப் பாடுபட வேண்டும். இவைதான் நமது உடனடியான வேலைகள்.'

அவருடைய பின்னுரையின் ஆரம்ப வாக்கியங்கள் மிகவும் ஆணித்தரமானவை : 'என் வாழ்க்கையிலே இரண்டு கொள்கைகள் நிழல் வீசியிருக்கின்றன. இதில் ஒன்று, உலகம் அர்த்தம் புரிந்து கொள்ள முடியாதபடி மாயமானது - கஷ்டம் நிறைந்தது என்கிற கொள்கை. இரண்டாவது மனித குலத்திலே ஆன்மீக சக்தி மிகவும் க்ஷீணமாகிக் கொண்டிருக்கும் காலத்திலே நான் பிறந்திருக்கிறேன் என்கிற சித்தாந்தம். இந்த இரண்டு கொள்கைகளையும் புரிந்து கொண்டு, என்னுடைய சிந்தனையால் தெளிவான நல்லது, தீயது அடிப்படையில் உலக வாழ்க்கை ஏற்பு என்பதனால் உண்டாகும் வாழ்க்கை மதிப்பு என்கிற சித்தாந்தம் மூலம் இவற்றைச் சமாளிக்க நான் முயன்றிருக்கிறேன். இந்தச் சித்தாந்தத்திலே நான் அழுந்தக்

காலூன்றி நிற்கிறேன் - என் பாதை என் கண் முன் தெளிவாகிக் கிடக்கிறது. ஆகவே நான் உலகிலே மனிதர்களை ஆன்மீகமானவர்களாகவும் சிந்திக்கத் தெரிந்தவர்களாவும் ஆக்கி, நல்லது, தீயது அடிப்படையை ஏற்றுக் கொள்பவர்களாக்கிவிட வேண்டும் என்கிற உறுதியிலே நிலைத்து நின்று செயலாற்றுகிறேன்.'

சுவைட்சர் நோபெல் பரிசு பெற்றவர். சாதாரணமாக நோபெல் பரிசு பெறுவதை ஒரு கௌரவமாகக் கருதுவார்கள். ஆனால் இந்த கௌரவத்தை அவர் ஏற்றுக் கொண்டதனால், அப் பரிசு பெற்ற மற்றப் பெரியவர்களுக்கும் கௌரவம் அதிகரித்தது என்றுதான் சொல்லவேண்டும்.

இந்தச் சுயசரிதத்தைப் படித்துவிட்டு புது உற்சாகமும் புதுத் தெம்பும் பெறாமல் எழுந்திருக்கிற மனிதன், மரத்துப்போன ஆன்மாவும் உள்ளமும் உள்ளவனாகத்தான் இருக்க முடியும். மற்றவர்களுக்கெல்லாம் இந்நூல் புதுத் தெம்பும் உற்சாகமும் தரும் என்பதில் சந்தேகமில்லை. இது எத்தனையோ பாஷைகளில் மொழி பெயர்க்கப் பெற்றிருக்கிறது. இப்போது உலகத்தின் மிகப் பழைய பாஷைகளில் ஒன்றாகிய தமிழில் (மலையாளத்தில், தெலுங்கில், கன்னடத்தில்) இடம் பெறுகிறது. தமிழ் இலக்கியம் வளம் நிறைந்தது. தமிழ் உருவத்தில் இந்த நூலையும் பெற்றுத் தமிழ் இலக்கியம் மேலும் வளம் பெறும்.

பேராசிரியர் **ஏ.ஆர். வாடியா.**

மொழிபெயர்ப்பாசிரியர் க.நா.சு. முகவுரை

சுவைட்சர் இந்தியாவில் பிறந்திருந்தால் நாம் அவரை நிச்சயமாக ஒரு மகாத்மா என்று அழைத்துப் போற்றியிருப்போம் என்பதில் சந்தேகமேயில்லை.

இந்த நூற்றாண்டிலே எத்தனையோ பெரியவர்களைப் பற்றி நாம் கேள்விப்படுகிறோம். ஒரு வருடம் பூராவும் எல்லா மக்களுக்கும் பெரிய மனிதராகத் தோற்றமளிக்கிற பெரிய மனிதர்கள் அருமை யாகிக் கொண்டிருக்கிறார்கள். இந்த வாரம் ஒருவரைப் பெரிய மனிதராகப் போற்றிய அதே ஸ்தாபனம், அதே பத்திரிகை, அதே தேசம், அடுத்த வாரத்துக்குள் போற்றுவதற்கு வேறு ஒரு பெரிய மனிதரைத் தேடிக்கொண்டு போய்விடுகிறது. அப்படியில்லாமல் என்றைக்கும் பெரிய மனிதர்களாக இருக்கக்கூடியவர்களாக இந்தக் காலத்தில் இரண்டு பெயர்கள் சொல்ல வேண்டுமானால் நமக்கு முதலில் மனத்தில் தோன்றக்கூடிய பெயர்கள் மகாத்மா காந்தியும் மகாத்மா சுவைட்சரும் தான்.

தனக்கென வாழாத பெரியவர்கள் இருவரும் என்பதும், தங்கள் சத்திய சோதனையை விடாப்பிடியாக நடத்தியவர்கள் அவர்கள் என்பதும், விடாப்பிடியாக நீண்ட காலம் எத்தனையோ எதிர்ப்பு களைச் சமாளித்து வெற்றி பெற்றவர்கள் அவர்கள் இருவரும் என்பதும் வெளிப்படையாகத் தெரிகிற விஷயம். இருவரும் ஆப்பிரிக்கா தேசத்தைத் தங்கள் சோதனைக்குப் பயன்படுத்திக் கொண்டார்கள் என்பதும் ஒரு ஒற்றுமை. சுவைட்சரின் சேவை ஆப்பிரிக்கா தேசத்திலேயே தொடர்ந்து நடந்து வருகிறது. மகாத்மா காந்தியின் சேவை ஆப்பிரிக்காவில் தொடங்கி இந்தியாவுக்கு நகர்ந்தது. இருவருமே அடிப்படையான ஒரு மனித சிந்தனையைத் தொடர்ந்து தீவிரமாக சேவை செய்தவர்கள். அவர்கள் எழுத்தி லிருந்து பல வாக்கியங்களை எடுத்து, அவர்கள் சிந்தனைகளும் ஒரு அளவுக்கு ஒருமுகப்பட்டிருந்தன என்பதையும் நிரூபிக்க முடியும். ஆனால் அவர்களிருவருமே மனித குலத்துக்குச் சேவை செய்வதை எந்தச் சிந்தனையையும் விட மேன்மையாகக் கருதினார்கள் என்பதுதான் விசேஷம்.

சுவைட்சர் தன்னுடைய முப்பதாவது வயதுக்குள் பெரும் புகழ் தேடிக் கொண்டார். அதுவும் ஒரு துறையில் மட்டுமல்ல; மூன்று துறைகளில் பெரும் புகழ் பெற்றவர். முப்பது வயது வரையில் சாதாரண மனிதனாக வாழ்ந்தாகிவிட்டது; அதற்கு மேற்பட்ட ஆயுளை ஜனங்கள் சேவைக்குச் செலவிட வேண்டும் என்று தீர்மானித்துப் பிடிவாதத்துடன் படித்து மருத்துவ டாக்டராகப் பட்டம் பெற்று, ஆப்பிரிக்க சுதேசிகளுக்குச் சேவை செய்ய லாம்பரீன் சென்றார் சுவைட்சர். ஐரோப்பிய நாகரிகத்திலே இது எவ்வளவு புரட்சிகரமான ஒரு செய்கை என்பது இந்தியர்களாகிய நமக்கு அவ்வளவு சுலபமாகத் தெரியாது. இது சுவைட்சருக்கே சாத்தியமானது எதனால் என்று சிந்திக்கும்போது அவருடைய ஏசு பக்தி நன்கு தெரிகிறது. மகாத்மா காந்தியும் ஏசு பக்தர்தான்.

இந்த நூல் சுவைட்சரின் 'சத்திய சோதனை' என்று சொன்னால் அது மிகவும் பொருத்தமாகும். இதிலே சங்கீதம், மதம் பற்றிய சில பகுதிகளை மட்டும் ஒதுக்கிவிட்டு, மற்றப் பகுதிகளை அப்படியே மொழிபெயர்த்துத் தமிழர்களுக்கு அளிக்க, தென்மொழிப் புத்தக ஸ்தாபனத்தார் தீர்மானித்தது மிகவும் அவசியமான ஒரு காரியம் என்றே எனக்குத் தோன்றியது. இந்த மொழிபெயர்ப்பைச் செய்ய நான் தகுதியானவன் என்று என்னிடம் அளித்த நண்பர் ஸ்ரீ C.S.S. தாத்தாசாரிக்கும் மற்ற ஓரியன்ட் லாங்மன்ஸ் அதிகாரிகளுக்கும் என் நன்றியை இங்குத் தெரிவித்துக் கொள்கிறேன். சுவைட்சரின் வேகமும் தெளிவும் குன்றாமல் இதைச் செய்யவேண்டுமே என்று எனக்குக் கவலையாகத் தான் இருந்தது. அந்த வேகத்திலும் தெளிவிலும் ஒரு பகுதியாவது தமிழில் வந்திருக்கிறது என்றுதான் எண்ணுகிறேன். சுவைட்சரின் சேவையைப் பற்றி மேலும் தெரிந்து கொள்ளத் தமிழ் வாசகர்களை இந்த நூல் தூண்டும் என்றும் நம்புகிறேன்.

திருவனந்தபுரம்,
1.1.1958. க.நா. சுப்ரமண்யம்.

ஆல்பர்ட் சுவைட்சரின் சுயசரிதம்

1

குழந்தைப் பருவமும் பள்ளிக்கூடமும் பல்கலைக்கழகமும்

நான் ஜெர்மனியில் மேல் அல்ஸேஸ் பிரதேசத்தில் கேஸர்ஸ்பெர்க் எனும் சிறு நகரில் 1875-ல் ஜனவரி மாதம் பதினான்காம் தேதியன்று பிறந்தேன். குடும்பத்தில் இரண்டாவது குழந்தை நான். கத்தோலிக் கர்கள் நிரம்பிய அந்த நகரில் என் தகப்பனார் லூயிஸ் சுவைட்சர், எவான்ஜலிக மதபோதகர். என் தகப்பனார் வழிப் பாட்டனார் அந்தப் பிரதேசத்திலேயே ஒரு நகரில் பள்ளிக்கூட உபாத்தியாய ராகவும் தேவாலயத்தில் சங்கீதம் வாசிப்பவராகவும் இருந்தவர். அவருடைய சகோதரர்களில் மூவர் அதேமாதிரி உத்தியோகங்கள் வகித்தவர்கள். என் தாயாரின் பெயர் அடெலெ. அவள் மேல் அல்சேஸைச் சேர்ந்த முன்ஸ்டர் பள்ளத்தாக்கில் மூல்பாக் எனும் ஊரில் மதபோதகராக இருந்த ஷில்லிங்கர் என்பவரின் பெண்.

நான் பிறந்த சில வாரங்களுக்கெல்லாம் முன்ஸ்டர் பள்ளத் தாக்கில் குன்ஸ்பாக் என்னும் ஊருக்குக் குடிபோனார் என் தகப்ப னார். என் மூன்று சகோதரிகளுடனும் ஒரு சகோதரனுடனும் நான் குன்ஸ்பாக்கில் சந்தோஷமாகவே என் குழந்தைப் பருவத்தையும் இளமைப் பருவத்தையும் கழித்தேன். என் தகப்பனாருக்கு அடிக்கடி உடம்புக்கு நோய் வந்ததைத் தவிர வேறு எவ்விதமான துயரமும் அந்த நாட்களில் எங்களைப் பாதிக்கவில்லை. பிற்காலத்தில் அவர் உடம்பு நன்றாகத் தேறியது. திடமான எழுபது வயது மனிதராக அவர் தன் மதபோதகக் காரியங்களை செவ்வனே பார்த்து வந்தார். யுத்தத்தின் போது வாஸ்கெஸ் மலைமேலிருந்து பிரெஞ்சு பீரங்கிகள் அந்த நகரை நோக்கிச் சுட்டு, வீடுகளையும் மனிதர்களையும் சின்னா பின்னப் படுத்திய போதெல்லாம் கூட அவர் திடமாகவே தன் அலுவல்களைக் கவனித்தார். 1925-ல் தான் முதிர்ந்த வயதினராக அவர் இறந்தார். ஆனால் 1916-ல் என் தாயாரை வீதியிலே ராணுவக் குதிரைகள் மிதித்துத் தள்ளிக் கொன்றுவிட்டன.

எனக்கு ஐந்து வயதானபோது என் தகப்பனார் எனக்குப் பியானோவில் சங்கீதப் பாடங்கள் கற்றுத்தரத் தொடங்கினார். பாட்டனார் ஷில்லிங்கருடைய பழைய காலத்துப் பியானோ அது. பியானோ சங்கீதத்திலே என் தகப்பனாருக்குப் போதிய திறமை கிடையாது. ஆனால் நல்ல கற்பனை உண்டு. ஏழு வயதிலே நான் பிரார்த்தனைக் கீதங்களைச் சொந்த மெட்டில் அமைத்துக் கொண்டு ஹார்மோனியத்தில் வாசித்துக்காட்டி என் உபாத்தியாயினியை ஆச்சரியப்படச் செய்தேன். என் கால்கள் எட்ட முடியாதபோதே, அதாவது என் எட்டாவது வயதிலேயே, நான் ஆலய வாத்தியத்தை (சுர வாத்தியத்தில்) வாசிக்க ஆரம்பித்துவிட்டேன். இவ் வாத்தியத்தில் எனக்குள்ள ஈடுபாடு என் பாட்டனார் ஷில்லிங்கரிடமிருந்து எனக்கு வந்தது. அவர் மிகவும் கற்பனையுடன் வாத்தியம் வாசிப்பவர் என்கிற புகழ் பெற்றவர் என்று என் தாயார் சொல்லுவாள். எந்த ஊருக்குப் போக நேர்ந்தாலும், முதலில் ஆலயத்துக்குப் போய் வாத்தியத்தைத் தான் பார்வையிடுவாராம் அவர். லூஸெர்னில், ஸ்டிப்ட்ஸ் ஆலயத்தில் சுர வாத்தியம் நிர்மாணித்தபோது, அதைப் பார்ப்பதற் கென்றே லூஸெர்ன் போனாராம் அவர்.

என்னுடைய ஒன்பதாவது வயதில் முதல் தடவையாக குன்ஸ்பாக் ஆலயத்தில், வழக்கமாக வாத்தியம் வாசிப்பவருக்குப் பதில் நான் வாசித்தேன்.

1884 இலையுதிர் காலம் வரையில் நான் குன்ஸ்பாக் கிராமப் பள்ளிக்கூடத்துக்குப் போனேன். பின்னர் ஒரு வருஷம் நிஜப் பள்ளி என்று சொல்லப்படும் முன்ஸ்டர் பள்ளியில் படித்தேன். (நிஜப் பள்ளியில் சாதாரணமாக, பேசப்படாத பழைய பாஷைகள் எதுவும் சொல்லித்தரப் படுவதில்லை. எல்லாம் இன்றைய பேச்சு பாஷைகள் தான்.) அங்கு படித்துக்கொண்டே அடுத்த வருஷம் ஜிம்னேஸியத்தில் (உயர்நிலைப் பள்ளி) சேருவதற்காக வீட்டிலே லத்தீன் கற்றுக் கொண்டேன். 1885 இலையுதிர் காலத்தில் முல்ஹௌஸென் ஜிம்னேஸியத்தில் சேர்ந்தேன்.

என் பாட்டனாரின் ஒன்றுவிட்ட தம்பி அங்கு ஆரம்பப் பள்ளிகளின் தலைவராக இருந்தார். முல்ஹௌஸெனில் அவரோடு வசிக்கச் சென்றேன். இந்த உதவியில்லாவிட்டால், குறைந்த ஊதியத்துடன் மத போதகராகப் பெரிய குடும்பத்துடன் காலந் தள்ளிய என் தகப்பனாரால் என்னை ஜிம்னேஸியத்தில் படிக்க வைத்திருக்க முடியாது.

என் பாட்டனாரின் ஒன்றுவிட்ட தம்பியும் அவர் மனைவியும் குழந்தைகளில்லாதவர்கள். என்னை மிகவும் ஒழுங்காகவும் செல்லந்

தந்து வீணாக்காமலும் வளர்த்தார்கள். அது எனக்கு மிகவும் நன்மையைத் தந்தது. அவர்களிடமிருந்து நான் பெற்ற நலன்களை நான் அடிக்கடி நன்றியோடு எண்ணிப் பார்ப்பதுண்டு.

படிப்பதையும் எழுதுவதையும் கற்றுக்கொள்வது முதலில் சிரமமாகத்தான் இருந்தது. எனினும், ஆரம்பப் பள்ளிகளில் எப்படியோ முன்னேறி விட்டேன். ஆனால் ஜிம்னேஸியத்தில் முதலில் எனக்குப் படிப்பு அவ்வளவு வரவில்லை. நான் பகல் கனவு கண்டு கொண்டிருந்ததாலோ அல்லது சோம்பலாக இருந்ததாலோ இப்படி என்றும் சொல்ல முடியாது. வீட்டில் படித்த லத்தீன், ஜிம்னேஸியத்தில் ஐந்தாவது பாரத்தில் நான் சேர்ந்தபோது போதுமானதாக இல்லை. என் உபாத்தியாயர்களில் ஒருவரான டாக்டர் வேமான் என்பவர், எப்படிப் படிக்கவேண்டும், தன்னம்பிக்கை பெற வழி யென்ன என்று சொல்லித் தந்த பின் தான் பொதுவாக நான் முன் னேறத் தொடங்கினேன். வகுப்பில் எடுக்கிற பாடங்களை எல்லாம் மிகக் கவனமாக முன்னாலேயே தயார் செய்து வருவார் டாக்டர் வேமான். கடமையை நிறைவேற்றுவதற்கு அவ்வளவு கவனமும் கவலையும் அவசியம் என்று எனக்கு உதாரண மூலம் போதித்தவர் அவரே. பிற்காலத்தில் அவரைப் பல தடவைகள் நான் தேடிப் போய்ச் சந்தித்ததுண்டு. யுத்தம் முடிகிற காலத்தில் ஸ்டிராஸ் போர்கில்தான் வழக்கம்போல அவர் இருப்பார் என்று தேடிப் போனேன். ஆனால் அவர் கஷ்டங்களால் மனம் நொந்து, ஏழ்மை யால் மனமும் உடம்பும் நரம்பும் தளர்ந்து, தற்கொலை செய்து கொண்டுவிட்டார் என்று கேள்விப்பட்டேன்.

சீர்திருத்த சபையின் புனித ஸ்டீபன் ஆலயத்தில் வாத்தியம் வாசிப்பவரான யூஜீன் முன்ச் என்பவர் தான் எங்கள் சங்கீத உபாத்தியாயர். பெர்லின் சங்கீதப் பள்ளியில் படித்து, அப்போது பரவிக் கொண்டிருந்த பாக் சங்கீத மோகத்திற்கு அடிமைப்பட்டு வந்த அந்த இளைஞருடைய முதல் உத்தியோகம் அதுதான். புனித தாமஸ் பிரார்த்தனைக் கீதங்களின் போக்கை நான் இளவயதிலே அறிந்ததற்கு முன்ச்தான் காரணம், என்னுடைய பதினைந்தாவது வயது முதல் சுர வாத்தியம் வாசிப்பதில் எனக்குச் சரியான பாதை யில் பாடங்கள் சொல்லித் தந்ததும் முன்ச் தான். 1878-ல் நல்ல வாலிபத்தில் அவர் இறந்த போது, அவர் ஞாபகார்த்தமாக நான் பிரெஞ்சுப் பாஷையில் ஒரு சிறு நூல் எழுதி வெளியிட்டேன். நான் எழுதி வெளியிட்ட முதல் நூல் அதுதான்.

ஜிம்னேஸியத்தில் எனக்கு முக்கியமான பாடங்கள் என்று என் மனத்தைக் கவர்ந்தவை சரித்திரமும் பௌதிக விஞ்ஞானமும் தான்.

மொழிப்பாடங்களிலும் கணக்குப் பாடங்களிலும் எதையும் சாதிப்பது என்பது எனக்குப் பெரும்பாடாகத்தான் இருந்தது. ஆனால் சிலநாளில், வராத பாடங்களையும் ஊன்றிக் கவனித்து வரப் பாடுபடுவது என்கிற விஷயம் என் மனத்துக்கு உற்சாகம் தருவதாக இருந்தது. மேல் வகுப்புகளுக்கு வரும்போது பள்ளியிலே சிறந்த மாணவர்களில் நானும் ஒருவன் என்று பெயர் வாங்கி விட்டேன். முதல் மாணவன் என்று யாரும் சொன்னதில்லை என்பதும் ஞாபகம் இருக்கிறது. வியாசங்கள் எழுதுவதில் மட்டும் நான்தான் முதல் என்றும் நினைவு இருக்கிறது.

முதல் வகுப்பில் லத்தீனும் கிரேக்கமும் எங்களுக்குக் கற்றுக் கொடுத்தவர் ஜிம்னேஸியத்தின் தலைவர், லூபெக்கைச் சேர்ந்த வில்லியம் டீக்கே என்பவர். மொழிப்படிப்புகளின் வெறும் புழுதிப் பாடங்கள் அல்ல அவர் வகுப்புகள். உயிரும் தத்துவமும் நிரம்பியவை. பண்டையத் தத்துவங்களையும் அவை மூலம் இன்றையச் சிந்தனை களையும் எங்களுக்கு அறிவுறுத்தினார் அவர். அவர் ஷோபன்ஹாரிடம் பிரேமையும் ஈடுபாடும் உள்ளவர்.

1893-ல் ஜூன் மாதம் பதினெட்டாந் தேதியன்று கடைசிப் பரீட்சையில் தேறினேன் நான். எழுதிய பரீட்சைகளிலும் வியாசத் திலும் கூட நான் அப்படி ஒன்றும் பிரமாதமாகச் சாதித்துவிட வில்லை. ஆனால் நேர்முகமாகக் கேள்வி-பதில் நேரத்தில், பரீட்சைத் தலைவர் டாக்டர் ஆல்பெரக்ட் என்பவரின் கவனத்தைக் கவர்ந்தேன். அவர் ஸ்டிராஸ்போர்கைச் சேர்ந்தவர். என் சரித்திர அறிவும் சரித்திர விஷயங்களில் நுண்ணறிவுடன் கூடிய என் திறனாய்வும் அவருக்குப் பிடித்திருந்தன. அவர் உத்தரவால் என் பரீட்சை சர்டிபிகேட்டில் சரித்திரப் பாடத்தில் மட்டும் எனக்கு Excellent (மிக நன்று) என்று குறி போடப்பட்டது.

அதே வருஷம் அக்டோபர் மாதத்தில் சார்ல்ஸ் மேரி விடார் என்கிற பாரிஸ் மாநகர வாத்தியம் வாசிப்பவரிடம் பாடங் கேட்கும் வாய்ப்பு எனக்குக் கிடைத்தது. இதைச் சாத்தியமாக்கியது பாரிஸில் வியாபாரியாக இருந்த என் பெரிய தகப்பனாரின் தாராள குணம். சங்கீதப் பாடங்களில் நான் பள்ளிக்கூடத்திலேயே நல்ல தேர்ச்சி பெற்றிருந்தேன். ஒருதரம் என்னை வாசிக்கச் சொல்லிக் கேட்டு விட்டு, விடார் என்னை மாணவனாக ஏற்றுக் கொண்டார். சங்கீதக் கல்லூரி மாணவ மாணவிகளுக்குத் தவிர அவர் வேறு யாருக்கும் பாடம் சொல்லித் தருவதில்லை. எனினும், மனம் உவந்து என்னை ஏற்றுக் கொண்டார். அவரிடம் பாடம் கற்றது என்னைப் பற்றிய வரையில் மிகவும் முக்கியமானதொரு விஷயம். என் வாசிப்பின்

அடிப்படைகள் திருந்தி முன்னேறவும், வாசிப்பதில் ஒரு லட்சிய பூர்வமான லயத்தை நாடவும் சொல்லித் தந்தார் விடார். சங்கீதத்தில் கட்டுக்கோப்பு என்பதை நான் அறிந்துகொண்டது அவர் மூலம் தான்.

விடாரிடம் என் முதல் பாடம் தொடங்க இருந்தது, பிரென்சு-ரஷ்ய உறவு காரணமாகப் பாரிஸுக்கு வந்திருந்த ரஷ்ய மாலுமிகள் அணிவகுத்து வந்து தெருக்களில் நிரம்பியிருந்த அக்டோபர் மாத மாலை நேரம். தெருவிலே இருந்த கூட்டத்தினால் முதல் பாடத்துக்கு நான் வெகு தாமதமாகத்தான் போய்ச் சேர முடிந்தது.

அக்டோபர் 1893 முடிவில் நான் ஸ்டிராஸ்போர்க் சர்வகலா சாலையில் மாணவனாகச் சேர்ந்தேன். புனித தாமஸ் மதக் கல்லூரி மாணவர் விடுதியில் தங்கினேன். அறிஞரான ரெவரெண்டு ஆல்பிரெட் எரிக்ஸன் என்பவர் தான் எங்கள் கல்லூரி முதல்வர். கால்வின் என்ற மத அறிஞரின் நூல்களைப் பதிப்பித்து முடிப்பதில் அப்போது ஈடுபட்டிருந்தார் அவர்.

அந்தச் சமயம் ஸ்டிராஸ்போர்க் சர்வகலாசாலை அதன் புகழ் ஏணியின் உச்சியிலே இருந்தது. பழமை என்கிற தளைகள், வழக்கம், மரபு என்கிற எவ்வித கட்டுப்பாடும் இன்றி, நவீன சர்வகலாசாலை என்கிற லட்சியத்தை எட்டித்தொட மாணவர்களும் போதகர்களும் போட்டியிட்டனர். வயதான போதகர்களே அங்கில்லை. எங்கும் இளமையின் முறுக்கும் வேகமும் பரவி நின்றன.

மதபோதனை, தத்துவம் என்கிற இரண்டு பாடங்களையும் நான் எடுத்துக் கொண்டேன். ஜிம்னேஸியத்தில் ஹீப்ரூ மொழியின் ஆரம்பப் பாடங்களைத் தவிர வேறு ஒன்றும் எனக்குக் கற்றுத்தரப் படவில்லை. ஆகவே முதல் மாதங்கள் ஹீப்ரூ மொழி படித்து, அதற்கான பரீட்சையில் தேறுவதில் வீணாகிவிட்டது; சிரமமாகவும் இருந்தது. ஆனால் எப்படியோ 1894-ல் தேறிவிட்டேன். பின்னர், வராது என்று வாளாயிருந்து விடுவதா என்று ஒரு ரோஷத்துடன், ஹீப்ரூ மொழியை சரிவரக் கற்றுத் தெரிந்து கொண்டேன்.

1894 ஏப்ரல் முதல் தேதியன்று என் ஒரு வருஷ ராணுவ சேவை தொடங்கிற்று. என் காப்டன், அவன் பெயர் க்ரல், மிகவும் நல்லவன்; இரக்க மனமுள்ளவன். தினசரிச் கட்டாயப் பயிற்சி போக மற்ற நேரங்களில் ஒழுங்காகச் சர்வகலாசாலை போய்வர எனக்கு அனுமதி அளித்தான். தினமும் பதினோரு மணிக்குச் சர்வகலா சாலை போய் விண்டல்பாண்டு என்பவரின் வகுப்புப் பிரசங்கங் களைக் கேட்பேன்.

இலையுதிர் காலத்தில் ராணுவ சேவை முகாம் வேறிடம் போன போது, நான் என் பைக்குள் கிரேக்க சுவிசேஷங்களை எடுத்துச் சென்றேன். மதபோதக மாணவர்கள் ஒரு உபகாரச் சம்பளத்துக்குப் போட்டிப் பரீட்சை கொடுக்கலாம் என்றும், ராணுவ சேவைக்குப் போக வேண்டிய மாணவர்கள் மூன்று பரீட்சைகளுக்குப் பதில் ஒரு பரீட்சை கொடுத்துத் தேறினால் போதும் என்றும் விதியிருந்தது. அவ்விதியின்படி என் பரீட்சைக்கு கிரேக்க சுவிசேஷங்களை எடுத்தேன் நான்.

ஹோல்ட்ஸ்மான் என்கிற என் உபாத்தியாயரிடம் எனக்கு அளவுகடந்த மதிப்பு. அவருக்குப் பெருமை தரவேண்டும் என்கிற ஒரே காரணத்துக்காகத் தான் நான் இந்தப் பரீட்சைக்குச் சம்மதித்தது. அதில் தேறிவிடவேண்டும் என்று பாடுபட்டேன். ராணுவ சேவை காலத்தில், களைப்பு என்பதையே அறியாமல், ஓய்வு நேரங்களிலும் ஓய்வு நாட்களிலும் கிரேக்க சுவிசேஷங்களைப் படித்தேன்; மிக வருந்தி உழைக்க முடிந்தது என்னால்.

என்ன சொன்னாலும் ஜெர்மன் சர்வகலாசாலைகள், பரீட்சை பரீட்சை, பாடங்கள் பாடங்கள் என்று மாணவர்களை மூக்கணாங் கயிறு போட்டு இழுத்துப் பிடித்து அந்தண்டை இந்தண்டை நகர இடம் விடாமல் அடிமைப்படுத்துவதில்லை என்பது நன்றி பாராட்ட வேண்டிய விஷயமாக எனக்குத் தோன்றுகிறது. இஷ்டப்படி ஆராய்ச்சி செய்யவும் சுயேச்சையாக முன்னேறவும் அவை மாணவ னுக்குச் சந்தர்ப்பமளிக்கின்றன.

அந்த நாளைய ஸ்டிராஸ்போர்க் மதபோதக இலாகாவிலே ஒரு சுதந்தர வேகம் இருந்தது; ஒரு தாராள மனப்பான்மை இருந்தது. ஹோல்ட்ஸ்மானுடன் இந்த இலாகாவிலே, பழைய சுவிசேஷ சிறப்பாராய்ச்சியாளர் கார்ல் புத்தே என்பவரும் சம்பந்தப்பட் டிருந்தார். எனக்கு மிகவும் பிடித்த போதகர் அவர். அவர் சமீபத்தில் தான் ஸ்டிராஸ்போர்க் வந்து சேர்ந்திருந்தார். விஞ்ஞான ரீதியில், எளிய நடையில், பூரணமாகத் தன் முடிவுகளை அவர் வெளி யிடுவார்; அது எனக்கு மிகவும் பிடித்திருந்தது. அவர் பிரசங்கங் களைக் கலையழகுடன் கூடியவை என்று நான் கேட்டு ஆனந்திப்பேன்.

ஸ்டிராஸ்போர்கில் மாணவனாக என் நாட்கள் சீக்கிரமாகக் கழிந்தன. 1897 கோடையின் முடிவில் முதல் மத போதகப் பரீட்சைக்கு நான் உட்கார்ந்தேன்.

2

பாரிஸ௴ம் பெர்லினும் (1898-1899)

1898 மே மாதம் ஆறாந் தேதியன்று நான் முதல் மதபோதக பரீட்சையில் தேறினேன். அதை அரசாங்கப் பரீட்சை என்று சொல்வது வழக்கம். கோடை நாட்களை முற்றிலும் தத்துவம் வாசித்துக்கொண்டு ஸ்டிராஸ்போர்கிலேயே கழித்தேன். மாண வனாக கேதே ஸ்டிராஸ்போர்கிலிருந்தபோது வசித்த அதே வீட்டிலேயே (பழைய மீன் சந்தை, எண் 36) நானும் வசித்தேன். விண்டல்பாண்டும் ஸீக்ளரும் தத்துவ போதனையில் சமர்த்தர்கள் - ஒருவருக்கொருவர் உதவியாக நன்றாகச் சொல்லித் தந்தார்கள். பண்டைத் தத்துவத்தில் விண்டெல்பாண்டு வல்லவர். ப்ளேடோ, அரிஸ்டாடில் இவ்விரு தத்துவாசிரியர்களையும் பற்றி அவர் எனக்கு நடத்திய பாடங்களை நான் மறக்கவே முடியாது - அவ்வளவு நேர்த்தியாக என் மனத்தில் பதிந்தன அவை. ஸீக்ளர் முக்கியமாக நீதி சாஸ்திரத்திலும் மத போதனையிலும் வல்லவர். முன்னர் மத போதகப் பேராசிரியராக இருந்து அவர் நல்ல அனுபவம் பெற்றவர்; டூபிஞ்சன் மதபோதகப் பரீட்சையில் தேறியவர் அவர்.

பரீட்சையில் தேர்வும் ஹோல்ட்ஸ்மானின் உதவியும் காரணமாக எனக்கு கோல் மாணவ உதவிச் சம்பளம் கிடைத்தது. சந்த. தாமஸ் ஸ்தாபனமும், மத போதக இலாகாவும் சேர்ந்து அளிக்கும் உதவிச் சம்பளம் அது. வருஷத்துக்கு அறுபது பவுன். ஒவ்வொரு வருஷமும் அது திரும்பவும் எனக்கு அளிக்கப்பட்டு ஆறுவருஷங்கள் கிடைத்தது. அதற்குப் பிரதியாக மாணவன், அதிகம் போனால் ஆறு வருஷங் களில், ஸ்டிராஸ்போர்கில் மத போதகப் பட்டத்தைப் பெற வேண்டும். தவறினால் பெற்ற உதவிச் சம்பளத்தைத் திருப்பித் தந்துவிட வேண்டும் என்பது இந்த உதவிச் சம்பளத்தின் விதி.

தியொபால்டு ஸீக்ளர் சொன்னது போல தத்துவத்தில் டாக்டர் பட்டத்துக்கு ஆராய்ச்சி நூல் வெளியிடுவது என்று முயன்றேன் நான். ஒரு பருவத்தின் முடிவில், சர்வகலாசாலைப் படிகளில், ஒரு நாள் அவருடைய குடையின் கீழ் நிற்கும்போது, என் ஆராய்ச்சி கான்ட் என்கிற தத்துவதரிசியின் மத சம்பந்தமான கொள்கைகள் பற்றி இருக்கலாம் என்று ஸீக்ளர் சொன்னார். அவர் சொன்ன விஷயம் எனக்கும் பிடித்திருந்தது. 1898 அக்டோபர் இறுதியில் நான் பாரிஸ௴க்குப் போய் ஸார்பான் சர்வகலாசாலையில் தத்துவப்

படிப்புப் படித்தேன். அதேசமயம், விடாரின் கீழ் சுர வாத்தியப் படிப்பையும் தொடர்ந்து அதில் முன்னேற முயன்றேன்.

பாரிஸில் நான் அதிகமாகக் கல்லூரிப் பிரசங்கங்களுக்குப் போகவில்லை. ஆரம்பத்திலேயே, மெட்ரிகுலேஷன் தேர்வு முடிவும் கொண்டாட்டமும் நடந்த, குழப்பமான-உருவமற்ற போக்கு எனக்குப் பிடித்திருக்கவில்லை. தவிரவும் ஸார்பானில் பிரசங்கம் செய்தவர்கள் தங்கள் பிரசங்கங்களின் முழுப்பயனும் மாணவனுக்குக் கிட்டும்படிச் செய்ய முயலவில்லை. ஏதோ பழைய மாதிரியில் பிரசங்கம் செய்துவிட்டுப் போனார்கள்; அதிலிருந்து சிறப்பாக எதையும் எந்த மாணவனும் கற்றுக்கொண்டுவிட முடியாது. ஸ்டிராஸ்போர்கில் எனக்குப் பழக்கமானது போல இங்கே நாலைந்து பிரசங்கங்களில் கோர்வையாக ஒரு விஷயம் பூராவையும் எடுத்துச் சொல்வது என்பதும் இல்லை. பரீட்சைக்கு என்று பாடம் சொன்னார்கள், அல்லது ஏதோ தங்கள் விசேஷப் பகுதிகள் பற்றி மட்டுமே பேசினார்கள்.

பாரிஸில் என் சங்கீத குரு விடாருக்குப் பல விஷயங்களில் நான் கடமைப்பட்டவனானேன். அந்த நாட்களில் பாரிஸில் முக்கியமானவர்களான பலருக்கு என்னை அறிமுகம் செய்து வைத்தார் அவர். என் சுக சௌகரியங்களையும் வரவு செலவுகளையும் பற்றி அவர் கவலை எடுத்துக்கொண்டார். பையில் பணமில்லாமல் நான் சரியானபடி சாப்பிடாமல் இருக்கிறேன் என்று அவருக்குத் தோன்றினால், பாடம் முடிந்ததும் என்னையும் தனக்குப் பிரியமான லக்ஸெம்பர்க் தோட்டத்துக்குப் பக்கத்திலுள்ள போயோ ஹோட்டலுக்கு அழைத்துச் சென்று சாப்பாடு பண்ணிவைப்பார்

பாரிஸிலிருந்த என் தகப்பனாரின் இரு சகோதரர்களும் அவர்களுடைய மனைவிமார்களும் எனக்கு நல்லவர்களாகவே இருந்தனர். இளையவரான சார்ல்ஸ் என்பவர் மொழி விற்பன்னர் - நவீனகால மொழிகளைக் கற்றுக்கொடுப்பது பற்றி ஆராய்ந்து பெயர் பெற்றவர். அவர் மூலம் எனக்குச் சர்வகலாசாலைப் பெரியவர்கள், கல்வித் துறையில் பெரியவர்கள் பலர் அறிமுகமானார்கள். பாரிஸில் இப்படியாகச் சௌகரியமாக, சிரமப்படாமல் என்னால் இருந்து முன்னேற முடிந்தது.

கலைப்பயிற்சி, புது அறிமுகங்கள் என்பதனால் என் ஆராய்ச்சி நூல் வேலை சிறிதும் தடைப்படவில்லை. உடலிலே எனக்குத் தெம்பிருந்தது. ஆகவே இரவுகளிலும் உட்கார்ந்து வேலை செய்ய நான் சளைத்ததில்லை. சில சமயம் இரவு பூராவும் படுக்காமலே

வேலை செய்து கொண்டிருந்துவிட்டுக் காலையில் போய் விடார் வீட்டில் நான் வாத்தியம் வாசித்ததும் உண்டு.

1899-ல் மார்ச் மாத மத்தியில் நான் மீண்டும் ஸ்டிராஸ்போர்க் திரும்பி, என் ஆராய்ச்சி நூலைத் தியொபால்டு ஸீக்ளருக்கு வாசித்துக் காட்டினேன். அதில் நான் சொல்லியிருந்த விஷயங்கள் தனக்கும் சம்மதமானவையாக இருந்ததாக அவர் சொன்னார். ஜூலை மாத இறுதியில் நான் பட்டம் எடுப்பது என்று தீர்மானமாயிற்று.

1899 கோடையை நான் பெர்லின் நகரில் கழித்தேன். பெரும்பாலும் தத்துவ நூல்களைப் படிப்பதிலேயே என் பொழுதைப் போக்கினேன். பண்டைக் காலத்து தத்துவ நூல்களில் முக்கியமானதுடன், இன்றையத் தத்துவ நூல்களில் முக்கியமானவற்றையும் படித்துவிட வேண்டும் என்பது என் ஆசை. வாசிப்பதுடன், பெர்லினில் ஹார்னாக், பிளீடரர், காப்டான், பால்ஸென், ஸிம்மெல் முதலியவர்கள் நிகழ்த்திய பிரசங்கங்களுக்கெல்லாம் போனேன். ஸிம்மெலின் பிரசங்கங்களில் முதலில் ஒன்றிரண்டுக்கே போனேன். பிறகு முறையாக எல்லாவற்றிற்கும் போனேன்.

என் சங்கீத ஆசிரியர் விடார், கெய்ஸர் வில்ஹெல்ம் ஞாபகார்த்த மத ஆலயத்தின் வாத்தியம் வாசிப்பவரான பேராசிரியர் ஹென்ரிக் ரீமான் என்பவருக்கு என்னை அறிமுகம் செய்துவைத்து ஒரு கடிதம் தந்திருந்தார். தன் வாத்தியத்தை வாசிக்க ரீமான் என்னை அனுமதித்தார். அவருக்கு ஓய்வு தேவைப்பட்ட போதெல்லாம் என்னை அனுப்பி, மத ஆலயத்தில் வாசிக்கச் சொல்லுவார். அவர் மூலம் எனக்கு பெர்லின் நகரின் கலைஞர்கள் பலர் - இசை, சிற்ப, சித்திரக் கலைஞர்கள் பலர் - அறிமுகமானார்கள்.

கலாசாலை, கல்வி உலகில் பலர் எனக்கு அறிமுகமாவதற்குச் சந்தர்ப்பம் கிடைத்தது. எர்ன்ஸ்ட் கர்டியஸ் என்கிற பிரபல கிரேக்க அறிஞரின் விதவையின் வீட்டில் நான் அவர்களைச் சந்தித்தேன். அந்த விதவையின் மாற்றாள் பிள்ளை, கோல்மாரில் ஜில்லா அதிகாரி, எனக்கு நண்பர்; அதனால் அவள் என்னை அடிக்கடித் தன் வீட்டில் நடக்கிற கூட்டங்களுக்கு அழைப்பாள். அன்றையப் பெர்லின் நகரில் அறிஞர்கள் கூட்டத்தின் தலைவர்களை எல்லாம் நான் அந்த அம்மாள் வீட்டில் அப்படிச் சந்திக்க நேர்ந்ததை என் அதிருஷ்டம் என்றே இன்றும் எண்ணுகிறேன் நான்.

பாரிஸ் அறிஞர் உலகத்தைவிட, பெர்லின் அறிஞர் உலகம் என் மனத்தில் அதிகமாகப் பதிந்தது. உலக நகரம் என்று சொல்லத்தக்க பாரிஸில் அறிஞர் உலகம் சிறுசிறு துணுக்குகளாகக் காட்சியளித்தது.

பூரணமாக எல்லாத் துணுக்குகளையும் அறிந்து பழகினால் ஒழிய அதனால் யாரும் எவ்வித பயனும் அடைய முடியாது. பூரணமாகத் தெரிந்து கொள்ளாமல், சிதறிய துணுக்கு ஒன்றிலிருந்து ஏதாவது முடிவு கட்டினால், அது சரியானதாக இருக்கும் என்று சொல்ல முடியாது. அதன் அமைதிகளைப் பூரணமாக அறிவது கடினம். இதற்கு எதிர்மாறாக பெர்லினின் அறிவு உலகம் பூரணமாக, உயிர்த் தத்துவமாக, பெர்லின் சர்வகலாசாலையை மையமாகக்கொண்டு இயங்கியது. தவிரவும், பெர்லின் நகரம் உலக நகரம் என்று சொல்லத்தக்க அவ்வளவு பெரிதல்ல; மற்ற ஊர்களை விடச் சிறிது பெரிய ஊர் - எல்லாப் பகுதிகளிலும் ஒரே மாதிரியான வளத்துடன் பெருகி வளர்ந்துகொண்டிருந்தது. அந்த வளர்ச்சி சந்தோஷகரமாக இருப்பதாகவும் பட்டது எனக்கு. மொத்தத்தில் பெர்லினில், ஒரு நம்பிக்கை தருகிற சுய நினைவும், தன் விதியை நிர்ணயிக்கப் போகிற தலைவர்களிடம் பூரணமான ஈடுபாடும் இருந்தது என்று தோன்றிற்று. இந்த சுயப்பிரக்ஞையும் நம்பிக்கையும் பாரிஸில் இல்லை என்றும் எனக்குத் தோன்றிற்று. இப்படி பெர்லின் நகர் எனக்குத் தெரிய வந்தபோது, அது அதன் உச்சநிலையில் இருந்தது. அதை நான் நேசிக்கத் தொடங்கினேன் என்றால் அது மிகையாகாது. பெர்லின் சமூகத்தில் வாழ்ந்தவர்களின் வாழ்க்கை எளிமைமான சந்தர்ப்பங்களும் என் மனத்தில் விசேஷமாகப் பதிந்தன.

3

ஸ்டிராஸ்போர்கில் அலுவல்கள் - ஆரம்ப வருஷங்கள்

ஜூலை *1899* முடிவில் நான் ஸ்டிராஸ்போர்குக்குத் திரும்பித் தத்துவ ஆராய்ச்சியில் என் பட்டத்தைப் பெற்றேன். தத்துவ போதக இலாகாவில் மாணவ ஆசிரியனாகச் சேர என்னை வற்புறுத்தினார் தியொபால்டு ஸீக்ளர். ஆனால் நான் மதபோதக இலாகாவில் சேரத் தீர்மானித்தேன். ஸீக்ளர் சொன்னதிலிருந்து தத்துவ இலாகாவில் சேர்ந்துகொண்டு, மதபோதகனாகப் பிரசங்கங்கள் செய்வது ஜனங்களுக்குப் பிடிக்காது என்பது தெரியவே, நான் மதபோதக மாணவனாகவே சேரத் தீர்மானித்தேன். மதபோதனைப் பிரசங்கங்கள் என் ரத்தத்தில் ஊறியவை - அவை செய்யாமல் நான் உயிர் வாழ

முடியாது என்று தான் சொல்லவேண்டும். வாழ்வின் மிக ஆழ்ந்த பிரச்னைகள், அடிப்படையான விஷயங்கள் பற்றி வாரம் ஒரு முறை, ஒவ்வொரு ஞாயிறு அன்றும், கூடியிருந்த ஜனங்களைப் பார்த்து நான் பேச அனுமதிக்கப்பட்டது மிகவும் வியப்புக்குரிய, ஆச்சரியமான, முக்கியமான விஷயமாக எனக்குத் தோன்றிற்று.

அதற்குப் பிறகு நான் ஸ்டிராஸ்போர்கிலேயே தங்கினேன். நான் அப்போது மாணவன் மட்டுமல்ல எனினும், மற்றச் சாதாரண மாணவர்களுடன் புனித. தாமஸ் விடுதியிலே பணம் கொடுத்துக் கொண்டு தங்க எனக்கு அனுமதி அளித்தார்கள். தாமஸ் விடுதி வாழ்வு எனக்கு மிகவும் பிடித்திருந்தது. பெரிய மரங்கள் நிறைந்த தோட்டத்தைப் பார்க்கும் வசதியுள்ள என் அறையும் எனக்கு மிகவும் திருப்தியாக இருந்தது. மாணவனாக எத்தனையோ பொழுதை நான் அங்கு இன்பமாகக் கழித்திருப்பேன். இனி நான் ஏற்றுக்கொண்ட வேலைகளைச் செய்யவும் அது சரியான அறை யாகவே எனக்குத் தோன்றியது.

டாக்டர் பட்டத்துக்கான ஆராய்ச்சி நூலைத் திருத்தி வெளியிட்டு, அச்சு சரி பார்த்த நிமிஷமே, மத போதகப் பட்டத்து வேலையைத் தொடங்கிவிட்டேன். அந்தப் பட்டத்தையும் நான் சீக்கிரமே பெற்றுவிட்டால் கோல் உதவிச் சம்பளம், அதை நம்பியே படிக்க வேண்டியிருந்த வேறு ஒரு ஏழை மாணவனுக்கு உதவுமே என்பது என் கருத்து. முக்கியமாக ஒரு மாணவனை மனத்தில் வைத்துக் கொண்டுதான் நான் அவசரப்பட்டேன். அந்த மாணவனின் பெயர் ஜேகர் - என் தோழன். கிழக்கு நாடுகளின் மொழிகளிலே வெகு விற்பன்னன். பிற்காலத்தில் ஸ்டிராஸ்போர்க் ப்ராடஸ்டண்டு ஜிம்னேஸியத்தின் தலைவனாகப் பணியாற்றியவன். அவனுக்காக நான் அவசரப்பட்டேன் என் உதவிச் சம்பள காலத்தை முடித்துக் கொள்ள என்பது உண்மைதான் எனினும், அவன் அதை உபயோகிக்க வில்லை. அவன் உபயோகிக்கமாட்டான் என்று தெரிந்திருந்தால் உதவிச் சம்பளம் பெற்று நான் இன்னும் சிறிது காலம் இங்கிலீஷ் சர்வகலாசாலை எதிலாவது படித்திருப்பேன் - ஸ்டிராஸ்போர்கிலேயே அவ்வளவு சீக்கிரம் நிலைத்துவிட எவ்வித முயற்சியும் செய்திருக்க மாட்டேன். யாருக்காகவோ நல்லது செய்கிறது என்கிற தவறான எண்ணத்துடன் நல்ல சந்தர்ப்பம் ஒன்றை இழந்துவிட்டது பற்றிப் பிற்காலத்தில் எனக்கு மிக வருத்தம்தான்.

1899-ல், டிசம்பர் மாதம் முதல் தேதியன்று எனக்கு ஸ்டிராஸ் போர்க் புனித. நிகொலஸ் ஆலயத்தில் உதவி மதபோதகனாக இடம் கிடைத்தது. சீக்கிரமே இரண்டாவது பரீட்சையும் தேறிவிடவே,

என்னை முழு மதபோதகனாகவே அங்கு ஏற்றுக்கொண்டார்கள். அந்த ஆலயத்திலே அப்போது வயதான, ஆனால் இன்னமும் சுறுசுறுப்பான இரண்டு மதபோதகர்கள் இருந்தார்கள். ஒருவர் பெயர் நிட்டல்; அவர் குன்ஸ்பாக் ஆலயத்தில் என் தகப்பனாருக்கு முன் மதபோதகராக இருந்தவர். மற்றவர் பெயர் கெரோல்டு - அவர் சிறுவயதிலேயே இறந்துபோன என் தாயாருடைய தம்பி ஒருவருடைய ஆப்த சிநேகிதர். இருவருக்கும் உதவி செய்யவே நான் நியமிக்கப்பட்டேன். மாலை நேரங்களில் பிரார்த்தனை செய்து, பிரசங்கம் செய்வது என் பொறுப்பு. அது தவிர ஞாயிறு அன்று குழந்தைகள் பிரார்த்தனை, மத அறிவு வகுப்புக்களை நடத்துவதும் என் கடமை. இந்தக் கடமைகளை நிறைவேற்றுவதில் எல்லையற்ற இன்பம் கண்டேன் நான். மாலை நேரங்களில் கூட்டம் அதிகம் இராது; என் பிரார்த்தனைப் பிரசங்கத்தை நேருக்கு நேர் சம்பாஷணை செய்வது போல ஒரு அந்தரங்க பாவத்துடன் செய்து திருப்தியுற முடிந்தது. என் தகப்பனாரும் இப்படித்தான் ஒரு அந்தரங்க பாவத்துடன் பிரார்த்தனைப் பிரசங்கம் நடத்துவார்.

காலை நேரத்தில் செய்ய முடிந்ததை விட மாலை நேரத்தில் என் சிந்தனைகளுக்கு என்னால் திருப்திகரமான வார்த்தை உருக் கொடுக்க முடிந்தது. இன்று கூட பெரிய கூட்டத்தைக் கண்டு விட்டால் என்னால் சபைக் கூச்சம் இல்லாதிருக்க இயலாது. வருஷங்கள் செல்லச் செல்ல வயதான இரண்டு மதபோதகர்களும் அதிகமாக ஓய்வு எடுத்துக்கொள்வது அவசியமாயிற்று. காலையிலும் பிரார்த்தனை செலுத்திப் பிரசங்கம் செய்யும் பொறுப்பு என்னுடைய தாயிற்று. சாதாரணமாக என் பிரசங்கங்களைப் பூராவுமே முன் கூட்டியே எழுதிக்கொண்டுவிடுவேன்; ஒவ்வொன்றையும் இரண்டு மூன்று தரம் எழுதிப்பார்த்து முடிவான பாடத்தைத் தயார் செய்து கொள்வேன். ஆனால் பிரசங்கம் செய்யும்போது கட்டுத்திட்டமாக அதையே தொடரமாட்டேன். மேடையிலிருந்து, கற்பனைக்குகந்த மாதிரியில் சமயத்தில் மாற்றிப் புதிய ஒரு உருவம் தருவேன்.

மாலை நேரப் பிரார்த்தனைப் பிரசங்கங்களை நான் பிரசங்கங் களாகக் கருதாமல், பக்தி பூர்வமான பிரார்த்தனைகளாகவே கருதி னேன். சில சமயம் அவை அதிகநேரம் ஓடாமல் நின்றுவிடும். இது பற்றி ஒருதரம் சிலர் என் பிரசங்கங்கள் மிகவும் சுருக்கமாக இருப்பதாக மேல் அதிகாரிகளிடம் புகார்செய்தார்கள். மத ஆலோசனை அதிகாரியும் நிட்டல் தான். அவர் முன் நான் போய் நின்ற மாதிரியே அவருக்கும் மிகவும் தயக்கமாக இருந்தது. குறை கூறிய சபையோருக்கு என்ன சொல்வது என்று என்னைக் கேட்டார்

அவர். ஒரு எளிய மதபோதகன் மேலே சொல்ல எதுவும் விஷயம் இல்லாதபோது நிறுத்தி விடுகிறான் என்று சொல்லுங்கள் என்றேன். லேசாகக் கண்டித்துவிட்டு, தினமும் இருபது நிமிஷமாவது குறைந்த பட்சம் பேசவேண்டும் என்று சொல்லி என்னை அவர் அனுப்பிவிட்டார்.

நிட்டல் பக்தியினால் மென்மையான வைதீகர். கெரால்டு தாராள மனப்பான்மையுள்ளவர். ஆனால் இருவரும் சகோதரர்கள் போல மனமொத்துத் தங்கள் மதபோதக அலுவல்களை இசைந்து செய்தார்கள். அங்கு எதுவுமே ஒரு ஒற்றுமையுடன் தான் நடக்கும். அதிக ஆடம்பரங்களோ, படாடோபமோ இல்லாத இந்த ஆலயத்தில் நடந்தது எல்லாம் உண்மையிலேயே ஆதர்ச பூர்வமான வேலை என்றுதான் சொல்லவேண்டும்.

அந்த வருஷங்களில் ஏதாவது ஒரு ஞாயிறன்று எனக்கு எதுவும் வேலையில்லாவிட்டால் குன்ஸ்பாக் போய் என் தகப்பனாருக்குப் பதில் நான் ஆலயத்தில் பிரார்த்தனை நடத்திப் பிரசங்கமும் சேவையும் செய்வேன். இப்படிப் பல ஞாயிறுகளில் நான் செய்தது உண்டு.

மத வற்புறுத்தல் வகுப்புக்கள் அல்ஸேஸில் பையன்களுக்கு இரண்டு வருஷங்கள் நடக்கும். வாரத்தில் மூன்று நாட்கள் என் காலை வகுப்புக்கள் முடிந்ததும், பையன்கள் பதினோரு மணி முதல் பன்னிரண்டு மணி வரையில் மத வற்புறுத்தல் வகுப்புக்கு வருவார்கள். அவர்களுக்கு நான் வீட்டு வேலை அதிகம் இடாமல் இருந்தேன். உள்ளத்துக்கும் ஆத்மாவுக்கும், புதுத்தெம்பும் உற்சாகமும் தரக்கூடிய வகையில் இந்த வகுப்புக்களை நடத்த நான் முயன்றேன். ஆகவே ஒல்வொரு வகுப்பிலும் கடைசிப் பத்து நிமிஷங்களில் பைபிள் வாக்கியங்களையும் பிரார்த்தனை கீதங்களையும் மனப் பாடமாக என்னுடன் சொல்லிவர அவர்களுக்குப் பழக்கம் செய்து வைத்தேன். இந்த வாக்கியங்களும் கீதங்களும் அதன் அர்த்தங்களும் அவர்கள் வாழ்நாள் பூராவும் அவர்களைத் தொடர்ந்து வரும் என்பது என் எண்ணம். பல இக்கட்டான நிலைமைகளில் அவை அவர்களுக்கு வழிகாட்டக் கூடும். மதத்தின் முக்கிய உண்மைகள் அவர்கள் உள்ளத்தைத் தொட வேண்டும் என்பதை என் லட்சிய மாகக் கொண்டு நான் அந்த வகுப்புக்களை நடத்தினேன். மதக் கோட்பாடுகளைக் கைவிட்டுவிடலாமா என்று தோன்றுகிற சந்தர்ப்பங்களில் கைவிடாதிருப்பதற்கு என் பாடம் பயன்பட வேண்டும் என்பது என் கொள்கை. மத ஆலயங்கள் பற்றி அவர்கள் மனத்தில் ஒரு ஆர்வமும் பிரியமும் தோன்ற வேண்டும் என்பதும் என் நோக்கங்களில் ஒன்று. ஞாயிறன்றாவது ஒரு மணி நேரம்

ஆழ்ந்த மத சிந்தனை அவசியம் என்பதை அவர்கள் உணர வேண்டும் என்று எண்ணினேன் நான். மரபு பிறழாத கொள்கைகளை வற்புறுத்துகிற அதே சமயம், கிறிஸ்துவின் அறிவு உள்ளத்தைத் தொடுகிற இடத்திலெல்லாம் சுதந்திரமும் இருக்கிறது என்று புனித. பால் சொன்ன வாக்கியத்தையும் வற்புறுத்தி வந்தேன்.

இப்படிப் பல ஆண்டுகள் நான் பையன்களுடைய மனத்தில் விதைத்த விதைகளில் சில வீண் போய்விடவில்லை என்பதை அறிந்துகொள்ளப் பிற்காலத்தில் எனக்குச் சந்தர்ப்பம் கிடைத்தது. ஏசு மதத்தின் அடிப்படையான உண்மைகளை அங்கீகரிக்கச் செய்தது பற்றிப் பலர் எனக்கு நன்றி தெரிவித்திருக்கிறார்கள். அது சிந்தனையிலே ஊறிப் பிற்காலத்தில் மதம் அற்றுப் போகும் என்று தோன்றுகிற சமயங்களில் கைகொடுக்கச் செய்யும் வகையில் சொல்லித் தந்தது நான்தான் என்று பலரும் என்னிடம் சொல்லி யிருக்கிறார்கள்.

இந்த வகுப்புகள் நடக்கும்போது தான் - என் முன்னோர்களிட மிருந்து என் ரத்தத்தில் உபாத்தியாயர் தன்மை ஊறிப் போயிருந்தது என்பது - எனக்கே தெரிந்தது.

புனித. நிகொலஸ் ஆலயத்தில் எனக்கு மாதச் சம்பளம் நூறு மார்க் - அதாவது ஐந்து பவுன். ஆனால் என் தேவைக்கு அது போதுமானதாகவே இருந்தது. விடுதியில் வாடகையும் சாப்பாட்டுச் செலவும் சொற்பம்தான்.

நான் ஏற்றுக்கொண்ட அலுவலில் முக்கியமான விஷயம் என்ன வென்றால் எனக்குச் சங்கீதத்துக்கும் என் விஞ்ஞான ரீதியான படிப்புக்கும் ஏராளமான ஓய்வு நேரம் கிடைத்தது என்பதுதான். எனக்கு மூத்த மதபோதகர்கள் இருவரும் விடுமுறை நாட்களில் பிரசங்கம் செய்யமட்டும் யாரையாவது பதிலுக்கு ஏற்பாடு செய்து விட்டு, நான் வேறு எங்காவது போய் வருவதற்குத் தடை செய்த தில்லை. வஸந்தம், இலையுதிர் காலம் என்கிற இரண்டு விடுமுறைக் காலங்களில் மத வற்புறுத்தல் வகுப்புக்கள் கிடையாது. பெரியவர் களே சில சமயம் என் பிரசங்கங்களையும் ஏற்றுச் செய்தாலும் செய்து விடுவார்கள். ஆகவே, நான் ஆண்டில் மூன்று மாதங்கள் ஓய்வு பெற முடிந்தது - ஈஸ்டர் சமயத்தில் ஒரு மாதமும் இலையுதிர் காலத்தில் இரண்டு மாதங்களும். வசந்தகால விடுமுறையை நான் பாரிஸில் என் பெரிய தகப்பனாருடைய வீட்டிலே கழிப்பேன் - விடாருடன் என் சங்கீதப் பாடங்களைத் தொடர அது வசதியாக இருந்தது. இலையுதிர்கால விடுமுறையை குன்ஸ்பாக்கில் என் பழைய வீட்டிலே குடும்பத்துடன் கழிப்பேன்.

இப்படி அடிக்கடி பாரிஸ் போய்த் தங்குவதால் பல முக்கியமான நபர்களை நான் சந்திக்க முடிந்தது. முதல் தடவையாக 1905-ல் நான் ரொமென் ரோலானைச் சந்தித்தேன். முதலில் இரு வரும் சங்கீதப் பிரியர்களாகத் தான் சந்தித்தோம். பின்னர் மனிதர்களாகவும் ஒருவரை ஒருவர் அறிந்து கொண்டோம். எங்கள் நட்பும் வளர்ந்தது.

நளினமான விதத்தில், ஆனால் ஆழ்ந்த ரஸனையுடன் ஜெர்மன் இலக்கிய விமரிசனம் செய்வதில் பெயர் பெற்ற ஹென்ரி லிக்டன் பெர்கர் என்பவரையும் அறிந்துகொண்டேன். அவருடனும் நான் தோழமை பூண்டேன். எங்கள் உறவு நிறைந்திருந்தது.

இந்த நூற்றாண்டின் ஆரம்பத்தில் ஒரு குறுகிய வீதியில் ஒருவரைச் சந்தித்ததை நான் மறக்கவே முடியாது. வேகமாகப் போக வேண்டிய அவசியமிருந்ததால் ஒரு குதிரை வண்டியில் போனேன் நான். ஆனால் ஒரு திருப்பத்தில் வண்டி நின்றுவிட்டது. ஒரே நெரிசல்; பக்கத்து வண்டியிலிருந்த மனிதரின் முகமும் தலையும் என் கண்ணில் பட்டன. நெரிசல் அதிகமாய் நீடித்து வண்டிகள் நகர வெகுநேரம் ஆனதால், பக்கத்து வண்டியிலிருந்த தலையை நான் நன்கு ஆராய முடிந்தது. அந்த முகத்திலும் தலையிலும் ஆத்மீகமானது எதுவும் இல்லை; இயற்கையில் கட்டுப்படாத முழு வேகமும் இருந்தது என்று தோன்றிற்று எனக்கு. கட்டுக்கடங்காத மனித சக்தியும் ஒரு ஆழ்ந்த பிடிவாதமும் அதற்கு முன் எந்த முகத்திலும் நான் கண்டதில்லை. அது க்ளேமான்சோவின் தலை என்று புரிந்தது எனக்கு. இந்தத் தலையைச் சித்திரத்தில் தீட்டுகிற காரியம் சாத்தியமல்ல என்று பின்னர் ஸெஸான் மூன்று முறை முயற்சி செய்து விட்டுக் கைவிட்டது எனக்குப் புரிந்தது. 'இதைப் போய்ச் சித்திரம் எழுதமுடியுமோ?' என்று ஸெஸான் கேட்டதாகச் சொல்வார்கள்.

இந்த நூற்றாண்டின் ஆரம்ப வருஷங்களிலே, பாரிஸின் அந்நிய மொழிகள் சங்கத்திலே நான் ஜெர்மன் இலக்கியமும் தத்துவமும் என்று ஒரு பிரசங்கத் தொடர் செய்தேன். நீட்ஷெ, ஷோபென்ஹார், ஹாப்ட்மன், ஸுடெர்மான், கேதேயின் பாஸ்டு முதலிய விஷயங்கள் பற்றி நான் பேசியது எனக்கு இன்னமும் நினைவு இருக்கிறது. நீட்ஷெயைப் பற்றிய பிரசங்கத்தை ஆகஸ்டு 1900-ல் நான் தயார் செய்துகொண்டிருக்கும் போது, நீட்ஷெயின் கஷ்டங்கள் (சாவால்) விடிந்துவிட்டன என்று செய்தி வந்தது.

இப்படி எளிமையுடன் என் பிற்காலக் கலை உழைப்புக்கு அவசியமான இந்த அடிப்படையான வருஷங்கள் ஒன்றன் பின் ஒன்றாகக் கழிந்தன. நான் நிறையவும் கடினமாகவும் உழைத்தேன்.

என் மனத்தை அலையவிடாமலும் உழைத்தேன். ஆனால் அவசரப்படாமலும் உழைத்தேன்.

உலகில் நான் அதிகமாகச் சுற்றிப் பார்க்கவில்லை. ஏனென்றால் அதற்குத் தேவையான பொழுதும் பணமும் என்னிடம் இல்லை. என் பெரிய தகப்பனாரின் மனைவியுடன் நான் 1900-ல் ஓபரா மெர்கோ போனேன். அங்கு நடந்த ஏசு நாடகத்தை விட மேடையின் பின்னணிதான் என் மனத்தை முழுவதும் கவர்ந்தது. சித்திரப் படுத்திய பழைய அந்த சுவிசேஷக் காட்சிகளாலும், நாடக மேடை உத்திகளாலும், பாடபேதங்களில் ஏற்பட்ட சிதைவுகளாலும், சங்கீதத்தின் தரமின்மையாலும் அந்த நாடகம் சோபிக்கவில்லை என்று எனக்குத் தோன்றியது. ஆனால் நடித்தவர்கள் தாங்கள் ஏற்றுக் கொண்ட பாகங்களில் எவ்வளவு பக்தியுடன் மூழ்கியிருந்தார்கள் என்பதைப் பார்க்க என் உள்ளம் நெகிழ்ந்தது.

இந்த மாதிரி ஏசு நாடகம் கிராமத்தார்களால் கிராமத்தார் களுக்காக ஒரு எளிய ஆழ்ந்த கருத்துடன் நடத்தப்படவேண்டும் - ஒரு பிரார்த்தனைக் கீதம் போல நடத்தப்படவேண்டும். அதிக நாஸுக்கோ உத்திகளோ இல்லாமல், அதற்குப் பதில் அந்நியர் வந்து கூடிக் களிக்கவென்று, நாடகபாணியில் நடத்தினால் திருப்திகரமாக இருக்கமுடியாது தான். ஆனால் ஓபராமெர்கோவின் ஜனங்கள் இதை இந்தச் சந்தர்ப்பத்திலும் ஆன்மீகமாக ஒரு ஆழம் தோன்ற நடிப்பதற்கு மிகவும் பிரயாசைப்படுகிறார்கள்; பழைமையும் வேகமும் எளிமையும் கூடிய ஒரு பாணியிலே என்பதை ஆன்மீக விஷயங்களை உணரக்கூடியவர்கள் எல்லோருமே ஒப்புக் கொள்வார்கள்.

கையில் போதுமான பணம் சேர்ந்ததும், பேரூத் விழாவிற்கும் போனேன். சில வருஷங்கள் என் கையில் பணமிருந்தும் விழா நடைபெறாது. சில வருஷங்கள் விழா நடைபெறும்; என் கையில் பணமிராது. சில தடவைகள் இரண்டுமிருந்து போகவும் போனேன்.

சங்கீதமேதை வாக்னரின் மனைவி, கோஸிமா வாக்னர் என் மனத்தைக் கொள்ளை கொண்ட ஒரு உருவம். நான் ஸ்டிராஸ் போர்கில் என் பாக் சங்கீதப் பாடங்களை நடத்திக்கொண்டிருந்த சமயம், அந்த அம்மணியை நான் அறிந்து கொண்டேன். பாக்கின் இசை, விவரண இசை என்று நான் சொன்ன கொள்கை புதிது. அதில் சிறிது ஆர்வம் காட்டினாள் அந்த அம்மணி. ஸ்டிராஸ்போர்கில் ஒரு நண்பர் வீட்டுக்கு வந்திருந்தபோது, புது ஆலயத்து வாத்தியத்தில் பாக் சங்கீதத்தை விவரண சங்கீதமாக வாசித்துக் காட்டச் சொல்லி

என்னை அழைத்தாள். அந்த நாட்களில் தனது இளம் பிராயத்தில் கிடைத்த மதபோதனை பற்றியும், கத்தோலிக்காக இருந்து புரோடஸ்டண்டாக மாறுகிற சமயத்தில் ஏற்பட்ட தன் உள்ளப் போராட்டங்களையும் எனக்கு விவரமாகச் சொன்னாள் கோஸிமா வாக்னர். இந்த அம்மணியைப் பல தடவைகளில் நான் சந்தித்த துண்டு. எனினும் அவள் முன் என்னை ஒருவித நாணம் சூழ்ந்து கொள்ளும். பார்ப்பதற்கு ராணி போல இருப்பாள் அவள்; கலையிலே மகாத் திறமைசாலி அவள்.

ஸீக்ப்ரீட் வாக்னரிடம் எனக்குப் பிடித்த விஷயம் அவருடைய எளிய சுபாவமும் அடக்கமும் தான். அவை தான் அவருடைய முக்கியமான குணாதிசயங்கள். பலவிதங்களிலும் மிகவும் சிறந்த திறமைகள் உள்ளவர் அவர். அவர் செய்த காரியங்கள், இசைத்த கீதங்கள் எத்தனை முக்கியமோ, அவ்வளவு முக்கியம் அவற்றை அவர் செய்த விதமும். பேரூத்தில் அவரைக் கண்டவர்களில் யாரும் அவரைப் போற்றாதிருக்கவே முடியாது. மிகவும் அழுத்தமும் அழகும் கூடிய அம்சங்கள் பலவும் உள்ளது அவர் சங்கீதம்.

4

காட்டு டாக்டர் ஆவது என்று தீர்மானித்தேன்

1905-ம் வருஷம் அக்டோபர் மாதம் 13-ம் தேதி அன்று வெள்ளிக் கிழமை. பாரிஸில் பெரிய சேனைச் சாலையிலே இருந்த ஒரு தபால் பெட்டியில் நான், என் பெற்றோர்களுக்கும் மிகவும் நெருங்கிய நண்பர்களுக்கும் ஒரு விஷயம் குறித்து என் தீர்மானத்தைத் தெரிவித்துக் கடிதங்கள் எழுதிப் போட்டேன். என் தீர்மானம் இதுதான். அடுத்த குளிர்கால ஆரம்பத்தில் கல்லூரியில் மருத்துவ வகுப்பில் சேர்ந்து பரீட்சை எழுதித் தேறிய பின்னர் மத்திய ஆப்பிரிக்காவுக்கு டாக்டராகப் போவது என்பதுதான். அன்று நான் தபாலில் சேர்த்த அந்தக் கடிதங்களில் ஒன்று புனித. தாமஸ் மத போதகக் கல்லூரி அதிகாரிகளுக்கு எழுதப்பட்டது. மருத்துவப் படிப்பில் ஈடுபடுகிற உத்தேசமிருந்ததால் எனக்குப் பொழுது இராது என்கிற காரணத்தினால் நான் புனித. தாமஸ் மதபோதகக் கல்லூரித் தலைமைப் பதவியிலிருந்து ராஜிநாமாச் செய்துவிடத் தீர்மானித் திருப்பதை அறிவுறுத்தியது அந்தக் கடிதம்.

பல நாட்களாகச் சிந்தித்து முடிவு செய்த விஷயம் தான் அத் தீர்மானம். பள்ளி மாணவனாக இருந்த காலத்திலேயே யோசித்த ஒரு விஷயம்தான் அது; என்னைச் சுற்றிலும் உள்ள எத்தனையோ பேர் கவலைகளினாலும் கஷ்டங்களினாலும் பீடிக்கப்பட்டு உழலும் போது, நான் மட்டும் சந்தோஷமாக வாழ்வை நடத்திச் செல்ல அனுமதிக்கப்பட்டிருந்தது எனக்கு ஆரம்ப முதலே புரியாத ஒரு புதிராகத் தான் இருந்தது. பள்ளியில் என் சக மாணவர்கள் பலரின் வீட்டுச் சுற்றுப்புறம் எவ்வளவு துயரம் நிறைந்தது என்பதைக் காணும் போதெல்லாம் அதற்கெதிர் மாறாக எங்கள் குன்ஸ்பாக் மத ஆலய போதகர் வீடு சந்தோஷ லட்சிய சூழ்நிலை அமைந்திருந்தது என்று காணும் போதெல்லாம் எனக்கு உணர்ச்சி மூளும். சர்வகலா சாலையில் படிக்கும் சந்தோஷத்துடன், அறிவு, விஞ்ஞானம், கலை முதலியவற்றையும் ஆராய எனக்கு மட்டும் சௌகரியங்கள் இருப்பானேன்? மற்றப்படி ஏழ்மையாலோ, தேக அசௌக்கியத் தினாலோ பாதிக்கப்பட்ட பலரும் இப்படிப்பட்ட முன்னேற்றத்துக் கெல்லாம் லாயக்கற்றவர்களாய் இருப்பானேன் என்று என்னையே நான் அடிக்கடி கேட்டுக் கொண்டு, எப்போதும் என் மனத்தைப் புண்படுத்திக் கொண்டு சிந்திப்பேன். இப்படிச் சிந்திக்கும் போது ஒரு நாள் - கோடை நாளில் ஒளி நிறைந்த ஒரு காலை நேரத்தில் - அப்போது விட்ஸன்டைட் விடுமுறை நாள் - குன்ஸ்பாக்கில் என் குடும்பத்தோடு இருந்தேன்; 1896-ல், கண் விழித்தெழும் போது நான் பாக்கியசாலியாக சந்தோஷமுள்ளவனாக இருப்பது மட்டும் போதாது, இந்தப் பாக்கியத்துக்கும் சந்தோஷத்துக்கும் உரிய கடமையைப் பதிலுக்குச் செய்ய வேண்டும் என்று தோன்றிவிட்டது எனக்கு. இவற்றை ஏற்றுக் கொள்வது பெரிதல்ல; நம்மிடம் உள்ளதைத் தந்து உரிய பரிசாகப் பெற வேண்டும் இவற்றை என்று சிந்தித்தேன் நான். ஆழ்ந்து அமைதியாக இது பற்றிச் சிந்திக்கச் சிந்திக்க, வெளியே பறவைகளின் காலைக் கீதம் காதில் ஒலிக்க, நான் எழுந்திருக்கு முன் அன்று ஒரு முடிவு செய்து கொண்டேன். கலைக்காகவும் அறிவு விஞ்ஞானம் என்பதற்காகவும் வாழ்க்கை நடத்துவது என்பது முப்பது வயது வரையில் நியாயமே; அதற்கு மேல் மனித குலத்துக்குச் சேவை செய்வதற்காகவே என் வாழ் நாளை அர்ப்பணிப்பது என்று தீர்மானித்து அதன்படிச் செய்தால், முப்பது வயதுவரையில் இப்படி வாழ்வது நியாயமே என்று எண்ணினேன் நான்.

நேரடியாக மனிதகுலத்துக்குச் சேவை செய்வது என்று தீர்மானித்துக் கொண்டேன் நான். ஏசு சொன்ன ஒரு வாக்கியத்தின் முழு

அர்த்தமும் என்னவாக இருக்க முடியும் என்று எத்தனையோ நாட்களாகச் சிந்தித்துப் பார்த்து ஒரு முடிவுக்கு வர முயன்றதுண்டு. ஏசுவின் அந்த வாக்கியம் இதுதான் : 'தன் வாழ்வைக் காப்பாற்றிக் கொள்ள விரும்பும் ஒவ்வொருவனும் அதை இழக்க வேண்டும். எனக்காகவும் என் மத நூல்களுக்காகவும் வாழ்வை இழப்பவன் தன் வாழ்வைக் காப்பாற்றிக் கொண்டவனாவான்.' இந்த வாக்கியத்தின் முழு அர்த்தத்தையும் அன்று நான் கண்டு கொண்டேன். வெளியே ஏற்பட்ட இதுவரை இருந்த சந்தோஷம் போலவே, நான் என் அகத்திலும் உள்ளத்திலும் அன்று முதல் ஆனந்தத்தைக் காணத் தொடங்கினேன்.

சேவை என்றால் எப்படிப்பட்ட சேவை, என்னவிதமான சேவை என்பது எனக்குப் பல நாள் நிச்சயப்படவில்லை. எதிர்காலத்து என் திட்டம் என்ன என்பது எனக்குத் தெரியவில்லை. சந்தர்ப்ப விசேஷங்கள் வழிகாட்டட்டும் என்று விட்டுவிட்டேன். ஒன்று மட்டும் நிச்சயம் - நான் செய்வது நேரடியாக மனிதனுக்குச் செய்யப்படும் சேவையாக இருக்க வேண்டும் - படாடோபமோ விளம்பரமோ இல்லாது யார் கண்ணில் படாததாகவும் இருந்தாலும் பாதகமில்லை - நேரடியான சேவையாக இருக்கவேண்டும் நான் செய்வது என்பதே என் விருப்பம்.

முதலில் ஐரோப்பாவிலேயே ஏதாவது ஒரு சேவையில் ஈடுபடுவது என்று நான் யோசித்தேன். கைவிடப்பட்ட, அல்லது சரியாகக் கவனிக்கப்படாத அநாதைக் குழந்தைகளை எடுத்து வளர்த்துக் கல்வி புகட்டுவதற்கு ஒரு திட்டம் வகுத்தேன். இப்படிப்பட்ட குழந்தைகள் வளர்ந்து கல்வி கற்றுப் பெரியவர்களான பின் மீண்டும் அநாதைக் குழந்தைகளுக்குச் சேவை செய்ய அவர்களிடம் ஒரு ஒப்பந்தம் செய்து கொள்ள வேண்டும் என்று திட்டம் வகுத்தேன். 1903-ல் மதபோதக மாணவ விடுதியின் தலைவனாக நான் புனித. தாமஸ் கல்லூரியின் பெரிய இரண்டாவது மாடி விடுதியில் குடியேறியதும் இந்த முயற்சியைச் செய்து பார்க்க ஒரு வாய்ப்புக் கிடைத்தது எனக்கு. இங்கேயும் அங்கேயும், சிறிது சிறிதாக, நான் உதவி தருவதாக வாக்களித்துப் பார்த்தேன். ஆனால் என் உதவி மறுக்கப்பட்டே வந்தது. யாரும் அதை ஏற்றுக்கொள்ளத் தயாராக இல்லை.

அநாதைக் குழந்தைகளுக்கும் ஏழைகளுக்கும் ஆதரவற்றவர் களுக்கும் உதவிய ஸ்தாபனங்கள் இந்த மாதிரி உதிரியான ஒத்துழைப்பை ஏற்றுக்கொள்ளக் கூடியவகையில் அமைந்திருக்க

வில்லை. உதாரணமாக, ஸ்டிராஸ்போர்க் அனாதாசிரமம் எரிந்து போன அன்று, அநாதைச் சிறுவர்களில் சிலரை நான் என் வீட்டில் வைத்துக்கொள்ளத் தயாராக இருந்தேன். ஆனால் அனாதாசிரம மேலதிகாரி அதை நான் பூராவும் சொல்லி முடிக்கக்கூட இடம் தரவில்லை. வேறு பல சந்தர்ப்பங்களிலும் நான் செய்த முயற்சி தோல்வியே அடைந்தது.

நாடோடிகள் அல்லது விடுதலை பெற்ற கைதிகளுக்குச் சேவை செய்வது நல்லதா என்று சிறிது காலம் நான் யோசித்தேன். இந்தச் சேவையில் முதல் படியாக புனித. தாமஸ் நிலையத்தைச் சேர்ந்த பூஜ்யர், அகஸ்டஸ் எர்ன்ஸ்ட் என்பவர் தொடங்கிய ஒரு விஷயத்தில் நானும் பங்கு எடுத்துக் கொண்டேன். இரவில் படுக்க அல்லது தங்க இடம் தேடிக் கொண்டு வருபவர்களுக்கும், அல்லது ஏதாவது புத்திமதி வேண்டும் என்று தேடி வருபவர்களுடைய பிரச்னை களைக் கேட்டுப் புத்திமதி சொல்லவும் தயாராக, அவர் தினமும் மாலை ஒரு மணி முதல் இரண்டு மணிவரை ஒரு மணி நேரம் ஒதுக்கி வைத்திருந்தார். வருகிறவர்களுக்கு சொற்பம் காசு தந்து அனுப்பி விடுவதும் இல்லை அவர். அதற்கு மாறாக வந்து சொன்னவன் சொன்னது உண்மையா என்று விசாரித்து முடிகின்ற வரைக்கும் அவனைக் காக்க வைப்பதும் இல்லை அவர். அன்றே, உடனடியாக, அவனுடன் அவன் இருப்பிடம் சென்று அவன் சொன்னதெல்லாம் சரியான தகவல்கள் தானா என்று அறிந்துகொண்டு உதவி செய்ய அவர் தயாராக இருந்தார். அதை ருஜுப்பித்துக் கொண்டு தான் உதவி செய்வார். எத்தனை காலம், எத்தனை உதவி அவசியமானாலும் செய்ய அவர் தயாராக இருந்தார். எத்தனையோ தடவைகள் நகரிலேயும் சுற்றுப்புறத்திலேயும் அவர் தன் சைகிளில் போய் வருவார். அநேகமாக உதவி தேடி வந்தவன் கொடுத்த விலாசத்தில் அவனைப் பற்றிய தகவலே கிடைக்காது. பல தடவைகளில் உதவியின் அவசியத்தையும், அது தேவைப்பட்ட சந்தர்ப்பங் களையும் பூரணமாக அறிந்து கொண்டு உதவி செய்ய முடிந்தது. எனக்கும் சில நண்பர்கள் இருந்தனர் - அவர்கள் இந்த மாதிரி சந்தர்ப்பங்களில் தேவையான பொருள் உதவி செய்யவும், உதவிய பொருளை என் இஷ்டப்படி விநியோகிக்க உத்தரவு தரவும் தயாராக இருந்தார்கள்.

மாணவனாக இருக்கும்போதே நான் சமூக சேவையில் சுறுசுறுப்பாக இருந்ததுண்டு. புனித. தாமஸ் சமூக சேவைக் கூட்டத்தில் நானும் சேர்ந்திருந்தேன். அந்தக் கூட்டங்கள் புனித. தாமஸ் கல்லூரியில் நடைபெறும். ஒவ்வொருவருக்கும் இத்தனை ஏழைக் குடும்பங்கள்

என்றும், அவர்களுக்கு உதவுவது இத்தனை என்றும் திட்டம் செய்யப்பட்டிருக்கும். அந்தக் குடும்பங்களைப் போய்ப் பார்த்து விட்டு உதவி செய்து விட்டு, நிலைமையை வந்து கூட்டத்தில் சொல்ல வேண்டும். இப்படி விநியோகம் செய்யத் தேவைப்பட்ட பணத்தை நாங்கள் பழைய ஸ்டிராஸ்போர்க் குடும்பங்களைச் சேர்ந்தவர்கள் சிலரிடமிருந்து வசூல் செய்தோம். முந்திய தலைமுறை களில் ஆரம்பித்த இந்தத் தரும சேவை எங்களால் தொடர்ந்து செய்யப்பட்டு வந்தது. வருஷத்தில் இரண்டு தடவைகள் தருமங் கேட்டு நாங்கள் விண்ணப்பம் செய்து கொண்டோம் என்று ஞாபகம் இருக்கிறது எனக்கு. ஒவ்வொருவருக்கும் குறிப்பிட்ட இவ்வளவு பேரிடம் உதவி கேட்டு விண்ணப்பித்துக் கொள்ள வேண்டும் என்று ஏற்பாடு வைத்துக் கொண்டோம். எனக்கோ நாணமும், பலருக்கு மத்தியிலிருக்கும் போது ஒரு கூச்சமும் தடுமாற்றமும் வந்துவிடும். இப்படிப் பிச்சை விண்ணப்பத்துடன் போவது சித்திரவதை மாதிரித் தோன்றும். பிற்காலத்தில் இப்படி விண்ணப்பித்துப் பிச்சை கேட்க வேண்டிய சந்தர்ப்பங்கள் எனக்கு எத்தனையோ ஏற்பட்டன. என் புனித. தாமஸ் பிச்சை விண்ணப்பங் களில் நான் அவ்வளவாக சாமர்த்தியமில்லாதவனாகவே இருந் திருக்கலாம். காரியத்தைக் கெடுக்கிற அளவுக்குக் கூட என் சாமர்த்தியமின்மை குறுக்கே நின்றிருக்கலாம். அது எப்படி யானாலும் அந்த ஆரம்பகாலப் பிச்சை யெடுப்பில் நான் ஒன்று தெரிந்து கொண்டேன். அடக்கமாகவும் பொறுமையாகவும் விண்ணப்பித்துக் கொள்வது, நின்று மிரட்டி பிரசங்கம் செய்வதை விட மேல் என்று அறிந்து கொண்டேன். தவிரவும், பிச்சை யெடுப்பதில் முக்கிய விஷயமாக, இல்லை யென்றால் அதையும் நல்லதனமாக ஏற்றுக் கொள்ளத் தெரிந்து கொண்டிருக்க வேண்டும் என்றும் அறிந்து கொண்டேன்.

வாலிபத்தின் அனுபவமின்மையால் நல்லெண்ணம் எத்தனையோ யிருந்தும் பல தடவைகளிலும் கிடைத்த பணத்தைச் சரியான வழிகளில் நாங்கள் வினியோகிக்காமல் தான் இருந்திருப்போம் என்று எண்ணுகிறேன். இருந்தாலும், கொடுத்தவர்களில் பலருடைய உத்தேசங்களை நாங்கள் சரிவர நிறைவேற்றினோம் என்றே நினைக்கிறேன். வாலிபர்களை ஏழைகளுக்குச் சேவை செய்யத் தூண்டுவதுதானே இந்த மாதிரிக் காரியங்களில் முதல் நோக்கம்; அது பூரணமாகவே நிறைவேறியது என்றுதான் நான் எண்ணுகிறேன். ஏழைகளுக்கு அறிவுடன் உதவுவது என்கிற எங்கள் முயற்சிகளை தாராளத்துடனும் அனுதாபத்துடனும் அங்கீகரித்து உதவி செய்த

எல்லோரையும் பற்றி இன்று நன்றியுடன் நினைத்துப் பார்க்காமல் என்னால் இருக்க முடியவில்லை. இதேபோல ஏழ்மையுடன் நடக்கிற நிரந்தரமான போராட்டத்தில் மாணவர்கள் என்றென்றைக்கும் ஈடுபடும் பாக்கியத்தை உடையவர்களாக இருப்பார்கள் என்றும் நான் நம்புகிறேன். அதைச் சாத்தியமாக்குவது தர்மவான்களின் தாராள சிந்தைகள் தான். அவர்களுக்கு நாம் என்றென்றும் நன்றி செலுத்தக் கடமைப்பட்டவர்கள்.

நாடோடிகள், விடுதலையடைந்த கைதிகள் இவர்களுக்குச் செய்கிற சேவையில் நான் ஈடுபட்டிருந்தபோது வேறு ஒரு விஷயமும் எனக்குத் தெளிவாகியது. அவர்களுக்குப் பயன்தரக் கூடிய உதவி செய்ய வேண்டுமானால், அதில் பலர் ஈடுபட்டிருக்க வேண்டும். பலர் ஈடுபடுவது மட்டுமல்ல - உதவி அதிகப் பலன் தரவேண்டுமானால், அவர்கள் ஒரு ஸ்தாபனத்தின் மூலம் இயங்கி உதவி செய்வது தான் நல்லது என்றும் எனக்குத் தோன்றியது. ஆனால் எனக்குத் தேவையானதோ தனிப்பட்ட, எதனுடனும் சேராத சுதந்திரமான ஒரு சேவை தான். உண்மையில் அவசியப்பட்டால் என் சேவைகளை ஒரு ஸ்தாபனத்துக்கு அடங்கியதாகச் செய்யவும் நான் தயாராக இருந்தேன். ஆனாலும் தனி மனிதனாக, ஸ்தாபனக் கட்டுப்பாடு எதுவுமற்ற சுதந்திர முறையில் சேவைக்கு ஏதாவது இடம் கிடைக்குமோ என்று எப்போதுமே தேடிக் கொண்டுதான் இருந்தேன். இந்த என் நோக்கம் நிறைவேறியது என்பதையும் நான் புனிதமான ஒரு சின்னமாகவே கருதுகிறேன். என் வாழ்விலே அமைந்த எத்தனையோ புனிதமான, கருணை நிறைந்த அதிசயங்களைப் போலவே என் சேவை விஷயமும் ஒன்று என்பது தான் என் அபிப்பிராயம்.

1904-ல் இலையுதிர்காலத்தில் ஒரு நாள் என் மேஜை மேல் பாரிஸ் மதப்பிரசார சங்கத்தின் பச்சை அட்டை போட்ட ஒரு பத்திரிகை கிடந்தது. மாதாமாதம் தங்கள் செயல்களையும் சாதனைகளையும் குறித்து அந்தச் சங்கம் வெளியிடும் ஒரு அறிக்கை அது. அதனுடைய ஆரம்ப நாளைய மதப் பிரசாரகர்களில் ஒருவரான காஸா லிஸ் என்பவரின் கடிதங்களைப் படித்ததிலிருந்து, எனக்கு அந்த மதப் பிரசாரக சங்கத்தினிடம் ஈடுபாடு உண்டு என்று அறிந்த ஷெர்ட்லின் என்னும் மாது, மாதாமாதம் அந்தப் பச்சை அட்டை அறிக்கையை என் மேஜை மேல் வைப்பது வழக்கம். அன்று மாலை வேறு வேலையைக் கவனிப்பதற்காக அதை எடுத்து அப்பால் வைக்கப் போகும் சமயம், அது பிரிந்து, அதன் ஒரு பகுதி என் கண்ணில் பட்டது. அது ஒரு கட்டுரை; தலைப்பு, 'காங்கோவில் மதப்பிரசாரகத் தேவைகள்'.

பாரிஸ் மதப்பிரசாரக சங்கத்தின் தலைவரான ஆல்பிரெட் போக்னர் எழுதிய கட்டுரை அது. அவரும் அல்ஸெஷியாவைச் சேர்ந்தவர் தான். காங்கோவுக்கு வடக்குப் பிராந்தியமான கபூனில் சேவை செய்வதற்குப் போதுமான மனிதர்கள் கிடைக்கவில்லை என்று அந்தக் கட்டுரையில் அவர் எழுதியிருந்தார். இந்த அவசியமான அவசர வேலைக்கு, கடவுளின் கண்ணில் ஏற்கனவே பட்டுள்ள யாராவது இந்தக் கட்டுரையைப் படித்துவிட்டு முன் வந்தார் களானால் நல்லது என்று எழுதியிருந்தார் தலைவர். முடிவிலே எழுதியிருந்தது இது. 'கடவுளின் குரலைக் கேட்டு, ''வந்தேன் கடவுளே!'' என்று முன் வருகிற ஆண்களும் பெண்களும் தான் மத ஆலயத்துச் சேவைக்குத் தேவை.' கட்டுரையைப் படித்து முடித்து விட்டு என் அலுவல்களைத் தொடர்ந்தேன் நான். ஆனால் என் தேடல் படலம் அத்துடன் முடிந்தது.

சில மாதங்களுக்குப் பிறகு வந்த என் முப்பதாவது பிறந்த நாளைக் கதையில் வருகிறவன் போலக் கழித்தேன் நான். ஏசுவின் உவமைக் கதைகள் ஒன்றில் வருகிறானே ஒருவன், 'கோபுரம் கட்ட விரும்பினான் அவன். அதற்கான செலவையும் அதைச் சமாளிக்கத் தன்னிடம் போதுமானது இருக்கிறதா என்றும் அவன் கணக்குப் பார்க்கிறான்!' அந்த மாதிரி நான் கணக்குகள் போட்டுப் பார்த்தேன். பயன் என்னவென்றால் முடிவாக நான் மத்திய ஆப்பிரிக்காவில் நேரடியாக மனித சேவையை மேற்கொள்வது என்று தீர்மானித்தது தான்.

ஒரே ஒரு நம்பகமான நண்பனைத் தவிர வேறு ஒருவருக்கும் என் இந்தத் தீர்மானம் தெரியாது. பாரிஸிலிருந்து நான் அனுப்பிய கடிதங்களிலிருந்து அது தெரிய வந்ததும், என் நண்பர்களும் உறவினர்களும் என்னுடன் சண்டைக்கு வந்தார்கள். அவர்களுடன் நான் வெகுவாகச் சண்டை போட வேண்டியதாக இருந்தது. கடினமான சண்டைகள் போட்டுத்தான் ஜயித்தேன் நான்.

கடினசித்த புதுவாழ்வை ஆட்சேபித்தது போலவே, நான் அவர்களை முன்கூட்டியே கலந்தாலோசிக்கவில்லை என்று பலரும் என்னைக் குறை கூறினார்கள். அவர்களிடம் எனக்கு நம்பிக்கையே யில்லை என்றார்கள். அந்தக் கடினமான வாரங்களில் இந்த முக்கியமல்லாத ' 'பிரச்னையைச் சொல்லிச் சொல்லி என்னைத் துன்புறுத்தினார்கள் பலரும். மதபோதகப் பயிற்சி பெற்றவர்களும் மற்றவர்களைப் போலவே இந்தக் குறை கூறுகிற கோஷ்டியில் கலந்துகொண்டது சகிக்க முடியாததாக எனக்குப்பட்டது.

'ஏசுவிற்காக நான் என்ன செய்யப் போகிறேன் என்று நான் என் உற்றார் உறவினரைக் கலந்து கொள்ளவில்லை' என்று காலிஷிய மக்களுக்கு புனித. பால் எழுதிய கடிதத்தில் கண்ட வாக்கியத்தைப் பற்றி மணிக்கணக்காக, ஏசு சேவையைச் சிறப்பித்துப் பேசும் ஆற்றல் வாய்ந்த மத போதகப் பயிற்சி பெற்றவர்கள் என்னைக் குறை கூறியது, எனக்குத் தாங்க முடியாத விஷயமாகவே இருந்தது.

என் முயற்சியும் முனைவும் அசட்டுத்தனமானது என்று எனக்கு எடுத்துச் சொல்லி என் தீர்மானத்தை மாற்ற என் நண்பர்களும் உறவினர்களும் ஒருங்கே சேர்ந்து முயற்சித்தார்கள். பொய்யான காசு கொண்டு பேரம் செய்ய முயலுபவன் போல நான் என் சக்தியை விரயம் செய்து பொய்யான வாழ்வு வாழ முயலுகிறேன் என்றார்கள். கலையிலும் விஞ்ஞானத்திலும் திறமையற்றவர்கள் காட்டுமிராண்டிகளிடையே போய்ச் சேவை செய்யலாம்; இவற்றில் திறமையுள்ளவன் அந்தத் திறமையைத் தான் வளர்க்கவேண்டும் என்பது அவர்கள் கட்சி. விடாருக்கு என்னிடம் தன் மகனிடம் உள்ளது போன்ற அன்புண்டு; கையில் துப்பாக்கியுடன் சேனைத் தலைவன் எதிரியின் குண்டுகள் விழுகிற இடத்தில் போக நினைப்பது போல இருக்கிறது என் செய்கை என்று என்னைத் திட்டினார் அவர். நவீன காலத்தின் சிந்தனைகள் நிரம்பிய ஒரு மாது நான் ஆப்பிரிக்கச் சுதேசிகளுக்கு மருத்துவத் தேவைகள் என்ன என்று ஐரோப்பாவில் பிரசங்கங்கள் செய்து சாதிக்கக் கூடிய அளவு அங்கு நேரில் போய் அவர்களுக்குச் சேவை செய்து சாதித்து விட முடியாது என்று கூறினாள். கேதேயின் 'பாஸ்ட்' என்னும் நாடகத்தில் வருகிற 'செய்கைதான் எதற்கும் ஆரம்பம்' என்ற வாக்கியம் இந்த நாட்களில் முழுதும் பொய்த்து விட்டது. விளம்பரமும் தம்பட்டமும் இந்த நாட்களில் செய்கைக்கு முற்பட்டவை - அவை இருந்து விட்டால் செய்கையே தேவை யில்லை என்பது இந்த நவயுக ஸ்திரீயின் கருத்து.

இந்த வார்த்தைப் போரெல்லாம் எனக்கு அலுப்புத் தந்தது. கிறிஸ்தவர்கள் என்று சொல்லிக்கொண்டவர்கள், புதிய சுவிசேஷத் தில் ஏசுவின் நேசத்தினால் தூண்டப்பட்டவன் புது வாழ்வு வாழத் தொடங்கலாம் என்று வாசித்து, வாசித்த மட்டில் அது சரி என்று ஒப்புக்கொண்டவர்கள், வாழ்வில் ஏன் அதை ஒப்புக் கொள்ள மாட்டேன் என்கிறார்கள் என்பது எனக்குப் புரியவில்லை. சாதாரண பகுத்தறிவுக்குப் புரியாத ஒரு விஷயம்கூட ஏசுவின் வாக்கியத் தினால் புரிந்துவிடும் என்று நான் எண்ணினேன். என் விஷயத்தில் இப்படி என்பது போல் மற்றவர்கள் விஷயத்திலும் இப்படித்தான்

என்று நான் எண்ணியது தவறு என்று தெரிந்தது. ஏசுவின் கட்டளை என்று நான் சொன்னால் அதோடு விவாதம் முடிவதற்குப் பதில், என்னை அகம்பாவக்காரன் என்று சொல்கிற அளவிற்கு அவர்கள் பகுத்தறிவு தூண்டிற்று. இந்தக் கடைசி விவாத ஆயுதத்தை, அது ஏசுவின் கட்டளை என்பதை, நான் உபயோகிக்க இஷ்டமில்லாமலே தான் உபயோகித்தேன். எனினும், என் உள்ளத்தை இத்தனை பேர் போட்டு பிய்த்துப் பிடுங்கி எடுக்கிறார்களே; ஒரு மூலை முடுக்கு எனக்கென்று விட்டுவைக்க மாட்டார்களா என்று தான் இருந்தது எனக்கு.

என் தீர்மானத்துக்கு ஆதாரமான என் சிந்தனைகளை அறிந்து கொள்ளும்படி அவர்களை அனுமதிப்பது எனக்குப் பிடித்தாலும் பிடிக்காவிட்டாலும் உபயோகப்படாது என்றேதான் தோன்றிற்று. வேறு ஏதோ விஷயம் என்றும், என் புகழ் அதிவேகமாக உச்சிக் கிளைக்கு ஏறாதது பற்றி எனக்கு வருத்தம் என்றும் கதை கட்ட ஆரம்பித்தார்கள் அவர்கள். இதற்கு ஆதாரமே சிறிதும் இல்லை; ஏனெனில், வயதானவர்களுக்கே கிடைக்கும் பல கௌரவங்கள், புகழ்ச் சின்னங்கள் எனக்கு வாலிபத்திலேயே கிடைத்திருந்தன. போதாததற்கு நான் ஏதோ ஒரு காதல் வயப்பட்டு அது கை கூடாதனால் இப்படித் தீர்மானித்துவிட்டேன் என்றும் பலர் சொல்லத் தலைப்பட்டனர். ஒரு காதல் அல்ல, பல காதல்கள் கதை கதைகளாகத் திரிக்கப்பட்டன.

என் உள்ளத்துக்குள் நகத்தை விட்டுக்குடையாமல், கெட்டிக்காரப் பையன், ஆனால் மூளைகோளாறு என்று என்னை அலட்சியம் செய்து கிண்டலாகவும் பரிகாசமாகவும் எழுதிய நண்பர்கள் என் விஷயத்தில் இரக்கமுள்ளவர்கள், நல்லவர்கள் என்று எனக்குத் தோன்றியது.

உறவினர்களும் நண்பர்களும் நான் செய்ய இருந்த காரியம் சரியானதல்லாததற்கும் காரணங்கள் காட்டியது நியாயமான விஷயமாகவே எனக்குப் பட்டது. லட்சியவாதிகள் உற்சாகமில்லாமல் நடந்துகொள்ள வேண்டும என்று சொல்வது பொருந்தாது. அதே போல் சுவடு இல்லாத எந்தப் பாதையில் காலடி எடுத்து வைப்பதும், ஆரம்பத்தில் அசட்டுத்தனமாகவும் அறிவுக்கு எதிரான செய்கையுமாகத் தான் தோன்றும். வெற்றிபெற முடியாத ஒரு முயற்சி என்று தான் தோன்றும். என் விஷயத்தில் இது அசட்டுத் தனமல்ல, நியாயமானது என்றே நான் எண்ணினேன். ஏனெனில் நான் பல நாட்களாகவே அதை எல்லா விதங்களிலும் யோசித்து மனத்தைத் திடமும் திருப்தியும் கொள்ளச் செய்துவிட்டேன்.

தேவையான தேகதிடம், மனோபலம், நரம்புத்தெம்பு, சுறுசுறுப்பு, சாதாரண அறிவு, வளையாமை, பொறுமை. முன்யோசனை, முறையான தேவைகள் இந்த மாதிரியான குணாதிசயங்கள் ஒரு குறிப்பிட்ட சிந்தனை வழியே செல்ல வேண்டிய அளவுக்கு எனக்கிருப்பதாக நான் முடிவு கட்டிவிட்டேன். என் திட்டம் தோல்வியுற்றாலும் அதையும் சகித்துக் கொள்ளக்கூடிய ஆற்றலும் பொறுமைக் கவசமும் எனக்கிருந்ததாகவே நான் நம்பினேன்.

தனியாகத் தந்திரமாகச் செயல்பட்டவன் என்கிற முறையிலே, அதற்குப் பிறகு எத்தனையோ சந்தர்ப்பங்களில் பலர் என்னை அணுகி, என் அபிப்பிராயத்தையும் புத்திமதியையும் கேட்டதுண்டு. இந்த மாதிரி ஒரு புதுவழி செல்கிற விஷயமாக என்னை யாராவது வந்து யோசனை கேட்டால், நான் சிலருக்கு - மிகச் சிலருக்கு - மட்டுமே, தைரியமூட்டி மேலே செல்லச் சொல்லும் பொறுப்பை ஏற்றுக் கொண்டிருக்கிறேன். ஒரு அமைதியின்மை காரணமாக ஏதாவது புதியதாகச்செய்ய விரும்புகிறவர்கள் தான் அதிகம் என்பது எனக்குத் தெரிகிறது. கைக்கு எட்டும்படியிருந்த காரியங்கள் திருப்தி தருவனவாக இல்லை என்கிற ஒரு காரணத்துக்காகவே அவர்கள் புதுமுறைகளைப் பின்பற்றிப் புது வழிகளில் செல்ல நாட்டம் கொண்டார்கள். தவிரவும் முக்கியமான காரணம் எதுவுமில்லாமல், இரண்டாம் பட்சக் காரணங்களைக் கொண்டும் சிலர் இந்த மாதிரிப் பெரிய புதிய காரியங்களில் ஈடுபட நினைத்தார்கள். எந்தக் காரியத்தையும் முழுப்பொறுப்புடனும் முழுத்திறமையுடனும் செய்யக்கூடியவன் தான், கடமை என்று ஏற்ற எதையும் திருப்தி யாகப் பூரணமாகச் செய்து முடிக்கும் திறமையுடையவன் தான், ஒரு அசாதாரணமான செயலில் ஈடுபட லாயக்கானவன். சுலபமாகச் செய்யக்கூடியவற்றை விட்டுவிட்டு, அசாதாரணமான புதியதை நாடுபவன் எதையும் கடமையாக ஏற்று நிறைவேற்றக் கூடியவனாக இருக்கவேண்டும். அசாதாரணம், புதியது என்கிற நினைப்புக் கூட அப்படிப்பட்டவனுக்கு இருக்கக் கூடாது. இது என் கடமை, இதையே நான் செய்ய வேண்டும் என்கிற நினைப்புத்தான் இருக்க வேண்டும். வீரம் தீரம் எல்லாம் உணர்ந்து லாபமில்லை; உலகத்துக்குத் தேவையான சுத்த வீரனாவதற்கு கடமை என்று எதையும் உணர்ந்து செய்யக் கூடிய திறமை படைத்தவன் தான் லாயக்கானவன். செயலில் வீரமும் தீரமும் கிடையாது. தியாக வீரர்களும் கஷ்டப் பட்ட வீரர்களும் தான் உண்டு. இப்படிப்பட்ட வீரர்கள் எத்தனையோ பேர். ஆனால் இவர்களைக் கும்பல்களில் யாரும் அறிவதில்லை; ஒரு சிலருக்குத் தான் இவர்களுடைய முக்கியத்துவம் தெரியும்.

இப்படித் தனிப்பெரும் காரியங்களைச் செய்ய மனத்தூண்டுதல் படைத்தவர்கள், தகுதி வாய்ந்தவர்கள், சுதந்திரமான தனிச் செயலில் தங்கள் வாழ்நாளைச் செலவிட விரும்பினாலும், அவர்களில் பெரும்பாலானவர்கள் சந்தர்ப்பங்களின் தாக்குதலால் அப்படி ஒன்றும் செயல் செய்ய முடியாதவர்களாகி விடுகிறார்கள். இதற்குக் காரணம் முக்கியமாக அவர்கள் யாராவது ஒருவர் இருவருக்குப் பொருளீட்டித் தரவேண்டிய பொறுப்புள்ளவர்களாக இருப்பது தான். அல்லது தங்கள் பிழைப்புக்கே வேறு வழியில்லாமல் ஒரு தொழிலை, அதன் மூலம் ஒரு வருவாயை நம்பியிருப்பார்கள். தனது சக்தியாலோ, நண்பர்கள் உதவியாலோ, பொருள் விஷயத்தில் கஷ்டங்கள் இல்லாதவன் மட்டுமே, உலக பந்தங்களில் தளைகள் அற்றவன் மட்டுமே, இந்த மாதிரிச் சுதந்திரமான செயலில் ஈடுபட முடியும். இப்போது இது ஒரு முக்கியமான விஷயம். முன் னெல்லாம் இப்படியில்லை. ஊதியத்திற்கான ஒரு வேலையை விட்டால், வேறு வேலையில் ஈடுபட்டுத் தேவையானது சம்பாதித்துக் கொள்ளலாம் என்று அப்போது நம்ப இடம் இருந்தது. எப்படி யாவது கஷ்டப்பட்டு, வாழ்வில் பொருளாதாரத்தைச் சமாளித்து விடலாம் என்று இருந்தது. இப்போது பொருளாதார விஷயத்தில் இப்படி முயற்சி செய்பவன் உலக விஷயங்களில் மட்டுமல்ல, ஆன்மீக விஷயங்களிலும் கூட வெற்றி பெற மாட்டாமல் சுழலில் சிக்கித் தவிப்பான்.

நான் பார்த்து அனுபவித்திருக்கிறேன்; கேட்டுமிருக்கிறேன் : என் வாழ்நாளிலேயே, என் அனுபவத்திலேயே பல தகுதியுள்ள மனிதர்கள் சுதந்திரமாகச் செயலாற்றுகிற காரியத்தைத் தியாகம் செய்துவிட வேண்டித்தான் இருந்தது. அவர்கள் சேவை உலகத்துக்கு எத்தனையோ விதங்களில் பயன்பட்டிருக்கும். சந்தர்ப்ப விசேஷங்களால் அவர் களால் அந்தமாதிரி சேவையில் ஈடுபட முடியாமலே போய்விடும்.

இப்படிப்பட்ட சேவை செய்யும் பொறுப்பில் பணியாற்றத் தொடங்கியவர்கள் மிகவும் பணிவுடன் தங்கள் நல் அதிருஷ்டத்தை ஏற்றுக்கொள்ள வேண்டும். அதிக தகுதியும் இஷ்டமும் உள்ளவர்கள் பலர் வாய்ப்புக் கிடைக்காமல் பின்தங்கி விட்டார்கள் என்பதை எண்ணிப் பார்த்துப் பணிவு கொள்ள வேண்டும். திடமான தீர்மானத்துடன் பணிவும் தாழ்மையும் கலந்து அதிருஷ்டசாலிகள் பணியாற்ற வேண்டும் என்பது முக்கியமான விஷயம். தேடித் திரிந்தும் காத்திருந்தும் தான் சரியான சேவை செய்ய ஒரு பாதை யைக் கண்டு அதில் செல்ல முடியும். காத்திருப்பவர்களையும் தேடித் திரிபவர்களையும் விடப் பணியாற்றத் தொடங்கி நெடுங்

காலம் சேவை செய்யும் பாக்கியம் படைத்தவர்கள் அதிருஷ்டக் காரர்கள் தான், சந்தோஷமடைய வேண்டியவர்கள் தான்! தங்களையே இறுதியில், முழுமையாகவும் உண்மையாகவும் சேவைக்கு அர்ப்பணித்துவிடக் கூடியவர்கள் பாக்கியசாலிகள் தான், ஆனந்தமடைந்தவர்கள் தான்!

இப்படிப்பட்ட அதிருஷ்டசாலிகள் அடக்கத்துடன் இருக்க வேண்டும். தங்களுக்கு ஏற்படுகிற எதிர்ப்புகளைக் கண்டு பொறுமை யிழந்து, ஆர்ப்பாட்டமோ அமர்க்களமோ செய்யக்கூடாதுதான். 'அப்படித்தான் இருக்கும்!' என்று எண்ணுகிற மனப்பான்மையுடன் அவர்கள் எதிர்ப்பைச் சமாளிக்க வேண்டும். நல்லது செய்வது என்று தீர்மானித்துத் தொடங்குபவன், எல்லோரும் தன் பாதையிலிருக்கும் கற்களை அப்புறப்படுத்தித் தருவார்கள் என்று எதிர்பார்க்கக்கூடாது. ஒரு சிலர் புதிதாகப் பெரிதாகச் சில கற்களை வழியில் போடுவார்கள் தான். இந்த மாதிரி இடுக்கண்களால் பெறுகிற அதிக பலமும் திடமுமே இடுக்கண்களை வென்று மேலே செல்லக்கூடிய பலமும் திடமும் ஆகும். எதிர்ப்பது என்பது பலத்தையும் திடத்தையும் வீணாக்குவதுதான் - வேறு அல்ல.

மனித குலத்தில் ஒரு லட்சியத்தை நோக்கி ஒரு ஆதர்சத்தை எட்டியுள்ள திடத்தில் ஒரு சிறுபகுதியே தான் செயலில் வெளிப்பட முடியும். கண்ணில் காணாத பலன்களிலும், யாருமே கவனிக்காத அளவில் செயல்படுவதிலும் பெரும் பகுதி இருந்து விடும். உலகில் கண்ணைக் கவருகிற செயல்களை விட, கண்களில் படாத செயல்கள் ஆயிரம் மடங்கு பயனுள்ளவை என்று நான் சொல்லுவேன். கடலின் பெரும் பகுதியான ஜலத்துக்கும் மேலே காணப்படுகிற அலைகளுக்கும் உள்ள வித்தியாசம் தான் கண்ணில் படுவதற்கும் கண்ணில் படாததற்கும் உள்ள வித்தியாசம். தம் வாழ்நாட்களைச் சேவைக்கு என்று அர்ப்பணிக்க முடியாத பல நல்லவர்கள் தினசரி மறைமுகமாக நல்லது செய்கிறார்கள் - அது அவ்வளவாகப் பிறர் கண்களில் படுவதில்லை. நல்லதை நோக்கி மனிதனை இயக்கும் சக்தி வெகுவாக இந்தக் கண்ணில் படாத சேவையிலே இருக்கிறது. பொருளீட்டி வாழ்க்கை நடத்துவதிலும் குடும்ப சமூகச் சுமைகளைத் தாங்குவதிலும் பலரும் பாடுபடவேண்டியது அவர்களுடைய விதியாக இருக்கிறது. அவர்கள் செய்கிற காரியங்கள் ஈடுபாடு அற்ற, ஆன்மாவற்ற, காரியங்கள்; மனிதனின் நற்குணங்களை வெளிக் காட்ட முடியாத, மனித யந்திரங்களை மட்டும் இயக்கும் காரியங் கள் அவை. ஆனால் அப்படிப்பட்ட காரியங்களில் ஈடுபட்டிருப் பவர்களும் கூடத் தங்களை மனிதர்களாக உணர்ந்து தேவைப்படும்

போது, பிறருக்கு அர்ப்பணித்துக் கொள்ளச் சந்தர்ப்பங்கள் தோன்றுகிற வகையில்தான் மனித வாழ்க்கை அமைந்திருக்கிறது. தொழிலாளர்கள் வாழ்வு இந்த நாட்களில் சிறப்பாக அமைந்து, அணிவகுத்து, பிரத்தியேகப் பாதைகளில் சென்று, யந்திரம் போல இயங்குகிறது என்பது அந்த வாழ்விலுள்ள குறைகளை நீக்க மனிதன் படுகிற பாடு என்றுதான் சொல்லவேண்டும். மனிதனுடைய தனித் தன்மை யையும் ஆண்மையையும் பாதுகாக்க சமூகம் செய்யும் ஏற்பாடு இதுவேயாம். பிரச்சினையையும் பிரச்சினைக்குப் பதிலையும் ஒருங்கே நாம் இங்கு காண்கிறோம். கஷ்டப்படுபவர்கள் விதி என்று தலை குனிந்து ஏற்றுக் கொள்ளக்கூடாது என்பதும், ஆன்மீகமான வாழ்வினாலும் நினைவுகளாலும் தங்கள் கஷ்டங்களைத் தாண்டி உயரவேண்டும் என்பதும், அதற்கான சக்தி அவர்களிடமே இருக்கிறது என்பதும் முக்கியமான விஷயங்கள். தொழில் வாழ்வு, பொருளாதார வாழ்வு என்கிற சேறில் பூரணமாக மனிதன் அமுந்திவிடாமல் தன்னைத்தானே காப்பாற்றிக்கொள்ள முடியும். தன் ஆண்மையைத் தன் தனிச்செயல்களால் நிரூபித்துக் கொண்டே வாழ்க்கை நடத்த முடியும். இந்தத் தனிச் செயல்கள் பிரமாதமானவையாக, படா டோபமாக இருக்க வேண்டும் என்பதில்லை என்றும் சாதாரண மாகவே தெரிகிறது. சகோதர மனிதனுக்கு நல்லது செய்வதற்கு உதவும் எந்த மனிதனும் தம் தூய்மையைக் காப்பாற்றிக் கொண்டவன் ஆவான். ஆன்மீக வாழ்வு, நல்வாழ்வு என்கிற இரண்டு வழிகளிலும் இந்த மாதிரியான மனிதன் முன்னேறுகிறான்; சேவை செய்கிறான். மற்ற அலுவல்களுக்கு மத்தியிலே, வேறு என்னதான் செயல்கள் குறுக்கிட்டாலும், மனிதன் தன்னைப் பிறர்களுக்காக அர்ப்பணித்துக் கொள்வதை யாரும் எவ்விதமும் தடுக்க முடியாது. மனித சேவை நடைபெறாது நிற்கிறது என்றால் அதற்கு அர்த்தம் மனிதர்கள் தங்களுக்குக் கிடைக்கும் சந்தர்ப்பங்களைச் சரியாகப் பயன்படுத்திக் கொள்ளவில்ல என்பதுதான்.

அவரவருக்கு உரிய இடத்திலிருந்து கொண்டு, ஒவ்வொரு மனிதனும் மனிதத் தன்மையுடன் பிற மனிதனுக்கு சேவை செய்யத் தலைப்பட்டால், சகோதர மனிதனுக்கு உண்மையுடன் பணி செய்தால், மனித குலத்தின் எதிர்காலம் சரியானபடி நிர்மாணமாகி விடும். எத்தனையோ அடிப்படைத் தன்மைகள் சந்தர்ப்பத்தைப் பயன்படுத்தாததால் வீணாகி விடுகின்றன. ஆனால், பயன்படுத்தப் பட்ட சந்தர்ப்பங்களையும், அவற்றின் உள்ளத்தையும் செயலையும் பலன்களையும் மனிதன் சரியாக அறிந்துகொள்ள முயலவேண்டும். உலகம் பூராவுமே பொருளாதார வாதமும் லோகாயதமும் தான்

மலிந்திருக்கின்றன என்கிற அசட்டுப் பேச்சுப் பெருகுகிறது எனினும், உண்மையில் அப்படியில்லை. ஆண்களையும் பெண்களையும் பற்றி நான் அறிந்த அளவில், என் அனுபவ அளவில் சிந்திக்கும்போது, அகத்தே ஒரு லட்சிய வாதம், ஒரு லட்சிய வேகம் இருப்பது தெரிகிறது. உலகத்தில் அது மிதந்து வெளிப்பட்டுவந்து பிறர் கண்களில் படுவதில்லை என்பதினால் லட்சிய வேகமோ, லட்சிய வாதமோ மறைந்துவிட்டதாகச் சொல்ல முடியாது. மேலே ஆறு களாக நாம் காணும் ஜலத்தை விட கண்ணுக்குத் தெரியாமல் பூமிக்குள் மறைவாக ஓடும் ஆற்று வெள்ளம் அதிகமானது என்பது போல, கண்ணுக்குத் தெரிகிற லட்சிய வாதத்தை விட எல்லோர் மனத்திலும் அழுந்திக் கிடக்கும் லட்சிய வாதம் அதிகமானது என்று தான் சொல்ல வேண்டும். உள்ளத்திலே வைத்து ஆணும் பெண்ணு மாக இதைப் பூட்டிவைத்துக் கொண்டிருக்கிறார்கள். விடுதலை தரவேண்டும் அதற்கு. சிலசமயம் ஒரு பகுதி மட்டுமே விடுதலை அடைகிறது, மற்றது உள்ளத்திலே அழுந்தி விடுகிறது. கட்டுண்டு கிடப்பதை விடுவிக்கவேண்டும் - பூமிக்கடியில் ஓடும் வெள்ளத்தை மேலே வரச் செய்ய வேண்டும். இதைச் செய்யக் கூடிய மனிதர் களின் வரவை நோக்கி மனித குலம் தவஞ்செய்து காத்திருக்கிறது.

என் திட்டத்தில் மிகவும் மோசமானதாக, அர்த்தமற்றதாக என் நண்பர்களுக்குப்பட்டது நான் ஆப்பிரிக்கா போக எண்ணியது தான். அதிலும் மதபோதகனாகப் போகாமல் மருத்துவனாகப் போக விரும்பியது முட்டாள்தனமாகவும், காரண காரியமற்றதாக வும் அவர்களுக்குப் பட்டது. பின் எதற்காக முப்பது வருஷங்களாக இவ்வளவு கஷ்டப்பட்டு இவ்வளவும் படித்தறிந்து கொண்டேன் நான் என்று கேட்டார்கள். தவிரவும் டாக்டருக்குப் படிப்பது என்பது முப்பது வயதில் சிரமமான காரியம்தானே? ஒரு சிரமமான காரியத்தைச் சாதிப்பதற்கு அசட்டுத்தனமாக இன்னொரு சிரமமான காரியத்தையும் மேற்கொள்ளுவானேன்? மருத்துவப் படிப்பு சிரமமான காரியம் என்பதை நானும் அறியாமல் இல்லை - அதைப் பற்றி எனக்குச் சிறிதும் சந்தேகமில்லை. வரப்போகும் சில வருஷங்களைப் பற்றி எனக்கே பயமாகத்தான் இருந்தது. ஆனால் டாக்டராகப் போவது என்று நான் தீர்மானித்ததற்கும் காரணங்கள் இல்லாமல் இல்லை. அந்தக் காரணங்களையும் எதிர்க் காரணங்களையும் சீர்தூக்கிப் பார்க்கும் போது மற்றவை தூசி போல கனமில்லாதவை யாக இருந்தன.

நான் டாக்டராகப் போக விரும்பியதற்குக் காரணம் முக்கியமாக இதுதான். பேசாமல் வேலை செய்ய வேண்டும் என்கிற ஆசைதான்.

பல வருஷங்களாக நான் வார்த்தைகளிலேயே என்னை வெளி யிட்டு ஆனந்தப்பட்டுக் கொண்டிருந்தேன். மதபோதக ஆசிரிய ராகவும் பிரசங்கியாகவும் நான் மிகவும் ஆனந்தத்துடனேயே செயலாற்றினேன். அன்பு மதம் பற்றிப் பேசுவது இந்தப் புதுவழியாக எனக்குத் தோன்றவில்லை. அன்பு வழியை வாழ்ந்து காட்டுவது தான் நான் ஏற்றுக் கொண்ட சேவை என்று நான் எண்ணினேன். மிகவும் சிறந்த வழியிலே, பூரணமாக இதை நடத்திக் காட்ட மருத்துவ அறிவு உதவும்; இந்தச் சேவை வழி என்னை எங்கு கொண்டு செலுத்துமானாலும் அங்கு மருத்துவ அறிவு பயன்படும் என்பதில் எனக்குச் சிறிதும் சந்தேகமில்லை. தவிரவும் மத்திய ஆப்பிரிக்கா போக இருந்த நான், படித்து அறிந்துகொண்ட வரையில் அங்கு டாக்டர்கள் தான் அதிகத் தேவை என்றும் தெரிந்து கொண்டேன். அங்கிருந்த சுதேசிகளுடைய சுகக்கேடுகளைப் போக்க உதவி செய்ய முடியாது போகிறது என்பது பற்றி நான் படித்த பல அறிக்கைகளிலும் கண்டிருந்தது. இந்த ஏழை மனிதர் களின் உடல் உபாதைகளை ஒரு நாள் நீக்கக்கூடிய டாக்டர் ஆவதற்காக மருத்துவப் படிப்பு என்கிற கடினமான காரியத்தை மேற்கொள்ளுவது நியாயமே என்று எனக்குத் தோன்றியது. படுகிற சிரமம் வீண் போகாது என்றும் தோன்றியது. பல வருஷங்கள் படிக்கவேண்டுமே, அது விரயம்தானே என்று தோன்றும் போதெல்லாம் ஹமில்காரையும் ஹனிபாலையும் ஞாபகப்படுத்திக் கொள்வேன். ரோம சாம்ராஜ்யத்தைக் கைப்பற்றுவதற்காக அவர்கள் ஸ்பெயினைத் தாக்கி அதைக் கைப்பற்றும் சிரமமான காரியத்தை மேற் கொண்டார்கள் என்று நான் நினைவுபடுத்திக் கொண்டேன்.

5

என் மருத்துவப் படிப்பு (1905-1912)

மருத்துவப் பகுதியின் தலைவரான பேராசிரியர் பேலிங்கிடம் நான் போய், மருத்துவ மாணவனாக என் பெயரைக் கொடுத்தபோது, அவருக்கிருந்த கோபத்தில் என்னைத் தனது மனத்தத்துவ இலாகா அதிகாரியிடம் கொடுத்துவிடலாமா என்றிருந்திருக்கும். எனக்குப் பைத்தியம் தான் பிடித்துவிட்டதோ என்று பரிசோதித்துப் பார்க்க விரும்பியிருப்பார் அவர்.

1905-ல் அக்டோபர் இறுதி நாட்கள் ஒன்றில், அன்று ஒரே பனிமூட்டமாக இருந்தது என்று ஞாபகம் இருக்கிறது எனக்கு. உடலமைப்பு வகுப்புக்கு நான் முதல் தடவையாகப் போனேன்.

ஒரு கல்விச் சட்டப் பிரச்சினையும் தீரவேண்டியதாக இருந்தது. சர்வகலாசாலையில் உபாத்தியாயரான நான், அதே சமயம் மாணவனாகவும் இருக்கமுடியாது என்பது விதி. ஆனால் மருத்துவப் பாட வகுப்புகளை மாணவனாக அல்லாமல், வெறும் விருந்தாளியாக, தொடர்ந்து வந்தால், என்னைப் பரீட்சைக்கு அனுப்பமாட்டார்கள் என்பதும் சர்வகலாசாலை விதிகளில் ஒன்று. அநுதாபத்துடனும் நட்புடனும் இதற்கு ஒரு வகை செய்து தந்தார்கள் அதிகாரக் குழுவினர். பேராசிரியர்களிடம் தங்கள் பிரசங்கங்களை நான் கேட்டுவிட்டதாக ஒரு பத்திரம் வாங்கித் தந்தால், என்னைப் பரீட்சைக்கு அனுமதிப்பதாக ஏற்றுக்கொண்டனர். பேராசிரியர்களும் எனக்கு வேறு விதத்தில் உதவினார்கள்; தங்களில் ஒருவனாகிய என்னிடம் சம்பளம் வாங்குவதில்லை என்று தீர்மானித்தார்கள்.

பல வருஷங்கள் நான் களைப்பு என்பதுடன் மல்யுத்தம் செய்தேன் - அப்பொழுது தொடங்கி என்று தான் சொல்ல வேண்டும். உடனேயே மதபோதக வகுப்புகள் நடத்துவதை விட்டுவிடவோ, மதப் பிரசங்கங்கள் செய்வதை நிறுத்திவிடவோ எனக்கு விருப்ப மில்லை. ஆகவே, மருத்துவக் கல்லூரியில் படித்துக்கொண்டே, மதபோதனையும் பிரசங்கங்களும் தொடர்ந்து செய்து வந்தேன். மருத்துவக் கல்லூரியின் ஆரம்பப் பாடங்கள் மிகவும் கடினமாக இருந்தன. நான் புனித. பாலின் போதனை பற்றிய பிரச்சினை களையும் அதே சமயம் ஆராயத் தொடங்கினேன். இதுவும் கடினமான வேலைதான்.

முன்னை விட இப்போது சுர வாத்திய சங்கீதமும் என் பொழுதை அதிகமாகக் கவர்ந்தது. 1905-ல் நானும், என்னைப் போன்ற சங்கீதத்தில் பிரியமுள்ள சிலரும் சேர்ந்து ஆரம்பித்த பாரிஸ் பாக் சங்கத்தின் தலைவர், அதன் கச்சேரிகளில் நான் தான் சுர வாத்தியம் வாசிக்க வேண்டும் என்று வற்புறுத்தினார். ஆகவே, ஒவ்வொரு வருஷமும் குளிர் காலத்தில் நான் பல தடவைகள் பாரிஸ் நகரம் போய் வர வேண்டியதாக இருந்தது. ஒத்திகைக்குப் போவதில்லை தான் - அது அவசியமில்லை. கச்சேரிக்கு முந்திய இரவு போய், கச்சேரியான இரவே கிளம்பி விடுவேன் - அப்படியும் ஒரு தரம் போய் வருவதற்குள் மூன்று நாட்கள் ஆகிவிடும். பாரிஸிலிருந்து ஸ்டிராஸ்போர்குக்கு வரும் ரெயிலில் பல தடவைகள் நான் புனித. நிகோலஸ் ஆலயப் பிரசங்கத்தை திட்டமிட்டுத் தீர்மானித்து

யோசித்துக் கொண்டே வருவேன். இதைத் தவிர பார்ஸிலோனா நகரத்து 'ஆர்பியோ கடாலா' என்னும் சங்கத்தின் பாக் கச்சேரி களுக்கும் நான் போகவேண்டியதாக இருந்தது. பொதுவாகச் சொன்னால், நான் பல கச்சேரிகளில் சுர வாத்தியம் வாசிக்க வேண்டிய அவசியம் ஏற்பட்டது. இதற்குக் காரணங்கள் இரண்டு. அதை வாசிப்பதில் எனக்குப் பெயர் வந்துவிட்டது என்பது ஒன்று. மத போதகக் கல்லூரித் தலைவனாக எனக்கு வந்து கொண்டிருந்த பணமும் நின்றுவிட்டதால், நான் பணத்துக்கு வேறு வழிகள் காண வேண்டியது அவசியமாக இருந்தது.

தவிரவும், இப்படி அடிக்கடி பாரிஸ் நகரம் போய்வருவதில் எனக்கு வேறு விஷயத்திலும் லாபம் இருந்தது. அந்த நகரில் என் பழைய நண்பர்களைச் சந்திக்கவும், புதிதாகப் பலரை அறிந்து கொள்ளவும் எனக்குச் சந்தர்ப்பம் ஏராளமாக ஏற்பட்டது. எனக்கு மிகவும் நெருங்கிய நண்பர்கள் என்று பின்வருபவர்களைச் சொல்லலாம். ஒருத்தி புகழ் பெற்ற பண்டிதர் தியடோர் ரெய்னாக் கின் மனைவி பானி ரெய்னாக் என்பவள். அவள் மிகவும் கெட்டிக்காரி; சங்கீதத்தில் மிகவும் திறமையுள்ளவள். சக்கரவர்த்தினி யூஜெனியின் சிநேகிதியும், வின்டெர்ஹால்டெரின் புகழ்பெற்ற படத்தில் அவள் பக்கத்தில் நிற்பவளுமான சீமாட்டி மெலானி டே போர்டாலெஸ் என்பவளும் எனக்கு மிகவும் வேண்டியவள் தான். மெலானியின் நாட்டுப்புற மாளிகையிலே நான் அடிக்கடி அவளுடைய தோழி ராஜகுமாரி மெடெர்னிக்-ஸாண்டெர் என்பவளைப் பார்ப்பேன். இம்மாது மூன்றாவது நெபோலியன் காலத்தில் பாரிஸில் ஆஸ்திரியா வின் தூதரின் மனைவி. பாரிஸின் பெரிய சங்கீத நாடக மாளிகையில் வாக்னெரின் '*டான் ஹாஸர்*' என்ற இசை நாடகம் நடந்ததற்குக் காரணமானவள் அவள் தான். மூன்றாவது நெபோலியனுடன் பேசிக் கொண்டிருக்கும்போது இந்த இசை நாடகத்தையும் அவ்வரங்கின் பட்டியலில் சேர்க்க வேண்டும் என்று தெரிவித்தாள் அவள்; அப்படியே சேர்க்கப்பட்டது. மேலெழுந்தவாரியாகப் பார்க்கும்போது அவளை முரடு என்றே சொல்லத் தோன்றும். ஆனால் கெட்டிக்காரத் தனமும் இரக்கமுள்ள இதயமும் உள்ளவள் அவள். வாக்னெர் பாரிஸில் தங்கியபோது. நடந்த பல விஷயங்களை அவளைக் கேட்டுத் தெரிந்துகொண்டேன் நான். நெபோலியனைச் சுற்றியிருந்தவர்களைப் பற்றியும் அவளிடமிருந்து நான் தெரிந்துகொண்டேன். ஆனால் அறிவும் ஆற்றலுமுள்ள இந்த ஸ்திரீயிடம் எவ்வளவு ஆத்ம பலமும் ஈவிரக்கமும் இருந்தன என்பதை நான் ஆப்பிரிக்கா போய்ச் சேர்ந்த பின் அவள் எனக்கு எழுதிய கடிதங்களிலிருந்து தான் தெரிந்துகொண்டேன்.

பாரிஸில் இருக்கும்போது கல்வி போதிப்பதில் ஈடுபட்டிருந்த அடெலே ஹெர்ரன் ஷ்மிட் என்பவளையும் அடிக்கடி பார்த்தேன். 'ஆர்பியோ கடாலா'வின் இசை கோஷ்டித் தலைவரான லூயி மில்லேயை எனக்கு முதல் சந்திப்பிலேயே பிடித்துவிட்டது. நல்ல கலைஞர், சிந்தனையாளர் என்று அவரை அறிந்துகொண்டேன் நான். அவர் மூலம் நான் புகழ் பெற்ற கட்டிடக் கலைஞர் கௌடியைச் சந்தித்தேன். புதுமாதிரியான ஒரு ஆலயத்தைக் கட்டுவதில் ஈடு பட்டிருந்தார் கௌடி. அதில் கோபுரங்களுடன் கூடிய ஒரே ஒரு வாசற்படி மட்டுந்தான் அப்போது முடிந்திருந்தது. மத்திய காலத்துக் கலைஞர்கள் போல தன் வேலை முடியப் பல தலைமுறைகள் பிடிக்கும் என்கிற ஞாபகத்துடனேயே வேலை தொடங்கினார் கௌடி. ஒருநாள் கட்டிடச் சிற்பிக்கான கொட்டகையிலே, தன் தேசத்தவனாகிய ரேமாண்ட் லல் என்பவரின் ஆவியே மீண்டும் உயிர் பெற்று எழுந்தது போல, கௌடி எனக்குக் கட்டிடச் சிற்பக் கலையின் ஒவ்வொரு கோடும் வரையும், சிறிதாயினும் பெரிதாயினும், ஒரு மர்மமான கொள்கைக்கு உட்பட்டது என்று நிரூபித்தார்; புனித மான தெய்வாம்சங்கள் மூன்றையும் காட்டுகிறபடியே அமைந்திருக் கிறது என்றார் அவர். அந்த நாளை நான் எப்படி மறக்கமுடியும்? 'இதை பிரெஞ்சு, ஜெர்மன், ஆங்கிலம் எந்த பாஷையிலும் சொல்ல முடியாது. ஆகவே, இதைக் கடலான் பாஷையில் சொல்லுகிறேன். உனக்கு அந்த பாஷை தெரியாவிட்டாலும் நான் சொல்வதை நீ புரிந்துகொள்வாய்', என்றார் அவர்.

வாசற்படியிலே செதுக்கியிருந்த 'எகிப்துக்கு ஓட்டம்' என்னும் கல் சிற்பத்தை நான் பார்த்தேன். அந்தச் சிற்பத்தில் அலுப்புடன் மூட்டைகளைத் தூக்கிக்கொண்டு வந்த கழுதையை நான் கவனிப் பதைப் பார்த்துவிட்டுச் சிற்பி சொன்னார் : 'உனக்குக் கலையைப் பற்றிக் கொஞ்சம் தெரியும். இதைப் பார்த்தவுடன் இந்தக் கழுதை முற்றிலும் கற்பனை என்று தோன்றவில்லை உனக்கு. இங்குக் கல்லில் நீ பார்க்கிற எந்த உருவமும் கற்பனையன்று. நான் கண்ணால் நேரில் கண்டது போலவே அவர்கள் இங்கு நிற்கிறார்கள். ஜோஸெப், மேரி, குழந்தை ஏசு, ஆலய அதிகாரிகள் - இவர்கள் எல்லோரையும் நான் பார்த்த மனிதர்களிலிருந்து பொறுக்கி எடுத்துச் சிலையில் வடித்தேன். அவ்வப்போது மறந்துவிடாதிருப்பதற்காக கலவையில் செய்துவைத்துக் கொண்டேன். கழுதையைப் பற்றிய வரையில் கொஞ்சம் சிரமப்பட்டதுண்டு. நான் இந்தச் சிற்பத்துக் காகக் கழுதை தேடுகிறேன் என்று அறிந்து, பார்ஸிலோனா நகரத்திலுள்ள நேர்த்தியான கழுதைகளையெல்லாம் என் முன்

கொண்டுவந்து நிறுத்தினார்கள். ஆனால் என்னால் அவற்றை உபயோகிக்க இயலவில்லை. குழந்தை ஏசுவுடன் மேரியை மிகவும் நேர்த்தியான கழுதை மேல் ஏற்றி வைக்கக்கூடாது. வயதான, மிகவும் தளர்ந்த கழுதைதான் வேண்டும். அதன் முகத்திலே ஒரு இரக்கம் இருக்க வேண்டும். அதன் முகத்திலே இதெல்லாம் எனக்குத் தெரியுமே என்கிற மாதிரி ஒரு பாவம் படர்ந்திருக்க வேண்டும். இப்படிப்பட்ட ஒரு கழுதையைத் தேடியலைந்தேன் நான். கடைசியில் வண்டல் மண் விற்கும் ஒரு கிழவியின் வண்டியிலே பூட்டப்பட்டிருந்த ஒரு கழுதையைக் கண்டேன். தொங்கிய அதன் தலை தரையைத் தொட்ட மாதிரி இருந்தது. அதை இங்கு கொண்டு வரச் சொல்லி அவளை வற்புறுத்திச் சம்மதிக்கச் செய்வது சிரமமாகத் தான் இருந்தது. கலவையில் அதன் உருவத்தை எடுக்கும்போது, அது உயிருடன் இதிலிருந்து தப்பாது என்று அந்தக் கிழவி அழவே ஆரம்பித்துவிட்டாள். அதுதான் ''எகிப்துக்கு ஓட்டம்'' என்கிற சிற்பத்தின் கழுதை. அது உன் மனத்தைக் கவர்ந்ததற்குக் காரணம் அது கற்பனையல்ல, உண்மை அம்சம் உள்ளது என்பதுதான்.'

மருத்துவக் கல்லூரியில் படித்துக்கொண்டே, முதல் சில மாதங் களில் சுர வாத்தியம் அமைப்பது பற்றி என் கட்டுரையையும், 'சரித்திர புருஷன் ஏசுவைத் தேடி' என்கிற என் நூலின் கடைசி அத்தியாயத்தையும் எழுதினேன். 1906-ல் வஸந்தத்தில் மதபோதகக் கல்லூரித் தலைவனாக என் பதவியை ராஜினாமாச் செய்தேன். மாணவனாக இருந்த நாட்களிலிருந்து நான் வசித்து வந்த அந்தக் கல்லூரிக் கட்டிடத்திலிருந்து என்னைத் துரத்திவிடுவார்கள் போல இருந்தது. சுவரெடுத்த தோட்டத்திலுள்ள பெரிய மரங்களை விட்டுப் போக, வேலை செய்யும் போது என்னோடு ரகசியம் பேசிய மரங்களை விட்டுப் போக, எனக்கு மனம் வரவில்லை. மிகவும் கஷ்டமாக இருந்தது. ஆனால் அதே புனித. தாமஸ் தோட்டத்தில், பெரிய மாளிகையில் மேல் அறைகள் நான்கையும் எனக்குத் தர அதிகாரிகள் சம்மதித்த போது என் சந்தோஷம் எல்லை கடந்தது. முன்னர் கால்மர் ஜில்லா ஸூபரின்டென்டென்டாக இருந்த பிரெடரிக் கர்டியஸ், எல்லா அல்ஸேஷிய மதபோதகர்களின் ஏகமனதான வேண்டுகோளினால் அல்ஸேஷிய லூதெரன் ஆலயங் களுக்குத் தலைவராகத் தேர்ந்தெடுக்கப்பட்டு, அந்தப் பெரிய மாளிகையில் வசித்து வந்தார். மேல் நான்கு அறைகளையும் எனக்குத் தந்தார் அவர். நான் புனித. தாமஸின் நிழலிலேயே தொடர்ந்து வசிப்பது சாத்தியமாயிற்று. 1906-ல் மழை பெய்து கொண்டிருந்த 'ஷ்ரோவ்' செவ்வாயன்று மாணவர்கள் என்

சாமான்களை அக்கட்டிடத்தின் ஒரு கதவு வழியாக வெளியே தூக்கிவந்து வேறு ஒரு கதவு வழியாக உள்ளே கொண்டுபோய் வைத்தார்கள்.

கர்டியஸ் குடும்பத்துடன், அந்தக் குடும்பத்தில் ஒருவனாக நான் அவர்கள் வீட்டிற்கு போய்வர முடிந்தது, பழக முடிந்தது என்பதை நான் என் நல்லதிருஷ்டமாகவே கருதுகிறேன். ஏற்கெனவே சொன்னபடி, பெர்லினின் புகழ்பெற்ற கிரேக்க பண்டிதரின் மகன் ப்ரெடிரிக் கர்டியஸின் மனைவி லூயிஸாவும், புகழ் பெற்ற குடும்பத்தவள். எர்லாக் சீமாட்டியான லூயிஸா ராஜ குடும்பத் தொடர்புள்ளவள். இப்படியாக இந்தக் குடும்பத்தில் அறிவு மேன்மையும் அந்தஸ்து மேன்மையும் ஒருங்கே கூடியிருந்தன. குடும்பத்தின் ஆன்மிக மையப்புள்ளி என்று லூயிஸா சீமாட்டியின் தாயார், வயதான எர்லாக் சீமாட்டியைச் சொல்ல வேண்டும். உடல் நலமில்லாததால், அவளால் அதிகமாக வெளியே போக முடிய வில்லை. இசையில் அதிகமான ஈடுபாடுள்ளவளாதலால், கச்சேரி களுக்குப் போக முடியாத குறையை ஓரளவு நிவர்த்திப்பதற்காக நான் அவளுக்கென்று தினம் சாயங்காலம் ஒரு மணி நேரம் பியானோ வாசித்தேன். அவள் அப்போது அதிகமாக யாரையும் பார்ப்ப தில்லை; ஆனால், இந்தப் பியானோ வாசிப்பு மூலம் அவளை நான் நன்றாகவே அறிந்து கொண்டேன். உயர்குலத்தவளாகிய இந்தச் சீமாட்டி என் குணாதிசயங்களிலும் பழக்க வழக்கங்களிலும் கரடு முரடான பல அம்சங்களை திருத்தப் பெரிதும் உதவியாயிருந்தாள்.

1910-ம் வருஷம் மே மாதம் 3-ந் தேதியன்று, வின்ஸியர்ஸ் என்ற ஒரு ஆகாய விமானி, ஸ்டிராஸ்போர்கில் முதல் தடவையாக விமானமோட்டிப் பறந்து காட்டினான். எதிர்பாராத ஒரு விஷயம் அது. அந்தச் சமயம் நான் இச்சீமாட்டியுடன் இருந்தேன். தானே நடந்துபோக இயலாத அவளை ஜன்னலண்டை அழைத்துப்போய்க் காட்டினேன். அந்த வீட்டைத் தாண்டித் தாழப் பறந்து ஆகாய விமானம் தூரத்தில் சென்றதும், அவள் பிரெஞ்சு மொழியில் என்னிடம் சொன்னாள் : 'என் வாழ்வில்தான் எவ்வளவு விசித்திரம்! அலெக்ஸாண்டர் வான் ஹம்போல்டின் விவாதங்களில் கலந்து கொண்டேன் - இப்போது மனிதன் வானத்தை வெல்லுவதையும் கண்டுவிட்டேன்.'

கலியாணமாகாத இரண்டு பெண்களிருந்தனர் அவளுக்கு. ஒருத்தி பெயர் அடா. மற்றவள் பெயர் க்ரெடா. தாயாருடைய கலைத் திறமையில் கொஞ்சம் அவர்களுக்கும் இருந்தது. கல்லூரியில் நான் பேராசிரியனாக இருக்கும்போது என் அறைகளில் ஒன்றை

அடாவுக்கு ஒழித்துவிட்டிருந்தேன். ஓவியத்தில் அவள் ஹென்னரின் சிஷ்யை. வடக்கு நோக்கியிருந்த அந்த மாடி அறையை அவள் ஓவியச் சாலையாக உபயோகித்துக் கொள்ள அனுமதித்திருந்தேன். அவள் தாயார் கேட்டுக் கொண்டதன் பேரில் அவள் என்னைச் சித்திரம் வரைவதற்கும் சம்மதித்தேன். ஒரு கடுமையான ஆபரேஷனுக்குப் பிறகு அவள் மீண்டும் உடல் நலம்பெற, ஓவியக் கலையில் ஈடுபட்டால் சரியாக இருக்கும் என்று எண்ணினார்கள். என்னைப் படம் எழுதுவதை என்னுடைய முப்பதாவது பிறந்த நாளன்று முடித்தாள். அந்தப் பிறந்த நாளன்று என் மனத்தில் பொங்கிக் குமுறிக் கொண்டிருந்த உணர்ச்சிகளை அவள் அறியாள்.

இந்தச் சீமாட்டியின் மாமன் ஒருவர் டச்சுக் குடியேற்ற நாடு ஒன்றில் உத்தியோகஸ்தராக இருந்தார். ஆயுட்காலம் பூராவும் தனக்கு எந்தவிதமான ஜுரமும் வராமலிருந்ததற்குக் காரணம் சூரியாஸ்தமனத்துக்குப் பிறகு தலையில் ஒன்றுமில்லாமல் தான் வெளியே போனதேயில்லை என்று அவர் சொல்லக் கேட்டிருந்த சீமாட்டி, நானும் அதே விதியைப் பின்பற்றுவேன் என்று என்னிடம் ஒரு சத்தியத்தை வாங்கிக் கொண்டாள். அதற்காக நான் இப் பொழுதும், அதி உஷ்ணப் பிரதேசத்திலும், மாலைக் காற்று தலையில் வீசும் ஆனந்த அனுபவத்தைத் தியாகம் செய்தே வருகிறேன். ஆனால் என் சபதத்தைக் காப்பாற்றுவது எனக்கு சௌகரியமாகவே இருந்து வருகிறது. என்னை மலேரியா ஜுரம் பீடித்ததேயில்லை. ஆனால் அஸ்தமித்த பிறகு தலையில் ஒன்றுமில்லாமல் போவதால் தான் மலேரியா வருகிறது என்பது உண்மையல்லவானாலும், எனக்கு மலேரியா வந்ததில்லை!

1906-ல் வஸந்தத்துக்குப் பிறகு, *'சரித்திர ஏசுவைத் தேடி'* என்கிற புத்தகத்தை முடித்த பிறகு, கல்லூரித் தலைமைப் பதவியை விட்ட பிறகு, எனது மருத்துவப் படிப்பில் நான் கவனம் செலுத்த முடிந்தது. ஆனால் இயற்கை விஞ்ஞானத்தில் நான் பூராக் கவனமும் செலுத்த வேண்டியதாக இருந்தது. தத்துவ தரிசனத்துக்கு ஆதாரமான உண்மைகளைக் காண வேண்டும் என்ற என் பள்ளிக்கூடத்திய ஆதி விருப்பம் நிறைவேற எனக்கு இப்போதுதான் சந்தர்ப்பம் கிடைத்தது. தாவர, உடற்கூறு விஞ்ஞான அறிவைப் பெருக்கிக்கொள்ள எனக்கு அவசியம் ஏற்பட்டது. அந்த நாட்களிலேயே எனக்கு இந்தத் துறையில் விருப்பம் ஏற்பட்டதுண்டு. ஆனால் அதில் ஈடுபட எனக்கு அவகாசம் இல்லாதிருந்தது. தத்துவ தரிசனத்துக்கு ஆதாரமான அடிப்படை அறிவை அடைந்து, காலூன்றி, உண்மையெனும் தரையில் நிற்க, இந்தச் சந்தர்ப்பத்தில் தான் எனக்கு வசதி கிடைத்தது.

தாவர, உடற் கூறு விஞ்ஞான அறிவினால் என் அறிவு மட்டும் தான் விசாலித்தது என்பதில்லை. இந்தக் கல்வியினால் நான் அடைந்த லாபங்கள் பலவுண்டு. இது ஒரு ஆன்மிக அனுபவமாக அமைந்தது எனக்கு என்றே சொல்லவேண்டும். இவ்வளவு நாளும் நான் ஈடுபட்டுவந்த, கலை, வாழ்க்கை சம்பந்தமான கல்வித் துறையில் சுயம்பிரகாசமான உண்மைகள் என்று ஒன்றும் கிடையாது. ஒரு அபிப்பிராயத்தையே சரியானபடி ஜோடித்து உண்மையாக்கிக் காட்டி விடமுடியும். இயற்கை விஞ்ஞானத்தில் அப்படியில்லை. சரித்திரம், தத்துவம் போன்ற அறிவுப் பகுதிகளில் சத்திய சோதனை என்பது, ஒருவனுடைய உண்மை உணர்ச்சிக்கும் எதிராளியின் கற்பனைத் திறனுக்கும் நடக்கிற போட்டிப் போராகவே இருந்து வருகிறது. இந்தப் போர் விடாப்பிடியாகத் தொடர்ந்து இடை விடாது நடந்து வந்திருக்கிறது என்றுதான் சொல்ல வேண்டும். அடிப்படை உண்மைகளை வைத்து நிரூபிக்கிற வாதம் தீர்மானமான அபிப்பிரா யத்தை வெற்றி கொள்வதில்லை. முன்னேற்றம் என்று சொல்லப்படுவது உண்மை அறிவை ஒதுக்கி வைத்துவிட்டு ஆட்சி செலுத்துவதை நாம் அடிக்கடி காண்கிறோம். இதற்குக் காரணம் அழுத்தமான, ஜோடிக்கப்பட்ட அபிப்பிராயத்தை உண்மையால் வெல்ல முடியாதது தான். உண்மை நோக்கும் பார்வையும் அபிப்பிராயத்தின் முன் தலைகுனிய வேண்டியதாக இருக்கிறது.

இந்தக் காட்சியும் சிந்தனையும் என்னை வருத்தத்தில் ஆழ்த்தின. ஜனங்கள் அபிப்பிராய மோகத்தில் ஈடுபட்டு, உண்மை என்கிற ஆதாரத்தையே இழந்துவிட்டார்கள் என்று தோன்றிற்று எனக்கு. திடீரென்று இப்போது நான் வேறு ஒரு பிரதேசத்துக்குள் பிரவேசித்து விட்ட மாதிரி இருந்தது. ஆதாரமான உண்மைகளை, நிஜங்களை, தேடிக் காண இந்தக் கல்வித் துறை வசதியளித்தது. சொல்கிற எதையும் நிரூபிக்கக் கண்ணாரக் காணக்கூடிய நிஜங்களையே ஏற்றுக்கொள்கிற விஞ்ஞானிகளுடன் பழகச் சந்தர்ப்பம் கிடைத்தது எனக்கு. இதுதான் நியாயம் என்று இயற்கை அறிவு விஞ்ஞானிகள் கருதினார்கள். என்னுடைய அறிவு முதிர்ச்சிக்கு இந்த அனுபவம் தேவையாக இருந்ததாகவே எனக்குத் தோன்றிற்று.

அளந்து பார்க்கக்கூடிய உண்மைகளை அடிப்படையாகக் கொண்ட இந்தத் துறையில் அறிவு எனக்குப் போதை ஊட்டியது எனினும், கலைத்துறை அறிவை நான் தாழ்த்திக் கூறத் தயாராக இல்லை. என்னைப் போல உள்ளவர்கள் பலர் இந்தத் தவறைச் செய்தார்கள். என் விஷயத்தில் நடந்தது இதற்கு நேர்மாறானதே. ரஸாயனம், பௌதிகம், மிருக சாஸ்திரம், தாவர இயல், உடற்கூறு

இயல் முதலிய இயற்கை விஞ்ஞான அறிவுகளைக் கற்றுக்கொண்டதன் காரணமாக, கலை அறிவுகள் மூலம் வளருகிற அபிப்பிராய வேகமும் சிந்தனை உண்மையும் அதிக முக்கியம் என்பதை அறிந்து கொண்டேன் நான். கண்ணாரக் காணக்கூடிய உண்மைகளுடன் சிந்தனை, அபிப்பிராய உண்மைகளும் சரிசமானமானவை என்பதை உணர்ந்தேன். மனத்தின் சிருஷ்டி தத்துவத்தின் அடிப்படையில் எழுந்து வியாபிக்கிற ஒரு அபிப்பிராய உண்மையில் அந்த மனத்தின் தனித்தன்மை, நான் என்கிற தன்மை, அகத்தன்மை அதிகம் உண்டு. ஆனாலும் வெறும் கண்ணால் கண்டு காதால் கேட்டுத் தெரிந்து கொள்கிற உண்மைகளை விட இந்த அபிப்பிராய உண்மைகள், சிந்தித்து முடிவுகட்டுகிற உண்மைகள் சற்று உயர்ந்தவை என்பது தான் என் அபிப்பிராயம்.

இது இப்படி, அது அப்படி என்று ஒவ்வொன்றாகப் பார்த்து கரைத்துக் குடித்துச் சேர்க்கிற உண்மை பூர்த்தியாக முடியாதது; பரிபூரணத்தை எட்ட முடியாதது. அந்த உண்மைகளிலிருந்து பூரண திருப்தி பிறக்க முடியாது. நாம் இப்பிரபஞ்சத்தில் என்ன செய்கிறோம், எதற்காக, ஏன் இருக்கிறோம் என்பது போன்ற இறுதியான பிரச்னைகளுக்கு இந்தத் துறையில் காண்கிற உண்மைகளால் பதில் தர இயலாது என்பதனால், இதைப் பூர்த்தியாகாத அறிவு என்றே சொல்ல வேண்டும். நம்மை ஆட்கொள்ளும் சிருஷ்டி அமைப்பில் நம்முடைய சரியான, நமக்கு உரிய இடத்தை நாம் எப்போது கண்டுகொள்ள முடியும்? நம்முடைய தனி வாழ்வில் அனுபவ பூர்வமாகப் பிரபஞ்ச வாழ்வு இயங்குவதைக் கண்டு தேறும் போதுதான் நம்மை ஆட்கொள்ளும் பிரபஞ்ச வாழ்வின் நியதிக்கும் விதிகளுக்கும் கட்டுப்பட்டே நாம் இயங்குகிறோம் என்று தெரிய வரும். புறத்திலுள்ள பிரபஞ்ச வாழ்வை நான் என் வாழ்வைக் கொண்டுதான் அறிய முடியும். இந்த உறவின் தரத்தையும் முக்கியத்தையும் அறிந்து அடையத்தான் 'ஹ்யுமானிடீஸ்' என்கிற கலைத்துறைகளெல்லாம் முயலுகின்றன. எவ்வளவுக்கெவ்வளவு இந்தக் குறிக்கோள் நோக்கி சிந்தனை செல்கிறதோ அவ்வளவுக் கவ்வளவு அடிப்படை உண்மை பொருந்தியதாக இருக்கும். பிரபஞ்ச வாழ்வு பற்றி கண்ணாரக் காணும் உண்மைகளைச் சேகரித்துக் கொண்டு, பின்னர் சிந்தனையால் காணும் உண்மையை நோக்கி நகர வேண்டும். அதுதான் கல்வியின் நோக்கம்.

1908-ல் மே மாதம் 13-ந் தேதி அன்று மழை பெய்தது; புகழ்பெற்ற ஹோகனிக்ஸ்பர்க் மாளிகை அன்று தான் புதுப்பித்துத் திறக்கப் பட்டது - நான் உடல் அமைப்பு, ரத்த ஓட்டம், மற்றும் இயற்கை

விஞ்ஞானத்துறைகளில் பரீட்சை கொடுத்தேன். இந்தப் படிப்பும் எனக்குச் சுலபமாக வந்துவிடவில்லை. விஷயத்தில் எனக்கு எவ்வளவுதான் ஈடுபாடிருந்தாலும், இருபது வயது மாணவன் மாதிரி முப்பது வயது தாண்டிவிட்ட என்னால் எதையும் ஞாபகம் வைத்துக் கொள்ள இயலவில்லை. அதுவும் தவிர விஞ்ஞான முறையில் அறிவை வளர்த்துக் கொள்ளவேண்டும் என்கிற ஆசையில் பரீட்சைக்கென்று படிக்காதிருந்துவிட்டேன் நான். சகமாணவர்கள் பலர் வற்புறுத்தியதன் பேரில் உருப்போடுகிற சங்கம் ஒன்றில் சேர்ந்து, கடைசி சில வாரங்களில் பரீட்சையில் எந்த மாதிரி கேள்விகள் வரும், எந்தெந்தப் பேராசிரியர்கள் - எந்தெந்த மாதிரி கேள்விகள் கேட்பார்கள், அவரவர்களுக்கு எந்த விதமான பதில்கள் திருப்தி தரும் என்பதெல்லாம் பற்றிப் படித்துக்கொண்டேன்.

நான் எதிர்பார்த்ததைவிடச் சுலபமாகவே இருந்தது பரீட்சை. ஆனால் அந்த நாட்களில் நான் மிகவும் அலுத்துக் களைப்படைந்து போயிருந்தேன் என்பதும் எனக்கு ஞாபகம் இருக்கிறது. என் வாழ்நாட்களிலேயே அதற்குப் பின்னோ, முன்னோ நான் அப்படிப் பட்ட அலுப்பை அறிந்ததில்லை. தொடர்ந்து வந்த மருத்துவப் படிப்பு முந்திய படிப்புப் போல அலுப்புத் தருவதாக இல்லை. ஏனென்றால் அதற்குரிய பாடங்கள் எல்லாம் சற்றேறக்குறைய ஒரே மாதிரியானவை. மருந்துகளையும் அவற்றின் உபயோகங்களையும் பற்றி நடந்த பாடங்களை நான் உற்சாகத்துடன் கவனித்தேன். இவற்றில் நடைமுறைப் பயிற்சியை ஆர்னால்டு கானும், பாடப் பயிற்சிகளை புகழ்பெற்ற ‘டிஜிடாலிஸ்’ ஆராய்ச்சியாளர் ஷ்மீடி பெர்கும் எனக்கு போதித்தார்கள்.

ஷ்மீடிபெர்கையும் அவருடைய நண்பர் ஷ்வால்பேயையும் பற்றிச் சர்வகலாசாலையில் ஒரு அழகான கதை வழக்கிலிருந்தது. அல்ஸேஷிய நகரம் ஒன்றில் முதிர்ந்தோர் கல்விச் சங்கத்தின் ஆதரவில் ஷ்வால்பே மனிதகுல உற்பத்தி குறித்து ஒரு பிரசங்கம் செய்ய ஏற்றுக்கொண் டிருந்தார். பிரசங்கத்தில் டார்வின் சித்தாந்தத்தைச் சொல்ல வேண்டி வரும். அது பற்றித் தன் கவலையைத் தன் நண்பரிடம் கூறினார் அவர். சபையோர் கோபித்துக் கொள்வார்களோ என்று பயம் அவருக்கு. அதற்கு ஷ்மீடிபெர்க் சொன்ன பதில் இது : ‘அவர்களை விடாதே! முழுவதும் சொல்லு, ஆனால் குரங்கு என்கிற வார்த்தையைச் சொல்லாமல், டார்வின் சித்தாந்தம் பற்றிப் பூராத் தகவல்களையும் சொல்லிவிடு. குரங்கு என்ற வார்த்தையை நீ சொல்லாவிட்டால், உன்னிடமும் டார்வினிடமும், டார்வின் சித்தாந்தத்திடமும் ஜனங்களுக்குத் திருப்தி பிறந்துவிடும்.’ ஷ்வால்பே அப்படியே செய்து வெற்றி பெற்றார்.

அந்தக்காலத்தில் பொது ஜனமும் கல்வியறிவு பெறத் துடித்துக் கொண்டிருந்தது. பொது ஜனங்களுக்காக சர்வகலாசாலைப் பிரசங்கங்கள் நடக்க வேண்டும் என்று விரும்பினார்கள். ஒரு நாள் விண்டெல்பாண்டு என்கிற தத்துவப் பேராசிரியர் ஒரு தொழிலாளிக் கூட்டம் தன்னை ஹெகல் என்கிற தத்துவதரிசியின் கொள்கைகள் பற்றிப் பிரசங்கிக்கக் கூப்பிட்டிருக்கிறார்கள் என்று குதூகலத்துடன், சந்தோஷத்துடன் தெரிவித்தார். தொழிலாளர்களுக்கெல்லாம்கூட அறிவில் இப்படிப்பட்ட ஆசை வந்து விட்டதே என்று அவருக்கே ஒரே எக்களிப்பு. உண்மையில் உயர்ந்தவைகளைப் பற்றிச் சாதாரண மக்களுக்குச் சுபாவத்திலேயே ஒரு ஈடுபாடு இருக்கிறது என்றும், ஹெகலைப் பற்றி அறிவதால் சாதாரண மனிதனின் ஆற்றலும் விரிவடையும் என்றும் அவர் சரமாரியாகச் சொல்லிக்கொண்டிருந்தார். ஆனால் தொழிலாளர்கள் வந்துகேட்டது பொதுஜனரஞ்சகமான எர்னெஸ்ட் ஹெகல் என்கிற ஒரு பரிணாம பொதுஜன தத்துவ தரிசியைப் பற்றித்தான், லட்சியவாதியான, தத்துவப் பேராசிரியர் களின் தத்துவதரிசியான ஹெகலைப் பற்றியல்ல என்று பின்னர் தெரிய வந்தது. 1899-ல் பிரசுரமான - *'பிரபஞ்சத்தின் புதிர்'* என்ற நூலின் ஆசிரியரான எர்னெஸ்ட் ஹெகல், சமதர்மவாதத்துக்கு ஒப்பான ஒரு சர்வஜனரஞ்சகமான தத்துவத்தை வெளியிட்டார். அவரைப் பற்றிப் பேசவேண்டும் என்றுதான் தொழிலாளர்கள் கேட்டுக் கொண்டது.

எனக்கு ஷ்மீடிபெர்கிடம் ஈடுபாடும் பிரியமும் அதிகம். பல வருஷங்களுக்குப் பிறகு என்னால் அவருக்கு ஒரு சேவை செய்ய முடிந்தது. 1919-ல் வஸந்தத்தில் நான் ஸ்டிராஸ்போர்க்-ந்யூடார்ப் ரெயில்வே நிலையத்தைக் கடந்து செல்லவேண்டியதாக இருந்தது. அப்போது பிரென்சு அதிகாரிகள் சில ஜெர்மானியரை நாடு கடத்து வதற்காகக் கொணர்ந்திருந்தார்கள். அவர்களிடையே நான் ஷ்மீடி பெர்கையும் கண்டேன். நான் அவரை அணுகி எந்த விதத்திலாவது அவருக்கு உதவ முடியுமா என்று கேட்டேன். சாமான்கள் ஏதாவது விட்டுவிட்டுப் போகிறாரா? எடுத்து எங்கு அனுப்பவேண்டும் என்று கேட்டேன். ஒரு பழைய பத்திரிகையில் சுற்றியிருந்த ஒரு சிறு மூட்டையை என்னிடம் காட்டினார் கிழவர். 'டிஜிடாலின்' பற்றி அவருடைய கடைசி ஆராய்ச்சி நூல் அது. அதிகாரிகள் சோதனை போட்டு ஏதாவது அதற்கு கேடு விளைவிக்கக்கூடும்; அந்த நூலைத் தன்னுடன் எடுத்துச் செல்லுவதற்கு அனுமதி அளிப்பார்களோ, மாட்டார்களோ என்று பயம் அவருக்கு. நான் அதை அவரிடமிருந்து வாங்கிக் கொண்டு பின்னர் அனுப்ப ஏற்பாடு செய்தேன். சில

நண்பர்களுடன் அவருக்கு தங்குவதற்குப் பாடென் பாடெனில் இடம் கிடைத்தது. அவருடைய நூலை அங்கு அனுப்பிவைத்தேன். அந்த நூல் அச்சில் வந்த சில நாட்களுக்குப் பிறகு அவர் இறந்தார்.

என் மருத்துவப் படிப்பின் ஆரம்ப நாட்களில் நான் பணமில்லாமல் மிகவும் கஷ்டப்பட்டேன். பின்னர் பாக் பற்றி நான் எழுதிய நூலின் ஜெர்மன் பதிப்பு மூலமும், கச்சேரிகளுக்குப் போயும் சம்பாதித்த பணம் எனக்குச் சரியான காலத்தில் உதவிற்று.

அக்டோபர் 1911-ல் நான் ராஜ்ய மருத்துவப் பரீட்சை கொடுத்தேன். இதற்கான பரீட்சைப் பணத்தை நான் முந்திய மாதம் மூனிக்கில் நடந்த பிரென்சு இசை விழாவில், விடாரின் புனித இசைக்கு சுர வாத்தியம் வாசித்துச் சம்பாதித்துக் கொண்டேன். டிசம்பர் 17 அன்று மாடெலுங் என்கிற ரண வைத்தியரின் பரீட்சை கழிந்து, ஆஸ்பத்திரியை விட்டு நான் வெளியேறும் போது, ‘அப்பாடா, முடிந்தன என் மருத்துவப் பரீட்சைகள்’ என்று எண்ணினேன். மருத்துவக் கல்லூரிப் படிப்பு மிகவும் தொந்தரவானதாகத்தான் இருந்தது எனக்கு. கனவு காணவில்லை, விழித்துக்கொண்டுதான் இருக்கிறேன் என்று எனக்கே திரும்பத் திரும்ப அந்த மாலை இருட்டில் சொல்லிக் கொண்டேன். மாடெலுங் திரும்பத் திரும்பச் சொன்னார் : ‘உனக்கு நல்ல தேக திடம் இருந்ததனால் தான் இதை மீறி வெளிப்பட முடிந்தது.’ அவர் குரல் வேறு ஒரு உலகத்திலிருந்து ஒலிப்பது போல ஒலித்தது. ஆனால் அவர் என் பக்கத்தில் தான் நடந்து வந்தார்.

6
ஆப்பிரிக்காவுக்குப்போகத் தயார் செய்துகொள்ளல்

என்னுடைய மருத்துவப் பட்டத்துக்கு ஆராய்ச்சி நூல் தயாரிப்பதில் ஈடுபட்டிருக்கும்போதே நான் ஆப்பிரிக்காவுக்குப் போவதற்கும் தயார் செய்து கொள்ளத் தொடங்கிவிட்டேன். 1912-ல் வஸந்தத்தில் சர்வகலாசாலையில் என் உபாத்தியாயர் வேலையையும், புனித. நிகோலஸில் என் உத்தியோகத்தையும் விட்டுவிட்டேன். 1911-1912 குளிர்காலத்தில் நான் செய்த பிரசங்கத் தொடரில் மத சம்பந்தமான ஒரு உலகநோக்கையும் சரித்திர ஆராய்ச்சியையும் இயற்கை விஞ்ஞானத் தின் முடிவுகளையும் ஒருமைப்படுத்திக் காட்ட

முயன்றேன். புனித. நிகோலஸில் நான் செய்த கடைசி பிரசங்கத்துக்கு ஆதாரமாக நான் எடுத்துக் கையாண்ட சுலோகம், பிலிப்பியன்களுக்கு புனித. பால் எழுதிய லிகிதத்தில் கண்டுள்ள ஆசிகள் தான் : 'உணர்தற்கரிய கடவுளின் அமைதி உங்கள் இதயங்களையும் மனங்களையும் ஏசுகிறிஸ்துவை நினைக்க உதவட்டும்.' வழக்கமாக எந்த மதப்பிரசங்கத் தொடரையும் முடிப்பது இந்த சுலோகத்துக்கு ஒரு வியாக்கியானத்துடன் தான். இந்தத் தடவையும் அப்படியே செய்தேன்.

இனி மதப் பிரசங்கம் செய்ய முடியாது! இனி கல்வி புகட்டும் பிரசங்கம் எதுவும் செய்ய முடியாது! இது ஒரு பெரிய தியாகம் என்றுதான் எனக்குத் தோன்றியது. ஆப்பிரிக்காவுக்கு கிளம்பும் வரையில் புனித. நிகோலஸ் ஆலயம் பக்கமோ சர்வகலாசாலைப் பக்கமோ போவதைத் தவிர்த்தேன் நான். இனி செய்ய முடியாத அலுவலை இன்று வரை செய்துவந்த அந்த இடங்களைப் பார்ப்பதற்கே எனக்கு மனக்கஷ்டமாக இருந்தது. இன்றும் கூட சர்வகலாசாலை இரண்டாவது அறையின் ஜன்னல்களைப் பார்ப்பது எனக்கு மிகவும் கஷ்டமாகவே இருக்கிறது; ஏனென்றால், அந்த அறையில் தான் என் பிரசங்கங்கள் அந்தக் காலத்தில் அடிக்கடி நிகழ்ந்தன.

புனித. தாமஸ் அணையோரமாக இருந்த என் வாசஸ்தலத்தையும் விட்டுக் கடைசியில் கிளம்பினேன். ஆப்பிரிக்காவுக்குக் கிளம்பு முன் கடைசி மாதங்களை குன்ஸ்பாக்கில் என் தகப்பனாருடன் கழிக்க விரும்பினேன். எங்கும் பிரயாணம் போகாத நாட்களில் என் மனைவியுடன், நான் அவர் இல்லத்திலே தான் இருந்தேன். ஸ்டிராஸ்போர்க் நகரைச் சேர்ந்த பிரபல சரித்திராசிரியரின் பெண்ணான ஹெலன் ப்ரெஸ்லாவை நான் **1912** ஜூன் **18** அன்று மணந்தேன். என் கலியாணத்துக்கு முன்னரே அவள் என் கையெழுத்துப் பிரதிகளைத் தயாரிப்பதற்கும், அச்சுத்திருத்து வதற்கும் எனக்கு மிகவும் உதவியாக இருந்தாள். ஆப்பிரிக்காவிற்கு கிளம்புமுன் செய்து முடிக்க வேண்டிய பல எழுத்து வேலைகளில் அவள் இப்போது மறுபடியும் எனக்கு உதவியாக இருந்தாள்.

1912-ல் வஸந்தத்தை நான் பாரிஸ் நகரில், உஷ்ணப் பிரதேச மருத்துவம் பற்றிப் படிப்பதில் செலவிட்டேன். ஆப்பிரிக்காவுக்குத் தேவையான சாமான்களைச் சேகரிப்பதிலும் கழிந்தது அந்த வஸந்தம். என் மருத்துவப் படிப்பின் ஆரம்ப நாட்களில் விஞ்ஞான ரீதியில் விஷயங்களைப் பற்றி அறிந்து கொண்டேன். இப்போது நடைமுறையில் அதுபற்றியெல்லாம் விரிவாகப் படித்துக் கொள்ள வேண்டியதாக இருந்தது; கற்றுக் கொண்டேன். இதுவும் எனக்கு ஒரு

புது அனுபவமாக இருந்தது. இவ்வளவு நாளும் நான் செய்து வந்தது மூளை வேலை. இப்பொழுது தினசரி நடைபெற வேண்டிய காரியங்களைக் கவனித்து ஒன்றும் விட்டுப்போகாமல் செய்து கொள்ள வேண்டியதாக இருந்தது. விலைப்பட்டியல்களைப் பார்த்து அவசியமான சாமான்களைத் தருவிக்க வேண்டியதாக இருந்தது. தினமும் கடைகளுக்குப் போய் வேண்டிய சாமான்களைத் தேடிப் பொறுக்கி வாங்கவேண்டியதாக இருந்தது. கணக்குப் பட்டியல்களைப் பார்த்துச் சரியா தப்பா என்று கவனிக்க வேண்டியி ருந்தது. வந்த சாமான்கள் பட்டியல்படி சரியாக இருக்கின்றனவா என்று கவனிக்க வேண்டியிருந்தது. பெட்டிகளில் சாமான்களைப் போட்டுச் சரியானபடி தயார் செய்யவேண்டியிருந்தது. சுங்கவரி அதிகாரிகளுக்காகப் பெட்டிகளில் உள்ள சாமான்கள் பட்டியல் சரிவரத் தயார் செய்யவேண்டி வந்தது. இந்த மாதிரி எத்தனையோ வேலைகள் இருந்தன. மிகவும் சிரமப்பட்டு, கால விரயத்தைப் பொருட்படுத்தாமல், அவசியமான கருவிகள், ஆயுதங்கள், மருந்துகள், சீலைத் திரிகள், கட்டுத் துணிகள் போன்ற ஆஸ்பத்திரிக்குத் தேவையானவை யெல்லாம் சேகரித்தேன். இது தவிர, திக்குத் தெரியாத காட்டிலே குடித்தனம் நடத்தத் தேவையானவற்றை இருவரும் சேர்ந்து ஒன்றுசேர்க்க வேண்டியதாக இருந்தது. முதலில் இந்த மாதிரியான வேலைகளெல்லாம் பெரிய சுமையாக எனக்குத் தோன்றிற்று. ஆனால் நாளடைவில் இம்மாதிரியான காரியங்களையும் நடைமுறை அலுவல்களையும் ஒருவிதமான ஈடுபாட்டுடன் செய்வதில் திருப்தி இருக்கிறது என்று கண்டுகொண்டேன். அப்படிச் செய்து வெற்றி பெறுவதில் இன்பம் இருக்கிறது என்று புரிந்து, கொண்டேன். இன்று இந்த ஈடுபாட்டில் நான் வெகு தூரம் முன்னேறிவிட்டேன்; வாங்க வேண்டிய சாமான்களின் பட்டியல் ஒன்றைத் தயாரிக்கும்போது எனக்கு இப்போது ஒரு கலைஞனுக்கு ஏற்படும் திருப்தி உண்டாகிறது. சில சமயம் விலைப் பட்டியல்கள், ரஸாயன மருந்துக்கடைப் பட்டியல்களும் கூட, அவ்வளவாக ஒழுங்கான முறையில் அமையவில்லையே என்பது பற்றி எனக்கு ஆத்திரம் வரும். வியாபாரிகள் தங்கள் பட்டியல்கள் தயாரிப்பை தங்கள் வாயில்காப்போர் களின் மனைவிமாரிடம் ஒப்புவித் திருந்தனர் போலத் தோன்றும்.

இதெல்லாம் சரி, என் பிரயாணத்துக்குத் தேவையான பணத் துக்குப் போவதெங்கே? என் நண்பர்களை யெல்லாம் தேடித் தருமங் கேட்டேன். நான் செய்ய இருந்த வேலை என் உத்தேசத்தில் மட்டுமே உருப்பெற்றிருந்தது. ஏதாவது கொஞ்சமாவது நடந்திருந்து, செயலளவில் பரிமளித்திருந்தால், பணம் கேட்டு வாங்குவது

சுலபமாக இருந்திருக்கும். நண்பர்களுடைய ஆதரவைப் பெறுவதில் நான் அனுபவித்த கஷ்டங்கள் சொல்லி மாளாது. ஆனால் பல நண்பர்கள் அது என் திட்டம் என்பதனால் எனக்கு உதவி செய்ய முன்வந்தார்கள். பிச்சை கேட்க வந்தேன் என்பதையறிந்ததும் பல நண்பர்களின் குரல் மாறியதையும் நான் கவனித்தேன். ஆனாலும் எத்தனையோ அவமதிப்புகளையும் சமாளித்துச் சகித்துக் கொள்ளக் கூடிய அளவில் எனக்கு உதவி கிடைத்தது என்றுதான் சொல்ல வேண்டும். இந்தப் பிச்சையெடுப்பில் எனக்கு இரக்கத்துடனும் அனுதாபத்துடனும் உதவியவர்கள் பலர்.

பிரென்சு ஆப்பிரிக்காவில் செய்யப்போகும் ஒரு சேவைக்கு ஸ்டிராஸ்போர்க் சர்வகலாசாலைப் பேராசிரியர்கள் இத்தனை ஆர்வத்துடன் உதவினார்களே என்பது என் உள்ளத்தைப் பெரிதும் உருக்கியது. எனக்குக் கிடைத்த தொகையில் ஒரு பெரும் பகுதி புனித. நிகோலஸ் ஆலயத்தில் என் மதப் பிரசங்கங்களைக் கேட்டவர் களிடமிருந்து வந்தது. ஆல்ஸேஸிலிருந்தும் பலர் எனக்கு உதவினர் - முக்கியமாக என்னுடன் படித்துத் தேறிய மத போதகர்களும் என் மாணவர்களாக இருந்தவர்களில் பலரும் எனக்கு உதவினார்கள். இந்த சேவைக்கான பண உதவி பாரிஸ் பாக் சங்கத்தின் ஒரு இசைக் கச்சேரி மூலமும் வந்தது; அந்தக் கச்சேரியில் நானும் மாரியா பிலிப்பியும் சேர்ந்து வாசித்தோம். லிஹாவரில் ஒரு கச்சேரி, ஒரு பிரசங்கம், இரண்டும் லாபகரமாக இருந்தது; அந்நகரில் ஒரு கச்சேரியில் நான் ஒருதரம் உதவியது கொண்டு என்னை அறிந்த பலரும் எனக்கு இச்சமயம் உதவினார்கள். இப்படியாக, இந்தச் சந்தர்ப்பத்தில் பணக் கஷ்டம் ஒரு வழியாகச் சமாளிக்கப்பட்டது. பிரயாணத்துக்குத் தேவையான எல்லாவற்றையும் வாங்க என் கையில் பணம் இருந்தது. ஒரு வருஷம் ஆப்பிரிக்காவில் ஆஸ்பத்திரி நடத்தவும் பணம் சேர்ந்தது. தவிரவும், சில பணக்கார நண்பர்கள் மீண்டும் உதவி தேவையானால் நான் அவர்களை அணுகலாம் என்றும் தெரிவித்தார்கள். கையிலுள்ளது தீர்ந்துவிட்டால், மேலும் உதவி கிடைக்கும் என்கிற நம்பிக்கை எனக்கு வலுப்பட்டது.

ஸ்டிராஸ்போர்க் சர்வகலாசாலையில் ரணசிகிச்சைப் பேராசிரியராக இருந்து இளவயதில் இறந்து விட்ட ஒரு டாக்டரின் விதவையான ஆன்னி பிஷர் என்கிற மாது பணம், நிருவாகம் போன்ற விஷயங்களில் எனக்குப் பெரிதும் உதவினாள். நான் ஆப்பிரிக்கா போன பிறகு, ஐரோப்பாவில் எனக்காக வேண்டிய காரியங்களையும் அந்த அம்மணியே கவனித்துக் கொண்டாள். பின்னர், அவள் மகனும் அதி உஷ்ணப் பிரதேசத்தில் ஒரு டாக்டரானான்.

ஒரு சிறு ஆஸ்பத்திரி நிர்மாணிக்கப் போதிய பணம் சேர்த்து விடலாம் என்கிற நிச்சயம் எனக்கு ஏற்பட்டவுடன், நான் பாரிஸ் மதப் பிரசார சங்கத்துக்கு விஷயங்களைத் தெரிவித்து, என் சேவையை அர்ப்பணித்து ஒரு கடிதம் எழுதினேன். லாம்பரீன் என்னும் இடத்தி லிருந்து கொண்டு, என் செலவிலேயே அச்சங்கத்து டாக்டராக ஒகோவே நதிப்பிரதேசத்தில் சேவை செய்ய விரும்புவதாக எழுதினேன்.

சங்க அலுவல்களின் மேற்பார்வையாளராக இருந்த போக்னர் என்பவருக்குப் பின் வந்த ஜீன் பியான்கி என்பவர் தன் நற்செய்கைகளால் புகழ் பெற்றவர். இதனால் அவருக்குப் பல நண்பர்கள் ஏற்பட்டனர். சொற்களில் மிகவும் செட்டானவர்; ஆனால் அவர் செயல்கள் நிரம்பியவர்; சங்கத்தைத் திறம்பட நடத்தி வந்தார். செலவில்லாமல் சங்கத்துக்கு ஒரு டாக்டர் கிடைத்த இந்தச் சந்தர்ப்பத்தை இழந்து விடக்கூடாது என்று தன் சகாக்களிடம் அவர் வற்புறுத்தினார். இப்படிப்பட்ட ஒரு டாக்டர் தேவை என்று தான் அவர்கள் காத்திருந்தனர். ஆனால் சங்கத்தில் வைதீக மனப்பான்மை கொண்ட சிலர் ஆட்சேபித்தனர். சங்க நிர்வாகச் சபை முன் என்னைக் கூப்பிட்டு என் மத நம்பிக்கைகள் பற்றி விசாரிப்பது என்று தீர்மானித்துத் தெரிவித்தனர். நான் இதற்குச் சம்மதிக்க விரும்ப வில்லை. என் மறுப்பை நான் ஏசுவின் வார்த்தைகளிலேயே அவர்களுக்கு எடுத்துச் சொன்னேன்; தன்னைப் பின்பற்ற ஒரு சித்தத்தை தவிரத் தன் சிஷ்யர்களிடமிருந்து ஏசுவே வேறு எந்த விதமான வாக்குறுதியையும் வேண்டவில்லையே என்று அறிவுறுத் தினேன். ‘நம்மை எதிர்க்காதவன் நம்மோடு இருப்பவன் தான்’ என்று ஏசுவின் வார்த்தைகளையே கூறிச் சங்கத்திற்கு ஒரு லிகிதமும் அனுப்பினேன். இந்த வார்த்தைகளை ஏற்றுக்கொண்டால், வைத்திய உதவி நாடி அவஸ்தைப்படுகிற சுதேசிகளுக்கு உதவ ஒரு முகம்மதியனே முன்வந்தாலும்கூட அதைச் சங்கம் ஏற்றுக் கொள்ளாதிருப்பது தவறு என்று எடுத்துக் கூறினேன் நான். இதற்குச் சில நாட்களுக்கு முன் சங்கத்துக்காகச் சேவை செய்யத் தயாராக இருந்த ஒருவரின் சேவையை ஏற்றுக்கொள்ளச் சங்கம் மறுத்திருந்தது என்று எனக்குத் தெரியும். அவர் விஞ்ஞான ரீதியில் தனக்கு பூரண நம்பிக்கை ஏற்படாததால், நாலாவது சுவிசேஷத்தை எழுதியது தூதர் ஜான் தானா என்று சங்கம் கேட்ட கேள்விக்குத் தயங்காமல் ஆமாம் என்று கூறாதது தான் அவர் சேவை நிராகரிக்கப்பட்டதற்குக் காரணம்.

இந்த மாதிரி ஒரு முடிவைத் தப்புவதற்காகவே நான் சங்க நிர்வாகச் சபையின் முன் போக விரும்பவில்லை. போனால் ஏதாவது இந்த மாதிரி கேள்விகள் கேட்பார்கள்! நம்பிக்கைக்

கோளாறு என்பார்கள்! மதசம்பந்தமாக அவர்கள் கேள்விகள் போடுவதையும் நான் பதில் சொல்வதையும் தவிர்க்க விரும்பினேன். இதற்குப் பதிலாக சங்க நிர்வாகச் சபை அங்கத்தினர் ஒவ்வொரு வரையும் தனித் தனியாகச் சந்தித்துச் சம்பாஷித்து என் கிறிஸ்தவ நம்பிக்கையை நிரூபிக்க நான் தயாராகவே இருந்தேன். சங்கத்தின் புகழுக்கும் கிறிஸ்தவர்களான ஆப்பிரிக்க சுதேசிகளுடைய ஆன்மாக் களுக்கும் என் நம்பிக்கைகளால் இழிவு வந்துவிடுமோ என்று தீர்மானித்துக் கொள்ள அவர்களுக்குத் தனித்தனியாகச் சந்தர்ப்ப மளிக்க நான் தயாராகவே இருந்தேன். என் மாலை நேரங்களில் பல இப்படிக் கழிந்தன. அங்கத்தினர்கள் சிலர் என்னை வேண்டா வெறுப்புடனேயே சந்தித்தனர். மதத்தில் என் கொள்கைகள் அவர்களைத் தயக்கமுறச் செய்ததற்கு இரண்டு காரணங்கள் இருந்ததாகச் சிலர் சொன்னார்கள். அங்கு சங்கத்தின் சார்பில் வருகிற மத போதகர்களை நான் என் கல்வியறிவு மூலம் குழப்ப மடையச் செய்யக் கூடுமென்றும், நானே மதபோதகனாகிவிடலாம் என்றும் அவர்கள் பயந்தார்கள். இரண்டும் செய்வதில்லை என்று நான் வாக்களித்தேன். டாக்டராக இருப்பேனேயல்லாது மத போதகனாக வாய்திறக்க மாட்டேன் என்றேன். ‘மீன் மாதிரி மத விஷயங்களில் மௌனம் சாதிப்பேன்’ என்றேன். அவர்கள் பயம் ஒரு வழியாகத் தீர்ந்தது. நிர்வாகச் சபை அங்கத்தினர்கள் பலர் இந்தச் சந்திப்பின் மூலம் என் நண்பர்களானார்கள். இறுதியில் நான் சொன்னதை ஏற்றுக் கொண்டார்கள்.

ஆப்பிரிக்கா போயிருந்த மதபோதகர்களுக்குக் குந்தகமில்லாமல், அவர்கள் கொள்கைகளில் குறிக்கிடாமல், அவர்கள் ஏசுவுக்குத் தேடிய ஆன்மாக்களுக்கு ஹானி எதுவும் விளைவித்து விடாமல் நான் டாக்டராக மட்டும் ஆப்பிரிக்காவில் செயலாற்றுவேன் என்று உறுதி கூறினேன். அதன் பேரில் என் சேவையை ஏற்றுக் கொள்ள அச்சங்கம் தீர்மானித்தது. இத்தீர்மானத்தின் காரணமாகச் சங்க நிர்வாகச் சபை அங்கத்தினர்களில் ஒருவர் ராஜீநாமாக் கூடச் செய்துவிட்டார்.

செய்வதற்கு இன்னும் ஒரு விஷயம் பாக்கியிருந்தது. அது காபூன் பிரதேசத்தில் டாக்டராகத் தொழில் நடத்த பிரென்சு அரசாங்க அனுமதி பெறுவதே. எனக்கிருந்ததோ ஜெர்மன் டாக்டர் பட்டம். செயலுள்ள சில நண்பர்களுதவியால் நான் இந்தக் கண்டத்தையும் தாண்டினேன். ஒரு வழியாக, பாதை நேராயிற்று.

பிப்ரவரி **1913**-ல் என் எழுபது பெட்டிகளும் ஆணியடிக்கப் பட்டுத் தயாராயின. முன்னதாகவே அவை ‘குட்ஸ்’ ரயில் மூலம்

போர்டோ துறைமுகத்துக்கு அனுப்பப்பட்டன. கைச்சாமான்களை எல்லாம் தயார் செய்துகொண்டு கிளம்புகிற சமயத்தில், தங்க நாணயங்களாக நான் இரண்டாயிரம் மார்க்குகள் எடுத்து வருவது தவறு என்று ஆஷேபித்தாள் என் மனைவி. ஆனால் யுத்தம் வந்தாலும் வரும், காகிதப் பணமாக இருப்பது உபயோகமாகாது, தங்க நாணயமாக இருப்பது நல்லது என்று நான் வாதித்தேன். தங்க நாணய மதிப்பு கவிழ்ந்து விடாது; காகித நாணயத்தின் மதிப்புக் கவிழ்ந்து விடும். எந்த தேசத்தில் வேண்டுமானாலும் தங்கத்தை மாற்றிக் கொள்ளலாம். சண்டை வந்தால், பாங்கின் மூலம் பணம் மாற்றுவதற்குக் கூட தடை விதிக்கப்படலாம். கையில் தங்கம் இருப்பது நல்லது என்பது என் கட்சி.

சண்டை வரலாம் என்று நான் சொன்னதற்குக் காரணம் இல்லாம லில்லை. பாரிஸிலிருந்த என் நண்பர்கள் சிலருடைய வீடுகளுக்கு ருஷ்ய ஸ்தானிகராலய அதிகாரிகள் வந்து போவார்கள். போலந்தில் ருஷ்யா கட்டிக்கொண்டிருந்த ரயில்பாதை பூர்த்தியானதும் யுத்தம் நிச்சயம் வரும் என்று அவர்கள் சொன்னார்கள். பிரென்சுக்காரர் களும் ஜெர்மானியர்களும் நிச்சயமாக யுத்தத்தை விரும்பமாட்டார்கள் என்றுதான் நான் எண்ணினேன். இவ்விரு தேச அதிகாரிகளும் சட்டசபை தலைவர்களும், தங்கள் தங்கள் அபிப்பிராயங்களை பரிமாறிக் கொண்டு மனப்பூர்வமான நட்புடன் வசிக்கவே விரும்பி னார்கள் என்பதில் எனக்குச் சந்தேகம் சிறிதும் இல்லை. பரஸ்பர நன்மைக்காகத் தங்கள் சிந்தனைகளை வெளியிட்டுக்கொண்டு, நண்பர்களாக வாழ்வார்கள் இருதேசத்தவரும் என்றே நான் நினைத்தேன். ஜெர்மனியும் பிரான்சும் ஒன்றையொன்று நன்றாக அறிந்துகொள்ளவேண்டும் என்பதற்காக உழைத்தவர்களில் ஒருவனாகிய எனக்கு, அப்போது சமாதானத்துக்காக எவ்வளவு காரியங்கள் செய்யப்பட்டு வந்தன என்பது நன்கு தெரியும். சமாதான முயற்சிகள் வெற்றி தரும் என்று தான் நான் நினைத்தேன். ஆனால் சந்தர்ப்ப விசேஷங்களினால் ஐரோப்பாவின் தலைவிதி பாதி ஆசியர்களான ருஷ்யர்கள் கையில் இருந்தது என்பதை நான் மறக்கவில்லை.

ஜெர்மனியிலும் சரி, பிரான்சிலும் சரி, தங்கம் ஒதுக்கிப் பதுக்கிவைக்கப் பட்டது என்பதும், மேலும் மேலும் காகிதப் பணமே புழக்கத்தில் அதிகரித்து வந்தது என்பதும் நல்ல சகுனமல்ல என்று எனக்குத் தெரியும். 1911 முதல் இரு தேசங்களிலும் அரசாங்க அதிகாரிகளுக்கு சம்பளம் காகிதமாகவே தரப்பட்டு வந்தது - தங்க நாணயங்களைக் காண்பதே அரிதாகிக் கொண்டிருந்தது. அதுவரை ஜெர்மன் அதிகாரிகள் தங்கள் இஷ்டப்படி தங்கமாகவோ காகிதமாகவோ சம்பளம் வாங்கி வந்தனர்.

7

ஆப்பிரிக்காவில் முதல் அலுவல்கள்

1913-ல் ‘குட் ப்ரைடே’ அன்று மாலை குன்ஸ்பாக் விட்டு நானும் என் மனைவியும் கிளம்பினோம். மார்ச் 26 அன்று போர்டோவில் கப்பலேறினோம். லாம்பரீனில் மதபோதகர்கள் எங்களைப் பிரியத்துடன் வரவேற்றார்கள். துரதிருஷ்டவசமாக கூலியாட்கள் தேவையானபடி கிடைக்காததால் என் மருத்துவத் தொழிலைத் தொடங்குவதற்கான தகரக் கொட்டகைகளை அவர்களால் நிர்மாணிக்க இயலவில்லை. மதபோதகர்களிடம் வேலை செய்து கிடைப்பதை விட ஒகோவே ஜில்லாவில் அப்பொழுது விரிவாகத் தொடங்கியிருந்த ஒகுமே மர வியாபாரத்தில் சாதாரண சாமர்த்திய முள்ள எந்தச் சுதேசியும் அதிகமாகச் சம்பாதிக்க முடிந்தது. அதனால், மதச் சங்கத்தவர்களுக்குக் கூலிக்கு ஆள் கிடைப்பது அருமையாக இருந்தது. ஆகவே, நாங்கள் தங்கிய வீட்டுக்குப் பக்கத்திலிருந்த ஒரு கோழிக்குடிலை என் வைத்திய அலுவலகமாக நான் முதலில் வைத்துக் கொள்ள வேண்டியதாக இருந்தது. ஆனால் இலையுதிர் காலம் முற்றும் தருவாயில் நதிக்கரையோரமாக இருந்த ஒரு கட்டிடத்துக்கு மாற்றிக்கொள்ள முடிந்தது. அந்தக் கொட்டகை 26 அடி நீளமும், 13 அடி அகலமும் இருந்தது. கூரை பனந்தழைகளினால் வேயப்பட்டிருந்தது. டாக்டருக்கென்று ஒரு பிரத்தியேக அறையும் இருந்தது அதில் ; சிறியதாக ஒரு ரணசிகிச்சை அறையும் இருந்தது; அதையும் விடச் சிறியதாக மருந்து கலக்க ஒரு ‘டிஸ்பென்ஸரி’யும் இருந்தது. இந்தக் கட்டடத்தைச் சுற்றி நாளடைவில் பல பெரிய மூங்கில் குடிசைகள் தோன்றின; இந்தக் குடிசைகளில் சுதேசி வியாதியஸ்தர்கள் தங்கினார்கள். வெள்ளைக்கார நோயாளிகள் மதபோதகர்கள் விடுதியிலும் டாக்டர் விடுதியிலுமாகத் தங்கினார்கள்.

ஆரம்ப நாட்கள் முதலே, என் மருந்துகளையும் கருவிகளையும் பிரித்து நான் அடுக்கிவைக்கு முன்னரே, வியாதியஸ்தர்கள் வந்து என்னை முற்றுகையிடத் தொடங்கிவிட்டார்கள். ஆஸ்பத்திரிக்கு உரிய களமாக லாம்பரீனைத் தேர்ந்தெடுத்தது எவ்வளவு நல்ல காரியம் என்று இப்பொழுது தெரியவந்தது எனக்கு. தேசப்படத்தைப் பார்த்தும் மோரெல் என்கிற மதப்பிரசாரகர் சொல்லிய விவரங்களைக் கொண்டும் நான் அந்த இடத்தைத் தேர்ந்தெடுத்தேன். சுற்று வட்டத்தில் நூறு இருநூறு மைல்களுக்கப்பாலிருந்தும் ஒகோவே

நதி அல்லது அதன் கிளைகளில் ஒன்றின் மூலம் சுதேசிகள் படகுகளில் தங்கள் நோயாளிகளை லாம்பரீனுக்குக் கொண்டு வரமுடியும். முக்கியமாக அவர்களைப் பாதித்த நோய்கள், மலேரியா, குஷ்டம், தூக்கவியாதி, வயிற்றுக்கடுப்பு, சிரங்குகள், உடலுக்குள் ஏற்படும் புண்கள் இவைதான். ந்யுமோனியாவும் இதயநோயும் பரவியிருந்தது என்பது எனக்கே ஆச்சரியமாக இருந்தது. இவை தவிர, மூத்திர சம்பந்தமான நோய்களால் பாதிக்கப்பட்டவர் பலரும் வைத்தியத்திற்கு வந்தனர். விரைவாதம், யானைக்கால் முதலிய வியாதிகளுக்கு ரண வைத்தியம் செய்யவேண்டியதாக இருந்தது. வெள்ளையர்களுக்கு வருவதை விட அதிகமாகச் சுதேசிகளுக்கு விரைவாதம் வருவதுண்டு. பூமத்தியரேகையை ஒட்டிய ஆப்பிரிக்காப் பிரதேசத்தில் வருடா வருடம் விரைவாதத்தினால் மூச்சுத் திணறி பல சாவுகள் ஏற்பட்டன. யாராவது டாக்டர் அருகில் இருந்து உதவி செய்ய முடிந்திருந்தால் இந்தச் சாவுகள் தவிர்க்கப்பட்டிருக்கலாம். நான் முதன் முதலாக ரண சிகிச்சை செய்தது இந்த மாதிரி ஒரு விரைவாதத்துக்குத் தான்.

நான் எதிர்பார்த்ததை விட அதிகமாகவே சுதேசிகளிடையே உடல் நலமில்லாத அவஸ்தை இருந்தது, முதல் சிலநாட்களிலேயே எனக்குத் தெரியவந்தது. உடனடியாக சிகிச்சை செய்து தீர்த்து விடக் கூடிய உடல் உபாதைகள் பலவும் சுதேசிகளை வாட்டின. எத்தனையோ எதிர்ப்புக்களைச் சமாளித்துக்கொண்டு இங்கு டாக்டராக வரும் என் தீர்மானத்தை நிறைவேற்றியது எனக்கு உண்மையிலேயே பெருமையாக இருந்தது; சந்தோஷமாக இருந்தது.

சுதேசி பாஷையை மொழிபெயர்த்துச் சொல்லவும், ஆஸ்பத்திரி ஊழியர்களாக வேலை செய்வதற்கும் ஆட்கள் கிடைக்காததால் என் வேலை கொஞ்சம் தடைப்பட்டது. இதற்குத் தகுதியானவனாக நான் கண்ட முதல் சுதேசியின் பெயர் ஜோஸப் அஸோவானி. அவன் முன்னர் சமையற்காரனாக இருந்தவன். சமையற்காரனாக அவன் சம்பாதித்ததை விடக் குறைவாகத்தான் நான் அவனுக்கு ஊதியம் தர முடிந்தது. சுதேசிகளுடன் பழகுவதில் உபயோகமான பல தந்திரங்களையும் குறிப்புகளையும் அவன் தான் எனக்குச் சொல்லித் தந்தான். ஆனால் அவன் முக்கியமாகக் கருதிய ஒரு விஷயத்தை மட்டும் என்னால் ஒப்புக்கொள்ள முடியவில்லை. தீராத வியாதி யுடையவர்கள் யாரையும் ஆஸ்பத்திரியில் ஏற்றுக்கொள்ளக் கூடாது என்பது அவன் கட்சி. இதற்கு ஆதாரமாக அவன் சுதேசி மாந்திரீக மருத்துவர்களைச் சொன்னான். நோயாளி பிழைப்பான் என்ற நம்பிக்கை இருந்தாலொழிய அவர்கள் வைத்தியம் செய்யமாட்டார்கள். தீராத நோயுடையவர்களுக்கு வைத்தியம் செய்தால் அவர்கள்

இறந்துவிடுவார்கள்; வைத்தியனின் புகழுக்கு இழுக்கு வந்துவிடும் என்பது அவன் கட்சி. ஆனால் ஒரு விஷயத்தில் அவன் சொன்னது சரியானது என்பதை நான் பின்னர் ஏற்றுக்கொள்ள வேண்டி வந்தது. நாகரிகம் முற்றாதவர்களான சுதேசிகளுடன் பழகுவதில் ஒன்று மட்டும் ஜாக்கிரதையாக இருக்கவேண்டும். வியாதியஸ்தனோ அவன் உறவினர்களோ அவன் பிழைத்துவிடுவான் என்று நம்பும்படி எதுவும் சொல்லிவிடக்கூடாது. அப்படிச் சொல்லிவிட்டு, தற்செயலாக நோயாளி இறந்து விட்டால், டாக்டருக்கே அவன் இறக்கப்போவது தெரியாது என்ற முடிவுக்கு வந்துவிடுவார்கள். சுதேசி வியாதியஸ்தர்களுக்கு உண்மையை ஒளிவு மறைவில்லாமல் சொல்லிவிட வேண்டும். அவர்கள் உண்மையை அறிந்து கொள்ளவே விரும்புகிறார்கள்; உண்மையைத் தாங்கிக் கொள்ளவும் அவர்களுக்குச் சக்தியிருக்கிறது. சாவுபற்றி அவர்கள் பயப்படுவதில்லை. அது ஒரு இயற்கை நியதி யென்று சாவைச் சாந்தத்துடன் நோக்குகிறார்கள் அவர்கள். இறந்து விடுவான் என்று சொல்லப்பட்ட வியாதியஸ்தன் தெய்வாதீனமாகப் பிழைத்துவிட்டால், டாக்டரின் புகழ் ஏறுகிறது. பிரமாதமான நோயையும் நொடியில் தீர்த்துவிடுவார் என்று அவரைப் பாராட்டுவார்கள்.

தாதியாகப் பயிற்சி பெற்றிருந்த என் மனைவி ஆஸ்பத்திரியில் எனக்குத் தீரமாக உதவி செய்தாள். மிகவும் கடினமான நோய்களையும் அவள் கவனித்துக்கொண்டாள். காயங்களைக் கட்டும் துணி முதலான வைகளை மேற்பார்வை பார்த்தாள். மருந்து கலந்து கொடுக்கு மிடத்தில் அவளுக்கு அடிக்கடி வேலை இருந்தது. ரண வைத்திய ஆயுதங்களைச் சரிவரத் துடைத்து எடுத்து வைத்தாள். ஆபரேஷன் களுக்கு நோயாளிகளைத் தயார் செய்யும் காரியத்தையும் அவள் கவனித்துக்கொண்டாள். மயக்க மருந்து தரவும் பயிற்சி பெற்றாள். ஆபரேஷன் நடக்கும்போது அவள் மயக்கம் தருவாள்; ஜோஸப் உதவி செய்வான்; நான் ஆபரேஷனை நடத்துவேன். ஆப்பிரிக்காவில் குடும்பத்தைச் சமாளிப்பது என்கிற சிக்கலான வேலையுடன் தினம் சில மணி நேரம் ஆஸ்பத்திரி வேலைகளையும் அவள் கவனித்துக் கொண்டாள் என்பது மிகவும் பாராட்டப்பட வேண்டிய அதிசயமான காரியமாக எனக்குத் தோன்றியது.

சுதேசிகளை ஆபரேஷனுக்குச் சம்மதிக்கச் செய்ய அதிகமாகச் சிரமப்பட வேண்டியதாக இல்லை. நான் அங்கு வந்து சேருவதற்குப் பல வருஷங்களுக்கு முன் ஒரு சர்க்கார் டாக்டர் தன் பிரயாணங்கள் ஒன்றில் சில நாள் லாம்பரீனில் தங்கி வெற்றிகரமாகச் சில ஆபரேஷன்கள் செய்திருந்தார். அவர் பெயர் ஜுவாரே கீபார். அது காரணமாக என்னுடைய சாதாரண சாமர்த்தியம் சுதேசிகளால்

நம்பிக்கையுடன் வரவேற்கப்பட்டது. அதிருஷ்டவசமாக முதலில் நான் செய்த பல ஆபரேஷன்கள் தோல்வியுறவில்லை.

சில மாதங்கள் சென்றபின் ஆஸ்பத்திரியில் தினமும் நாற்பது வியாதியஸ்தர்களுக்கு இடம் வேண்டிய நிலைமை ஏற்பட்டது. இவர்களுக்கு மட்டும் தான் இடம் தேவைப்பட்டது என்பதில்லை. மைல் கணக்காக இவர்களைப் படகுகளில் அங்கு கொணர்ந்த இவர்களுடைய தோழர்களுக்கும் தங்க இடம் தேடித் தரவேண்டிய தாக இருந்தது. திரும்பவும் வீடுகளுக்கு அழைத்துப்போக அந்தத் தோழர்கள் இருந்துதானேயாக வேண்டும்?

வேலை கடினம்தான். ஆனால் அந்த வேலையையும் விட அது காரணமாக வந்த பொறுப்பும் கவலையும் தான் கடினமானதாக எனக்குப்பட்டது. வைத்தியத் தொழிலுக்கு அவசியமானதாகக் கருதப்படுகிற திடமான மனதுள்ளவன் அல்ல நான். ஆபரேஷன் செய்யப்பட்ட நபர்கள் பற்றியும், மற்றும் கவலைக்கிடமான வியாதியுள்ளவர்கள் பற்றியும் ஓயாது கவலைப்படுகிற கோஷ்டியைச் சேர்ந்தவன் நான். கஷ்டப்படுபவனிடம் எவ்வளவு அனுதாபமும் இரக்கமும் இருந்தாலும், அதற்காகக் கவலையுறாமல், சக்தியைக் காப்பாற்றிக் கொண்டு அமைதியுடன் இருக்க நான் பயிற்சிபெற விரும்பினேன். ஆனால் என்னால் வியாதியஸ்தனைப் பற்றிக் கவலைப் படாதிருக்க முடிந்ததேயில்லை. கவலைப்படாதிருந்தால் தான் எனது நரம்புச் சக்தியையும் ஆன்மீக பலத்தையும் இழக்காமல் செயலாற்ற முடியும். ஆனால் என்னால் அமைதியாயிருக்க முடிந்ததில்லை.

தங்களுக்குக் கிடைத்த உதவிக்காகச் சுதேசிகளிடமிருந்து எவ்வளவு முடியுமோ அவ்வளவுக்கு ஏதாவது உருப்படியான வகையில் ‘நன்றி’யைப் பெற முயன்றேன் நான். ஐரோப்பாவில் உள்ள பலரும் ஓரளவுக்குத் தியாக சிந்தையுடன் உதவியதால் தான் அந்த ஆஸ்பத்திரி உருப்பெற்று சுதேசிகளுக்கு சிகிச்சை செய்யப் பயன்பட்டது என்று நான் அடிக்கடி ஞாபகமூட்டினேன். ஆகவே, அவர்களால் முடிந்ததைத் தந்து அந்த ஆஸ்பத்திரியை நிலைக்கச் செய்ய வேண்டியது அவர்கள் கடமை என்று வற்புறுத்தினேன். அது தொடர்ந்து நடைபெறுவதற்கு அவர்கள் உதவவேண்டும் என்று நான் சொன்னேன். இப்படியாக நாளடைவில் அவர்களுக்குக் கிடைத்த மருத்துவ உதவிக்குப் பிரதியாக அவர்களிடமிருந்து காசு, வாழைப்பழம், முட்டைகள், கோழி முதலியனவற்றைப் பெறும் வழக்கத்தை ஏற்படுத்தினேன். இப்படி வந்தது மருந்தின் விலையில் ஒரு பகுதிகூட ஆகாது எனினும், ஆஸ்பத்திரியைத் தொடர்ந்து நடத்தி நிலைபெறச்செய்ய ஓரளவு உபயோகப்பட்டது. கொணர்ந்த

உணவுப்பண்டங்கள் தீர்ந்து தவித்தவர்களுக்கு இப்படிக் கிடைத்த வாழைப் பழங்களைத் தரமுடிந்தது. வாழைப்பழம் தீர்ந்து விட்டால், கிடைத்த காசில் ஒரு பகுதியைக்கொண்டு அவசியப்பட்டபோது அரிசி வாங்கித்தர முடிந்தது. தவிரவும், அவரவர்கள் சக்திக்கேற்ப ஆஸ்பத்திரிக்குத் தருவது என்று அவர்களுக்கு பழக்கம் ஏற்பட்டால், ஆஸ்பத்திரியின் சேவையையும் அவர்கள் அதிகமாகப் பாராட்டு வார்கள். பதிலுக்கு எதுவும் தராமல் இனாமாகப் பெறும் பொருளுக்கு என்றுமே மதிப்புக்குறைவு தான். பதிலுக்கு ஏதாவது வாங்குவது என்பது பற்றி என் பிற்கால அனுபவமும் ஆதரித்தது - பலப்படுத்தியது என்றும் சொல்லவேண்டும். இப்படி மருந்துக்குப் பிரதியாக என்று ஆஸ்பத்திரிக்கு வாங்கிச் சேர்த்தது அவர்களுக்கு அறிவு புகட்ட உபயோகப்பட்டது. ஆனால் அதிக வயதானவர்களிடமிருந்தோ, மிகவும் ஏழைகளிடமிருந்தோ நான் மருத்துவ உதவிக்குப் பிரதியாக எதையும் வாங்குவதேயில்லை - நாகரிகமடையாத ஜனங்களிடையே மூப்படைந்தவர்கள் எப்போதுமே ஏழைகள் தான்.

சுதேசிகளிடையே மிகவும் காட்டுமிராண்டிகளான சிலருக்கு வெகுமதி, பதில் நன்றி என்பது பற்றி முற்றிலும் மாறுபட்ட அபிப்பிராயம் இருந்தது. உடல் தேறி ஆஸ்பத்திரியை விட்டுக் கிளம்புகிற சந்தர்ப்பத்திலே, நான் அவர்களுடைய நண்பனாகி விட்டேன் என்பதற்காக, என்னிடம் நன்றி இனாம் கேட்ட காட்டு மிராண்டிகளும் உண்டு.

இந்த ஆதிவாசிகளான நாகரிகமடையாத மக்களிடையே பழகியதால் நாளடைவில் விவாதத்திற்கு விஷயமான ஒரு பிரச்னை என் மனத்தில் எழுந்தது. இவர்கள் மரபு என்கிற சிறைக்குள் அடைபட்டுச் சிந்தனை செய்யும் சக்தியை இழந்தவர்களா, அல்லது சுயமாக சுதந்திரமாகச் சிந்திக்கும் சக்தியுள்ளவர்கள் தானா என்று என்னையே நான் கேட்டுக்கொண்டேன். அவர்களுடன் நான் சம்பாஷித்த போதெல்லாம் நான் ஒரு விஷயத்தை ஆச்சரியத்துடன் உணர்ந்தேன். நான் எதிர்பார்த்ததை விட அதிகமாகவே இவர்கள் வாழ்வின் அர்த்தம், நல்லது கெட்டது என்கிற தன்மைகள் முதலியவை போன்ற ஆதாரமான அடிப்படை விசாரங்களில் ஈடுபாடுள்ளவர்களாக இருந்தார்கள்.

பாரிஸ் சங்க நிர்வாகச் சபையினர் கவலைப்பட்டது போல அடிப்படை கிறிஸ்தவ நம்பிக்கைகள் பற்றிய பிரச்சினைகள் எதுவும் இங்கு வந்த மதப்பிரசாரகர்கள் எவருடைய பிரசங்கத்திலும் இடம் பெறவில்லை. கேட்பவர்கள் புரிந்துகொள்ள வேண்டும் என்று மதப் பிரசாரகர்கள் விரும்பினால், மிகவும் எளிமையான விஷயங்களை

அழுத்தமாகச் சொல்வதைத் தவிர வேறு வழியில்லை. உலகிலிருந்து விடுதலை பெற ஏசுவின் ஆன்மாவைப் பின்பற்றுவது பற்றிச் சொல்வதும், மலை மேல் செய்த உபதேசத்தில் காணப்படும் உண்மைச் சுவிசேஷத்தை வற்புறுத்துவதும், புனித. பாலின் சிறந்த வாக்கியங்களை எடுத்துச் சொல்லுவதும் தான் இந்த மதப் பிரசாரகர்கள் எடுத்துக் கையாண்டு வெற்றி பெறக்கூடிய விஷயங்கள். மதபோதகர் கூட்டங்களில் எப்போதாவது சந்தித்தால் - இப்படிப்பட்ட கூட்டங்கள் வருஷத்தில் இரண்டு தடவைகள் நடந்தன - அவர்களுக்குள் பேச்சுக்கூட செயலளவில், நடை முறையில் தங்கள் பிராந்தியத்தில் கிறிஸ்துவைப்பற்றிய அறிவைப் பரப்புவது எப்படி என்பது பற்றி இருக்குமே தவிர, கிறிஸ்தவ நம்பிக்கைகள் என்று பாரிஸ் சங்கம் கருதிய எந்த விஷயத்தையும் பற்றி இராது. என் மதக்கொள்கைகள், ஆராய்ச்சி முடிவுகள் எதையும் அவர்கள் மேல் சுமத்த நான் எவ்வித முயற்சியும் செய்ய வில்லை. பொதுவாக நடந்த மதப்பிரசார விஷயத்தில் அவர் களுடைய தனித்தனி சொந்த விருப்பு, நம்பிக்கை எதற்கும் இட மில்லை. ஆகவே, என்னிடம் இருந்த அவநம்பிக்கையை அவர்கள் நாளடைவில் மறந்துவிட்டார்கள். ஏசுவைப் பின்பற்றித் தொடருவதில் உள்ள ஒரு பொது நோக்கமும், சாதாரண எளிய கிறிஸ்தவ வாழ்வு வாழ்வதில் எங்கள் எல்லோருக்கும் உள்ள ஒரு நாட்டமும் எங்களை நெருக்கமாகப் பிணைத்து ஒன்று சேர்த்து வைத்தது. நான் வந்து சேர்ந்து பல மாதங்களாவதற்கு முன்னரே என்னையும் மதப் பிரசாரம் செய்ய அழைத்தனர். பாரிஸில், மீன் போல வாயைத் திறக்காமலிருப்பதாக நான் செய்த சத்தியத்திலிருந்து எனக்கு இப்படியாக விடுதலை கிடைத்தது.

நாளடைவில் சுதேசிப் பிரசாரகர்களும் ஐரோப்பிய பிரசாரகர்களும் கூடி ஆலோசனை செய்கிற 'ஸினாட்' என்னும் கூட்டத்திலும் கலந்துகொள்ள எனக்கு அழைப்பு வந்தது. முதலில் பார்வையாள னாகக் கலந்து கொண்டேன். என்னைக் கேட்டுக் கொண்டதன் பேரில் ஒரு நாள் ஒரு விஷயம் பற்றி என் அபிப்பிராயத்தையும் தெரிவித்தேன். அதற்கு ஒரு சுதேசிப் பிரசாரகர், 'அவர் டாக்டர். நம்மைப் போல மதசாஸ்திர விற்பன்னர் அல்ல. எனவே, அவருக்கு அபிப்பிராயங் கூற உரிமையில்லை,' என்று சொன்னார்.

ஞான ஸ்நானத்துக்கு வருகிறவர்களைப் பரிசோதித்து சரி சொல்லவும் நாளடைவில் என்னைச் சேர்த்துக்கொண்டார்கள். சாதாரணமாக வயதான ஸ்திரீகளை என்னிடம் அனுப்பச் சொல்லுவேன் நான். அந்தச் சிரமமான அரைமணி நேரத்தை அவர்களுக்குச்

சுலபமானதாகச் செய்யலாம் என்று நினைப்பேன் நான். இப்படி ஒரு சமயம் நான் ஒரு வயதான ஸ்திரீயைக் கேள்விகள் கேட்டு பரிசோதித்துக் கொண்டிருக்கும்போது நான் கேட்ட கேள்விகளும் அவள் சொன்ன பதில்களும் எனக்கு நன்றாக ஞாபகம் இருக்கின்றன. பிரபு ஏசு பணக்காரரா ஏழையா என்பது என் கேள்வி. அதற்கு அவள் தந்த பதில் இது : 'என்ன அசட்டுக் கேள்வி! மஹாப்பிரபுவான கடவுளே அவர். பிதாவானால் அவர் எப்படி ஏழையாக இருக்க முடியும் ? நிச்சயமாக அவர் ஏழையாக இருந்திருக்க முடியாது.' இயற்கை அறிவுவேகத்துடன் அவள் என் கேள்விகளுக்குப் பதில் அளித்தாள். மத சாஸ்திரப் பேராசிரியர் இதற்காக அவளுக்கு ஒரு நல்ல நற்சாட்சிப் பத்திரம் கொடுத்தார். எனினும், அதனால் அவளுக்கு ஒரு லாபமும் ஏற்படவில்லை. அவள் ஜில்லாவுக்கு அதிகாரியான சுதேசி மதபோதகர் அவளிடம் கடுமையாக நடந்து கொண்டார். அவளுடைய சிறந்த பதில்கள் அவர் மனத்திற்குத் திருப்தியான மத அறிவைக் காட்டவில்லை. கேள்வி பதில் நூலில் உள்ள பதில்களையே தான் அவளும் சொல்லவேண்டும்; அதுதான் நியாயம் என்று அவர் எண்ணினார். ஆகவே அவளை ஞான ஸ்நானத்துக்கு தகுதியில்லை என்று சொல்லிவிட்டார். மறுபடியும் ஆறுமாதம் கழித்து அவள் இந்தக் கேள்வி பதிலுக்கு இலக்காக வேண்டியதாயிற்று.

மதப்பிரசங்கம் செய்வது எனக்கு அளவற்ற ஆனந்தம் தந்தது. ஏசுவின் வாக்கியங்களையும், புனித. பாலின் வாக்கியங்களையும் சொல்லி, அவை பற்றி ஜனங்களுக்கு விரிவாக எடுத்துரைக்க அனுமதிக்கப்படுவதில் ஒரு எல்லை கடந்த ஆனந்தத்தைக் கண்டேன் நான். மிகவும் அபூர்வமான செயலாகப்பட்டது அது எனக்கு. மேலும், புதிதாக ஏசுவைப் பற்றிக் கேள்விப்படுகிற ஜனங்கள் அவர்கள். மொழிபெயர்ப்பதற்கு உதவியவர்கள் மதஸ்தாபனத்தைச் சேர்ந்த இரு ஆசிரியர்கள். அவர்கள் மாறிமாறி என் வாக்கியங்களில் ஒவ்வொன்றையும் காலோவாஸ் அல்லது பாஹியின்களின் பாஷையில் மொழிபெயர்த்துச் சொல்வார்கள்.

லாம்பரீனில் முதல் வருஷத்தில் எனக்கிருந்த ஒய்வு நேரத்தை நான் பாக் சுர வாத்திய இசை நூலின் அமெரிக்கப் பதிப்புக்கு அதன் கடைசி மூன்று பாகங்களையும் சீர்செய்வதில் செலவழித்தேன்.

பாரிஸ் பாக் சங்கம் நான் அவர்களுக்குச் செய்த சேவைகளுக்காக எனக்கு ஒரு சிறந்த பெரிய பியானோவை அளித்திருந்தது. அதற்குக் காலால் துருத்தியை அழுத்திக் காற்றூட்ட முடியும். அந்த வாத்தியம் உஷ்ணப் பிரதேசத்துக்காகத் தயாரிக்கப்பட்டது. முதலில் எனக்கு

அதில் வாசிக்கவே மனமில்லை தான். ஆப்பிரிக்கா வந்ததும் என் இசைக் கலை வாழ்வுக்கு முற்றுப்புள்ளி வைத்துவிடவேண்டியது தான் என்றே நான் எண்ணியிருந்தேன். கைவிரல்களும் கால்களும் அது பற்றித் தானாகவே மறந்துவிடட்டும் என்றுதான் நான் நினைத்தேன். பயிற்சி பெற்று என் இசை நுணுக்க அறிவை விருத்தி செய்துகொள்ள நான் விரும்பவில்லை. ஆனால் ஒரு நாள் மாலை நான் துயரத்தில் ஆழ்ந்தவனாய், பாக்கின் சுர வாத்திய இசை ஒன்றை வாசித்துக் கொண்டிருக்கும் போது, ஆப்பிரிக்காவில் இருக்கும் போதும் பயிற்சியைத் தொடர்ந்து நடத்தி என் இசை அறிவை ஏன் விருத்தி செய்து கொள்ளக்கூடாது என்று யோசித்தேன். ஆப்பிரிக்காவில் எனக்குள்ள பொழுதை வீணாக்காமல் இசைப் பயிற்சியைப் பூரணமாக்கிக் கொள்ளலாமே என்று எண்ணினேன். உடனேயே ஒரு திட்டம் வகுத்துக்கொண்டு பாக், மெண்டல்ஸான், விடார், ஸிஸேர் பிரான்க், மாக்ஸ் ரெகர் முதலிய இசை மேதைகளின் கீதங்களை அலசி வாசித்து, என் இசை நுணுக்க அறிவை விருத்தி செய்து கொள்வது என்று தீர்மானித்தேன். எல்லாவற்றையும் சரிவரப் பயின்று மனப்பாடமாக்கிக் கொள்வது என்று தீர்மானித்தேன். ஒரு கீதத்தைப் பூரணமாக அறிய மாதக் கணக்காக ஆனாலும் வருஷக் கணக்காக ஆனாலும் பாதகமில்லை. கச்சேரிக்குப் போகவேண்டுமே என்கிற அவசரமும் அவசியமும் இல்லை. அமைதியாகவும் அவசரப் படாமலும் பயிற்சி பெறுவது எனக்குத் திருப்தியாகவே இருந்தது. ஐயோ, நேரமாகி விட்டதே என்று பயந்து, காலத்தோடு போட்டியிட்டு ஓடவேண்டியதில்லை. சில நாட்களில் அரைமணிக்கு மேல் என்னால் இதற்குச் செலவிட முடியவில்லை என்றாலும் அது திருப்திகரமாகத்தான் இருந்தது.

ஆப்பிரிக்காவில் இப்போது என் மனைவியும் நானும் இரண்டாவது கோடையைக் கழித்துவிட்டோம். மூன்றாவது கோடைக்கு ஐரோப்பாவிற்குப் போவது பற்றித் திட்டங்கள் வகுக்கத் தொடங்கினோம். அப்போது, 1914 ஆகஸ்டு மாதம் 5-ம் தேதியன்று, ஐரோப்பாவில் யுத்தம் தொடங்கிவிட்டதாகச் செய்தி வந்தது. அன்றே நாங்கள் யுத்தக் கைதிகளாகிவிட்டதாக எங்களுக்கு அறிவிக்கப்பட்டது. தாற்காலிகமாக நாங்கள் எங்கள் வீட்டிலேயே இருக்கலாம் என்றும், ஆனால் வெள்ளையர்களுடனோ, சுதேசிகளுடனோ நாங்கள் எந்தவிதமான பேச்சுவார்த்தையும் வைத்துக் கொள்ளக் கூடாது என்றும், எங்களைக் காவல் காக்க நியமிக்கப்பட்ட கறுப்பு வீரர்கள் சொல்வதை யெல்லாம் கேட்டு நடக்க வேண்டும் என்றும் எங்களுக்கு அறிவிக்கப்பட்டது. மதபோதகர்களில் ஒருவர் எங்களைப்

போலவே ஆல்ஸேஸ் பிரதேசத்தவர் - அவரும் அவர் மனைவியும் லாம்பரீன் மதச் சங்கக் கட்டடத்தில் காவலில் வைக்கப்பட்டனர்.

யுத்தம் பற்றிச் சுதேசிகள் புரிந்துகொண்ட முதல் விஷயம், மர வியாபாரம் படுத்துவிட்டது, எல்லாச் சாமான்களும் கிராக்கியாகி விட்டன என்பதுதான். பின்னர் அவர்கள் சேனை வீரர்களுக்குச் சாமான்களை எடுத்துச் செல்லும் கூலியாட்களாக காமெரூன் பிரதேசத்துக்குப் போன பிறகு தான் யுத்தத்தின் உண்மை அர்த்தம் அவர்களுக்குத் தெரியவந்தது.

ஒகோவே ஆற்றின் கரையில் வசித்த வெள்ளையர்களில் பத்து பேர் யுத்தத்தில் வீழ்ந்துவிட்டார்கள் என்பது சில நாளில் தெரிந்த வுடனே, ஒரு வயதான காட்டுமிராண்டி சொன்னான் : 'என்ன இது, இத்தனை பேர் இதற்குள் இந்த யுத்தத்தில் இறந்துவிட்டார்களா? அந்த ஜனங்கள் கூடிப் பேசிப் பிரச்னையைத் தீர்த்துவிடக் கூடாதா? இறந்தவர்களுக்காகப் பணந் தந்து முடியுமா?' என்றான். 'யுத்தத்தில் இறந்தவர்கள் யாரானாலும் சரி, வெற்றியடைந்த கட்சியானாலும் தோல்வியடைந்த கட்சியானாலும், எதிர்க்கட்சிக்காரர்கள் பணம் தந்தாக வேண்டும். கொல்லப்பட்டவர்களைத் தின்பது கூட இல்லையே, ஏன் இப்படி ஐரோப்பியர்கள் ஒருவரை ஒருவர் கொல்லுகிறார்கள்? இது வெறும் கொடூரம் தான்,' என்கிற சுதேசிகள் அபிப்பிராயத்தையே இக்கிழவன் தெரிவித்தான். வெள்ளையர்கள் வெள்ளையர்களையே சிறைப்பிடித்து, கறுப்பு வீரர்களைக் காவல் செய்ய ஏவினார்களே அது ஏன் என்றும் சுதேசிகளுக்குப் புரியவில்லை. என்னைக் காவல் புரிந்த கறுப்பு வீரர்களை ஊரார் திட்டினார்கள் - அவர்கள் எங்களைச் சிறையில் போட்டு வாட்டியதற்காக!

ஆஸ்பத்திரியில் நான் வேலை செய்வதற்குத் தடை ஏற்பட்டதும், நான் முதலில் என்னுடைய புனித.பால் நூலை முடிப்பதில் பொழுதைச் செலவிடலாம் என்று எண்ணினேன். ஆனால் உடனேயே வேறு ஒரு விஷயம் என் கவனத்தைக் கவர்ந்தது. பல வருஷங்களாக என் மனத்திலிருந்த விஷயம்தான் அது - இந்த யுத்தத்தினால் என் மனத்தில் அதற்கு உடனடியான ஒரு முக்கியத்துவம் ஏற்பட்டது. நமது நாகரிகம் என்பது பற்றிய பிரச்சினை தான் அந்த விஷயம். சிறைப்பட்ட இரண்டாவது நாளே நான் அதிகாலையில் *'நாகரிகத்தின் தத்துவம்'* என்னும் நூலை எழுதத் தொடங்கினேன். இப்படி என் மேஜையண்டை, மருத்துவப் படிப்பு தொடங்குமுன் இருந்த மாதிரியே, உட்கார்ந்து எழுத முடிகிறதே என்ற ஆச்சரியத் துடனேயே எழுதத் தொடங்கினேன்.

நாகரிகத்தின் தத்துவம் என்ற விஷயம் பற்றிச் சிந்திக்க எனக்கு முதல் தூண்டுதல் 1899-ல், கோடையில், பெர்லினில் நான் கர்டியஸ் குடும்பத்தோடு இருக்கும்போதே ஏற்பட்டது. ஹெர்மான் க்ரிம்மும் வேறு சிலரும் அன்று சங்கக் கூட்டம் ஒன்றுக்குப் போய்விட்டு வந்து விவாதித்துக் கொண்டிருந்தார்கள். அவர்களில் ஒருவர் 'நாம் வெறும் ''எபிகோனிகள்'' தவிர வேறு அல்ல,' என்று கூறினார். (எபிகோனி என்கிற லத்தீன் பதத்துக்கு ஒரு முக்கிய சகாப்தத்துக்குப் பின் தோன்றியவர்கள் என்பது பொருள்.) நானே உணர்ந்த ஒரு தத்துவத்தை எனக்கு அது அழுத்தமாக அறிவுறுத்தியது. அது பற்றி நான் சிந்திக்க முயன்றேன்.

சர்வகலாசாலையில் படித்த முதற் சில வருஷங்களிலேயே உலகமும் மனிதகுலமும் முன்னேற்றமடைந்து வருகிறது என்கிற கொள்கை சரியானதல்ல என்று எனக்குத் தோன்றியது. மனித குலத்தின் லட்சிய ஒளிகள் மங்கிவிட்டன என்று எனக்குத் தோன்றியது. அது பற்றி யாரும் கவனித்ததாகவோ, கவலைப்பட்டதாகவோ தெரியவில்லை. மனிதகுலத்துக்கு ஏற்காத பல அபிப்பிராயங்களை உடனடியாக நிராகரித்துவிடாமல், பொதுஜன அபிப்பிராயம் அவற்றை அங்கீகரித்துச் செயல்பட்டது எனக்கு ஆத்திர மூட்டியது. தர்ம நியாயத்துக்கு ஒவ்வாத பல கருத்துக்களை ஆத்திரத்துடன் ஒதுக்காமல், சமய சந்தர்ப்பத்துக்கு ஏற்ற கொள்கைகள் அவை என்று அங்கீகரித்து, நடைமுறையில் அரசாங்கங்களும் தேசங்களும் செய்த அநீதிகளை உலகம் சகித்துக் கொண்டது வருத்தத்துக்குரிய விஷயமாகப் பட்டது எனக்கு. நியாயமானதற்கும் அவசியமானதற்கும் கூட அதிக அக்கறை ஏற்படவில்லை என்று எனக்குத் தோன்றிற்று. இந்தத் தலைமுறையில் ஒரு அறிவுக் களைப்பு, ஒரு ஆன்மீகக் களைப்பு எல்லோரையும் பீடித்துவிட்டது என்று எனக்குத் தோன்றிற்று. ஏதோ சாதித்து விட்டதாகப் பெருமைப்பட்டுக் கொண்டிருக்கும் இந்தத் தலைமுறையின் குறைபாடுகள் எனக்குத் தெளிவாகத் தெரிந்தன. மனிதகுலத்தின் எதிர்காலம் பற்றித் தாங்கள் அதிகமாக எதிர்பார்த்து ஏமாந்துவிட்டதாகவும், எட்டுவதைத் தொடவே கைநீட்ட வேண்டும், எட்டாததற்கு முயலவே கூடாது என்றும் ஜனங்கள் பேசிக் கொள்வது என் காதில் விழுவது போல இருந்தது. எல்லா தேசங்களுக்கும் லட்சியமாகச் சொல்லப்பட்ட 'ரியல் பாலிடிக்' என்னும் ஆதர்சம், குறுகிய மனப்பான்மையை அடிப் படையாகக் கொண்ட தேசீயமே தவிர வேறு அல்ல என்று தான் சொல்ல வேண்டும். நேற்று வரை முன்னேற்றத்துக்கு எதிரானது என்று கருதப்பட்ட பல்வேறு சக்திகளுடனும் வேகங்களுடனும் சமரசம் செய்துகொண்டு, அவற்றை அணைத்து அரவணைத்துக்கொண்டு

மனிதர்கள் முன்னேறுவதாகப் பகற்கனவு காண்கிறார்கள், மனப்பால் குடிக்கிறார்கள். சகுனம் முதலிய மூட நம்பிக்கைகள் ஒரு காலத்தில் புறக்கணிக்கப்பட்டது போக, இப்போது விஞ்ஞான உலகத்திலும் கூட அவை தலைகாட்டத் தொடங்கிவிட்டன என்பது மனிதனின் தாழ்வின் மிகவும் தெளிவான சின்னமாக எனக்குப் பட்டது.

அந்நூற்றாண்டின் முடிவிலே பின்னோக்கிக் கணித்து, மனித யத்தனங்களின் கணக்குப் புள்ளி விவரங்களைப் பார்த்தும் மனிதர்கள் அதைரியப்படாதிருக்கிறார்கள் என்பது எனக்கு ஆச்சரியமூட்டியது. அதைரியப்படாதிருக்க எதுவும் காரணமிருந்ததாக எனக்குத் தெரிய வில்லை. தைரியத்துக்குக் காரணம் எதுவும் இருந்ததாக என் மனத்திற்குப் படவில்லை. புதிய சாதனங்களைக் கண்டுபிடிப்ப திலும், பல்வேறு அறிவுத்துறைகளிலும் நாம் வெகுவாக முன்னேறி விட்டதாகத்தான் எல்லோரும் நினைத்தார்கள். அது மட்டுமா? அறிவுத் திறனிலும், நல்லது தீயது என்கிற பாகுபாட்டிலும் நாம் ஏதோ பிரமாதமான உயரத்தை எட்டிவிட்ட மாதிரித் தான் பாவித்தனர். இதுவரை இந்த மாதிரி உயரத்தை எட்டியதேயில்லை என்றும், இதனின்றும் நாம் சரிந்துவிட மாட்டோம் என்றும் நினைத்தனர். முந்திய தலைமுறைகளை விட நாம் ஆன்மீகத் துறையிலும் அறிவுத்துறைகளிலும் கூட வெகுவாகத் தாழ்ந்து விட்டோம் என்றுதான் எனக்குத் தோன்றியது. பல விஷயங்களில் நாம் முந்திய தலைமுறைகளின் ஆதாரமில்லாவிட்டால் மேலும் சரிந்தே விடுவோம் என்றும் தோன்றியது. பண்டைய மனிதர்களின் வெற்றிகள் கொண்டு வாழ்கிறோம் நாம். இந்த வெற்றிகளில் பெரும் பகுதி நம் கைகளில் உருகி மறைந்து கொண்டிருக்கிறது என்று எனக்குத் தோன்றியது.

கர்டியஸ் வீட்டில் அந்த மாலை நேர விவாதத்துக்குப் பிறகு என் உள்ளத்தின் அடிப்படையில் வேறு ஒரு நூல் உருவாகிக் கொண்டே இருந்தது. வேறு எந்த வேலையில் நான் ஈடுபட்டிருந்தாலும் சரி, இந்த நினைவு என்னை விட்டகலவில்லை. 'எபிகோனியர்களாகிய நாம்' - அதாவது, பழம் பெருமைகளின் வாரிசுகளாகிய நாம் - என்று அதற்கு என் மனத்திற்குள் பெயரிட்டிருந்தேன். அந்த நூலின் சிந்தனைகளை நான் பல சமயங்களில் பல நண்பர்களுக்கு அரை குறையாகச் சொன்னதுண்டு. சுவாரசியமான சிந்தனைப் புதிர்கள், சிக்கலான முடிச்சுகள் என்று அவர்கள் அவற்றை ஏற்றுக் கொண்டார்களே தவிர, முக்கியமான விஷயங்களாக ஏற்கவில்லை. நூற்றாண்டு முடிவுக்கு உரியதான அதைரியச் சிந்தனைகள் என்று அவர்கள் நினைத்தார்கள். அதற்குப் பிறகு அந்தச் சிந்தனைகளை

நான் என் மனத்திலேயே ஊறப்போட்டுவிட்டேன். யாரிடமும் அவற்றை வெளியிடுவதில்லை. சில சமயங்களில் என் மதப்பிரசங் கங்களில் மட்டும் நமது நாகரிகம், நமது ஆன்மீகத் துறை இவற்றில் எனக்குள்ள அவநம்பிக்கை தொனிக்கப் பேசுவேன்.

இப்பொழுது யுத்தமே வந்து விட்டது. நாகரிகத்தின் வீழ்ச்சியால் தோன்றிய யுத்தம் இது. 'பழமையின் வாரிசுகளாகிய நாம்' என்கிற நூலுக்கு இனி ஒரு அர்த்தமும் இல்லை. நாகரிகத்தின் விமரிசனமாக நான் நினைத்த நூல் அது. பண்பாட்டின் மரணத்தைச் சுட்டிக் காட்டி, அதனால் விளையக்கூடிய தீமைகளை வர்ணிக்கத் திட்ட மிட்ட நூல் அது. ஆனால் தீமை நிகழ்ந்துவிட்டது. க்ஷீணம் பரிபூரண மாகி விட்டது. இனிக் காரணங்களைப் பற்றி விவாதித்து விசாரித்து யாது பயன்? எல்லோருக்கும் எளிதில் புலனாகி விட்ட விஷயம் தானே? அந்த நூலுக்கு இப்போது தேவையில்லை தான் என்றாலும், எனக்காகவேனும் அதை எழுதி முடிப்பது என்று தீர்மானித்தேன். யுத்தக் கைதியான என்னிடமிருந்து அந்த ஏடுகளைப் பிடுங்கிக் கொள்ளமாட்டார்கள் என்று என்ன நிச்சயம்? நான் மறுபடியும் ஐரோப்பாவைப் பார்ப்பதென்பது சாத்தியமான காரியமா?

இப்படிப்பட்ட முற்றிலும் ஒட்டுதலற்ற ஒரு நிலையில் நான் வேலை தொடங்கினேன். நோயாளிகளைக் கவனிக்க, மருத்துவம் செய்ய எனக்கு அனுமதி கிடைத்த பிறகும் அந்த நூலைத் தொடர்ந்து எழுதினேன். நவம்பர் முடிவில் எங்களைச் சிறைமீட்டு விடுதலை செய்தார்கள். இதற்கான முயற்சிகளைச் செய்தது விடார் என்பது பின்னர்தான் எனக்குத் தெரியவந்தது. அதற்கு முந்தியும் கூட நோயாளிகளை நான் அணுகி வைத்தியம் செய்யக் கூடாது என்கிற விதியைப் பூரணமாக நிறைவேற்ற முடியாமல்தான் இருந்தது. நூற்றுக்கணக்கான மைலில் நான் ஒருவன் தான் டாக்டர். காரண மில்லாமல் இந்த டாக்டரின் உதவி தங்களுக்கில்லாது போவது பற்றி வெள்ளையர்களும் சுதேசிகளும் கிளர்ச்சி செய்தார்கள். ஆகவே, ஜில்லா ராணுவ அதிகாரி என்னைப் பார்க்க வேண்டியவர்களுக்கு சீட்டுத் தரவேண்டியதாக இருந்தது; அப்படிச் சீட்டுக் கொண்டு வருபவர்களை அனுமதிக்கச் சொல்லி என் கறுப்புக் காவலாளிகளுக்கு உத்தரவும் பிறப்பிக்கப்பட்டது. ஆனால், ஓரளவு சுதந்திரத்துடன் என் வைத்திய அலுவல்களை மீண்டும் தொடங்கிய பின்னரும் கூட, நாகரிகம் பற்றிய என் நூலைத் தொடர்ந்து எழுதுவதில் ஈடுபட்டேன். எத்தனையோ இரவுகள் அதற்கென்று உழைத்தேன். ராணுவ அகழிகளில் பதுங்கிக்கிடந்த வீரர்களைப் பற்றி உணர்ச்சிமிக எண்ணிக் கொண்டே எழுதினேன் அந்நூலை.

1915-ல் கோடையின் ஆரம்ப காலத்தில் ஒரு திக்பிரமையினின்றும் விடுபட்டது போலத் தோன்றியது எனக்கு. நாகரிகத்தையும் மனிதனின் இன்றையப் பண்பாட்டையும் பற்றி மட்டும் விமர்சித்து என்ன பலன்? நம்மை பண்டைப் பெருமக்களின் வாரிசுகள் என்று மட்டும் விவரித்துக்கொள்வதால் லாபம் என்ன? தொடர்ந்து ஏதாவது உபயோககரமாகச் சொல்ல வேண்டாமா? நாகரிகத்தை நோக்கி நகரவும், பண்பாட்டைக் காப்பாற்றவும் நாம் என்ன செய்ய வேண்டும், எப்படிப்பட்ட அறிவும் சிந்தனைகளும் தேவை என்பது பற்றி இப்போது தீவிரமாக யோசித்தேன். 'பழமையின் வாரிசுகள்' என்னும் நூல் நாகரிகத்தை மீண்டும் அடைவது எப்படி என்று விவரிக்கும் நூலாக விரிந்தது; வளம் பெற்றது.

எழுத எழுத எனக்கு ஒரு விஷயம் தெளிவாயிற்று. நாகரிகம், உலக நோக்கு என்கிற இரண்டும் மிகவும் நெருங்கிய சம்பந்த முடையவை என்று எனக்குள் திடமேற்பட்டது. நாகரிகத்துக்கு ஏற்பட்ட குந்தகம் உலக நோக்குக்கு ஏற்பட்ட குந்தகத்தால் விளைந்தது தான் என்று நிச்சயமாயிற்று எனக்கு. நாகரிகத்தின் உண்மை லட்சியங்கள் நமது தலைமுறையில் பலிக்காது போனதற்குக் காரணம், உலக நோக்கு என்பதில் வேர்விட வேண்டிய லட்சியங்கள் நசித்துப் போனதினால் தான். தனித் தேசங்களிலும் மனித குலத்திலும் நடை பெறுகிற விஷயங்கள் எல்லாம் வாழ்க்கை லட்சியங்களில் உள்ள ஆன்மீகமான காரணங்களாலேயே விளைகின்றன. ஆனால் நாகரிகம் என்பதுதான் என்ன? நல்லது தீயது என்கிற நோக்கில் தனிமனிதனும் சமூகமும் ஒருங்கே ஒரு ஆதர்ச நிலை பெறுகிற இடத்தில் நாகரிகம் நிலைக்கிறது என்று நாம் சொல்லலாம். நல்லது தீயது என்பது மிகவும் முக்கியமான ஒரு அம்சம் நாகரிகத்தில். ஆனால் அதே சமயம் இதையும் சொல்ல வேண்டும் - ஒவ்வொரு ஆன்மீக முன்னேற்றமும், ஒவ்வொரு லோகாயத முன்னேற்றமும், நாகரிகத்தைப் பற்றிய வரையில் முக்கியம் தான். நாகரிகத்தை நோக்கி முன்னேற மனிதனுக்குள்ள வேகம் நல்லது தீயது என்கிற உணர்வை அடிப்படையாகக் கொண்ட ஒரு முன்னேற்றம் என்று சொல்லலாம். எல்லோருக்கும் முக்கியமான நல்லது தீயது என்ற உணர்ச்சியின் மேன்மை தான் நாகரிக உயர்வின் முதல் படி. அறிவு, முயற்சி, விஞ்ஞானம் என்பதெல்லாம் பற்றி நாம் எவ்வளவுதான் உயர்வாக எண்ணிப் பாராட்டினாலும் கூட, நல்லது தீயது என்கிற பாகுபாட்டின் அடிப்படையில் முன்னேறுகிற மனிதகுலம் தான் லோகாயதமான எந்த முயற்சியாலும் லாபமடைய முடியும். லோகாயதமான முயற்சிகளிலும் வெற்றிகளிலும் பலவிதமான

பயங்கர பூதங்கள் மறைந்து கிடக்கின்றன. அவற்றை மீறி முன்னேற, நல்லது தீயது என்கிற பாகுபாடு திடப்படவேண்டும். மனித குலத்தின் முன்னேற்றம் தவிர்க்க முடியாததென்றும், லோகாயத முன்னேற்றமே நாகரிகம், பண்பாடு இவற்றின் முன்னேற்ற மென்றும், நல்லது தீயது என்ற பாகுபாடு அவசியமில்லை என்றும் இந்தத் தலைமுறையில் எண்ணத் தொடங்கிவிட்டனர். இதன் காரணமாக எழுந்த பயங்கரமான பலன் தான் இந்த யுத்தம். மனித குலத்தைக் காப்பாற்ற அறிவும் விஞ்ஞான வளமும் போதாது என்பதற்கு இன்றுள்ள நிலை பயங்கரமான சான்று என்றே சொல்ல வேண்டும்.

இந்த நிலையிலிருந்து மீள ஒரே வழி தான் உண்டு. அது உலக நோக்குடன் நாகரிகத்தின் லட்சியங்களையும் நோக்கங்களையும் அமைத்துக்கொண்டு, நல்லது தீயது என்கிற அடிப்படை விஷயத்துக்கு மனிதகுலத்தை விழித்தெழச் செய்வது தான். இம்மாதிரியான உலக நோக்கின் ஆதிக்கம் வளரும் வரை மனிதகுலம் உய்ய வழி ஏற்படாது. உலகநோக்கு, நாகரிக முன்னேற்றம், நல்லது தீயது என்கிற அடிப்படை உணர்வு, முன்னேற்ற வேகம் என்பதற்கெல்லாம் ஆதாரம் என்ன? அவை எப்படி ஒன்றையொன்று சார்ந்து நிற்கின்றன? உலகம், வாழ்க்கை என்பதை நல்லது தீயது என்கிற அடிப்படையில் அழுத்தமாகச் சொல்வதுதான் உய்ய வழி என்று நான் சொல்வேன். உலகம், வாழ்க்கை என்று அழுத்தமாகச் சொல்வது என்றால் என்ன? உலகம், வாழ்க்கை என்பதை ஏற்றுக் கொள்வது என்றால் என்ன?

நம்மைப் போன்ற ஐரோப்பியர்களுக்கும், ஐரோப்பிய இனங்களைச் சேர்ந்தவர்களுக்கும் முன்னேற்றமடைவது என்பது சுபாவத்திலேயே இருப்பதாகத் தோன்றுகிறது. முன்னேற்ற வேகம் இயற்கையான தாகத் தோன்றுகிறது. அது உலகநோக்கு என்பதுடன் பிணைபட்டு, அதைத் தொடர்ந்து வருவது என்கிற நினைப்பே நமக்கு இல்லை. அதன் ஆதாரம் ஆன்மீகத்தில் உள்ளது என்றும் நாம் எண்ணுவ தில்லை. ஆனால் உலகத்தில் மற்ற இடங்களில் பார்க்கும் போது நமக்கு மிகவும் சர்வசாதாரணமான, சகஜமான இவ்விஷயம், மற்றவர்களுக்கு அப்படியில்லை என்பது தெரியவரும். இந்திய சிந்தனையின்படி, அறிவையும் சக்தியையும் மனிதனின் அல்லது சமூகத்தின் புறவாழ்க்கையைச் சீர்திருத்த உபயோகிக்கும் எந்த முயற்சியும் முட்டாள்தனமானது என்றே கருதப்படுகிறது. ஒரு மனிதனுடைய நியாயமான முன்னேற்ற வழி, தனக்குள் ஒதுங்கி, புறவாழ்வை முற்றிலும் ஒதுக்கித் தள்ளிவிட்டு, உள்வாழ்வை ஆழமும் வேகமும் பரிபூரணமும் உள்ளதாகச் செய்துகொள்வது

தான் என்று கருதுகிறது. மனித சமுதாயமும் மனிதகுலமும் என்ன ஆகுமோ, எப்படிப் போகுமோ என்று மனிதன் கவலைப்பட வேண்டிய அவசியமே கிடையாது. உள் வாழ்வை ஆழப்படுத்துவது, பரிபூரண மாக்குவது என்றால், இந்திய சிந்தனை சொல்கிறபடி, மனிதன் இனி வாழவிரும்புவதில்லை என்று தீர்மானித்து, இந்த வாழவிரும் பாமைக்குத் தன்னையே அர்ப்பணம் செய்துகொண்டு, செயல் படாமல் இருந்து, வாழ்வை மறுப்பதுதான். அம்மறுப்புக்குக் காரணமாக உலகவாழ்வுக்கு ஒரு அர்த்தம் தான் உண்டு - வாழ்வின் முடிவை எண்ணிக் காத்திருப்பது ஒன்றுதான் மனித லட்சியம் என்பது.

இயற்கைக்கு விரோதமான இந்தச் சிந்தனை - உலக மறுப்பு, வாழ மறுப்பு என்னும் சிந்தனை - எப்படித் தொடங்கிற்று என்று விசாரிப்பது சுவாரசியமாக இருக்கும். ஆரம்பத்தில் உலக நோக்கு என்பது எதனுடனும் சம்பந்தப்படாத ஒரு சிந்தனை. ஆரம்ப காலத்திய இந்தியப் பூசாரிகளின் ஒரு மந்திரச் சிந்தனையாக உரு வெடுத்தது அது. உலகையும் உலக வாழ்வையும் வெறுத்து ஒதுங்கி நிற்பதால், ஓரளவுக்கு அமானுஷ்யமான சக்திகள் பெறலாம், கடவுளையும் கட்டுப்படுத்தலாம் என்று அவர்கள் எண்ணினார்கள். இந்தச் சிந்தனையை மேற்கொண்டுதான் பிராம்மணர்கள் தங்கள் வாழ்நாட்களில் ஒரு பகுதியை சாதாரணமாகக் குடும்ப வாழ்வில் கழித்து ஒரு குடும்பத்தை ஸ்தாபித்த பிறகு, உலகத்தைப் பூரணமாகத் துறந்து சந்நியாசிகளாகிற வழக்கம் ஏற்பட்டது. காலப்போக்கில் பிராம்மணர்களின் தனி உரிமையாகத் தொடங்கிய இந்த உலக வாழ்வு மறுப்பு மனிதகுலத்துக்கே பொருந்தும் என்ற நோக்காக மாறியது.

முன்னேற்றமடைய வேகம் இருக்கிறதா இல்லையா என்பது உலக நோக்கைப் பொறுத்தது தான். உலக வாழ்வு மறுப்பு என்னும் உலகநோக்கு, முன்னேற்றத்தை முட்டுக்கட்டையிட்டு மறுக்கிறது. உலக வாழ்வை ஏற்பது, ஆமோதிப்பது என்னும் கொள்கை முன்னேற்றத்தை வரவேற்கிறது. ஆதிவாசிகளிடையே, அதிகமாக நாகரிகமடையாத காட்டுமிராண்டிகளிடையே, சுதேசிகளிடையே, உலகநோக்கு என்று எதுவும் பூரணமாக உருவாகவில்லை; உலக மறுப்பு அல்லது அதை ஏற்றுக்கொள்ளல் என்கிற சித்தாந்தம் எதையும் எட்டவில்லை; அவர்களிடையே முன்னேற்றம் நோக்கி ஒரு வேகமும் இல்லை. அவர்களுடைய லட்சியமெல்லாம் அதிகத் தொந்தரவுகள் இல்லாத எளிய வாழ்க்கைதான்.

ஐரோப்பியர்களாகிய நாம்கூட காலப்போக்கிலேதான், நம் முடைய உலகநோக்கில் ஏற்பட்ட ஒரு மாறுதல் காரணமாகத் தான், முன்னேற்றம் நோக்கி வேகம் பெற்றோம் என்று சொல்ல வேண்டும்.

பண்டைக் காலத்திலும் மத்திய காலத்திலும், இந்த முன்னேற்ற வேகம் நோக்கிய சிறு முயற்சிகளைத் தவிர வேறு ஒன்றும் இல்லை. கிரேக்க சிந்தனை உலக வாழ்வை ஏற்று, ஒரு உலகநோக்கை ஸ்தாபிக்க முயற்சி செய்து தோல்வியுற்றது. மத்திய காலத்தின் உலகநோக்கு பழைய கிறிஸ்தவக் கொள்கைகளாலும் கிரேக்க சிந்தனைகளாலும் நிர்மாணிக்கப்பட்டுக் குழம்பி நின்றுவிட்டது. அடிப்படையில் அதன் நோக்கம் உலக மறுப்புத்தான் - வாழ்வு மறுப்புத்தான். ஐம்பொறிகளுக்கு எட்டாத ஒரு உலகத்தை எட்டுவதில் தான் அன்றைய கிறிஸ்தவ சிந்தனை கவனம் செலுத்தியது. மத்திய காலத்தில் உலக வாழ்வை ஏற்றுக் கொள்வது என்று தோன்றிய அம்சங்களெல்லாம் ஏசுவின் சொற்களில் அடங்கிய நல்லது, தீயது என்கிற நடைமுறை சித்தாந்தப்படியும், புதிதாகக் கிறிஸ்தவக் கொள்கைகளை ஏற்றுக்கொண்டு, தங்கள் சுபாவத்துக்கு விரோத மான ஒரு உலக நோக்கைப் பெற்ற, எளிமை மாறாத, ஜனங்கள் மூலமாகவும் நிர்ணயமானது தான்.

இந்த ஏற்றுக்கொள்ளும் சக்தி சிறிது சிறிதாகவேதான் பரவியது. உலக வாழ்வை ஏற்பது என்னும் சித்தாந்தம் ஜனங்கள் பரவிப் படரும்போது கொஞ்சம் கொஞ்சமாக உறுதிப்பட்டு வெளியாயிற்று. ஜனங்களின் பரவுதல் மத்திய காலத்தில் ஏற்பட்ட ஒரு காட்சி. மத்திய காலத்தின் உலக வாழ்வு மறுப்புச் சித்தாந்தத்தைப் புறக்கணித்து, 'ரெனாய்ஸான்ஸ்' என்ற ஐரோப்பிய மறுமலர்ச்சி தான் வாழ்க்கையை ஏற்றுக்கொள்ளும் கொள்கையை ஸ்தாபித்தது. இந்தக் கொள்கைக்கு நல்லது, தீயது என்கிற ஆதாரம் ஏசு கிறிஸ்து வின் அன்புத் தத்துவத்தின் அடிப்படையில் ஏற்பட்டது. செயல் படும் நல்லது, தீயது என்னும் சித்தாந்தம் உலக வாழ்வு மறுப்பு என்னும் கொள்கையை புறமுதுகிட்டு ஓடச்செய்யப் போதுமான தாக இருந்தது. உலக வாழ்வு ஏற்பு என்கிற புது உலக நோக்குடன் சேர்ந்து, ஏசுவின் நல்லது, தீயது என்கிற அன்புச் சித்தாந்தம் புதிய உலகைச் சமைத்தது. இயற்கை உலகிலே ஒரு ஆன்மீகமான, நல்லது தீயது உணர்ந்த உலகம் ஒன்றை ஸ்தாபிப்பது சாத்தியமாகியது.

லோகாயத முன்னேற்றம், ஆன்மீக முன்னேற்றம் என்ற இரண்டையும் நோக்கி முன்னேற முயற்சி செய்வது தான் இன்றைய ஐரோப்பிய மக்களின் முக்கிய விசேஷ குணம். இந்த முன்னேற்ற முயற்சிக்கான ஆதாரம் அவர்களுடைய உலக நோக்கிலே அடங்கிக் கிடக்கிறது. ஐரோப்பிய மறுமலர்ச்சி காரணமாகவும் அது சம்பந்தப் பட்ட ஆன்மீக மத இயக்கங்கள் காரணமாகவும், மனிதர்கள் தங்களுக்கு உள்ளேயும் உலகினிடமும் புதுஉறவு பெற்றுவிட்

டார்கள். இது காரணமாகத் தங்களுக்கென்று பிரத்தியேகமான ஆன்மீக, லோகாயத ஆதாரங்கள், குணாகுணங்கள் தேடிக் கண்டு கொண்டு, அவற்றை அனுசரித்துத் தனிமனிதர்களும் மனிதகுலமும் முன்னேற வேண்டும் என்று உணர்ந்தார்கள். ஐரோப்பாவில் இன்றைய மனிதன் முன்னேற்றம் என்கிற கொள்கை பற்றி உற்சாகமாக இருக்கிறான் என்றால், அது தனக்கு ஏதாவது லாபம் பயக்கும் என்பதற்காக அல்ல. தன் நிலைமை பற்றி அவனுக்கு அவ்வளவாகக் கவலையில்லை. பின்னர் வருகிற தலைமுறைகள் சந்தோஷமாக இருக்கவேண்டுமே என்பதுதான் அவன் லட்சிய மெல்லாம். எதிர்காலத்தில் தன் சந்ததியார் சந்தோஷமாக இருப்பார்கள் என்றே நம்புகிறான் அவன். முன்னேற்றம் பற்றிய உற்சாகம் அவனைப் பிடித்துக்கொண்டுவிட்டது. உலகமே திட்டவட்டமான சக்திகளால் இயங்குகிறது, ஒரு லட்சியம் நோக்கி நடக்கிறது என்று கண்ட அனுபவ வேகத்தில், தானும் அந்த லட்சியத்தை நோக்கிச் சுயப்பிரக்ஞையுடன் முன்னேற வேண்டும் என்றும், அந்தச் சக்திகளுக்குத் தன்னாலியன்றவரையில் உதவ வேண்டும் என்றும் தீர்மானிக்கிறான், செயல்படுகிறான் தனி மனிதன். புதிய, மேலும் சிறப்பான காலத்தை நம்பிக்கையுடன் எதிர் நோக்கி நிற்கிறான் அவன். மனிதகுலமே முன்னோக்கிப் பாய்ந்து நிற்கும் காலத்தை எதிர்பார்க்கிறான் அவன். மக்களால் பின்பற்றப் படும் லட்சியங்களும் செய்யப்படும் செயல்களும் சமய சந்தர்ப்பங் களை மாற்றி அவற்றைப் புதியதாகச் செய்கின்றன என்பதை அனுபவ பூர்வமாகக் காண்கிறான் அவன். லோகாயத முன்னேற்றம் பற்றி அவனுக்கு ஏற்பட்ட வேகமும், அதை ஒட்டி எழுந்த நல்லது, தீயது என்கிற அடிப்படையில் முன்னேற்றமும் கலந்து, இன்றைய நாகரிகத்தின் அஸ்திவாரம் போடப்பட்டுள்ளது.

இன்றைய ஐரோப்பிய உலக நோக்கின் நல்லது, தீயது பாகுபாட்டத் தன்மைக்கும் உலக வாழ்வு பற்றிய கருத்துக்களுக்கும் பழைய சீன சிந்தனைகளுக்கும், ஒரு நெருங்கிய சம்பந்தம் இருப்பது தெளிவாகவே தெரிகிறது. குரு குங் (கன்பூசியஸ்), குரு மெங் (மென்ஸியஸ்), குரு மிட் (மிஸியஸ்) இவர்களின் நூல்களிலும், பிற பெரிய சீன சிந்தனையாளர்களின் நூல்களிலும் இன்றையது போன்ற ஒரு உலக நோக்கு காணக் கிடக்கிறது. இவர்களில் ஒவ்வொருவரும் மக்கள் சமுதாயத்தின் சமய சந்தர்ப்பங்களை மாற்றியமைத்து முன்னேற வழிவகுக்க முயன்றார்கள் என்பது தெளிவாகத் தெரிகிறது. இன்றைய ஐரோப்பாவிலுள்ளது போல முன்னேற்ற நோக்கம் அவ்வளவு பலமானதாக இல்லை என்று

வேண்டுமானால் சொல்லலாம். பார்ஸி மத ஸ்தாபகர் ஜாருதுஸ்ட்ராவின் சிந்தனைகளாலும் சீன சிந்தனையாளர்களாலும் உருவாக்கப்பட்ட பிராந்தியங்களில், இன்று ஐரோப்பாவில் உள்ளது போல நாகரிகங்கள் தோன்றின; நல்லது, தீயது பாகுபாட்டையும், உலக வாழ்வை ஏற்றுக்கொள்ளல் சித்தாந்தத்தையும் கடைப்பிடித்த நாகரிகங்கள் தோன்றின. ஆனால் அந்த நாகரிகங்கள் ஒவ்வொன்றும் சோகமான முடிவுக்கு வந்தது. புதுப் பாரசீக நாகரிகம், ஜாருதுஸ்ட்ராவின் உலக நோக்கால் துளிர்த்து, இஸ்லாமின் முன் அழிந்தது. சீன நாகரிகம் இயற்கையான வளர்ச்சி பெறாமல், ஐரோப்பிய சிந்தனைகளுடன் ஏற்பட்ட மோதலால், புதுப் பிரச்னைகளுக்கும் நோக்கங்களுக்கும் ஆளாகிக் குழம்பிக்கொண்டிருக்கிறது. வெளியேயிருந்து வந்த இந்தக் குழப்பம் போதாது என்று அரசியல், பொருளாதார நிலைமை யிலும் ஏராளமான குழப்பம் இருக்கிறது சீனாவிலே.

இன்றைய ஐரோப்பிய சமுதாயத்திலும் சோக நாடகம் நடந்து கொண்டுதான் வருகிறது. உலக வாழ்வை ஏற்றுக் கொள்ளும் உலக நோக்குக்கும், நல்லது, தீயது என்கிற பாகுபாடு காரணமான அடிப்படைகளுக்கும் ஆதியில் இருந்த உறவு தளர்ந்து இப்பொழுது விட்டுக்கொண்டு வருகிறது. இந்த உறவு அறுந்தே போய்விடுமோ என்று எண்ணவேண்டிய கட்டம் இது. இதன் பயன் என்ன வென்றால் ஐரோப்பிய மனிதனை இன்று உந்திச் செல்வது வெறும் வெளிப்பகட்டாகிய ஒரு முன்னேற்ற வேகமே தவிர வேறு அல்ல. அடிப்படைகளை இழந்த, ஆதாரங்களைத் துறந்த முன்னேற்ற வேகம் புறமாய, லோகாயதமான விஷயங்களில்தான் நீடிக்கிறது. உலக வாழ்வை ஏற்றுக்கொள்ளல் என்கிற உலக நோக்கம் தனியாக இயங்குவதால், ஒரு பட்சபாதமான, பரிபூரணமற்ற நாகரிகத்தைத் தான் நிர்ணயித்து அளிக்க முடியும். அதுவே உள் நோக்கிப் புகுந்து அகத்தில் விளையாடி, நல்லது, தீயது என்கிற பாகுபாட்டு அடிப்படை களில் உறவாடும்போது தான், நாகரிகத்துக்கு இது முக்கியமானது, இது முக்கியமல்லாதது என்று முன்னேற்றத்தின் பகுதிகளைப் பற்றித் தீர்மானித்துக்கொள்ள சக்தி பிறக்கும். அந்தச் சக்தியில்லாத வரையில் நாகரிகம் வெறும் அறிவு, சக்தி என்கிற சகதி வெற்றிகளில் உழன்று வீணாகிவிடும். நல்லது, தீயது, ஆன்மீகம் என்கிற பாகுபாடு களுடன் தான் மனிதன் தனி மனிதனாகவும், சமுதாயத்தைச் சேர்ந்தவனாகவும் அதிக ஆன்மீக வேகமும், நல்லது, தீயது பற்றிய அறிவும் பெற்று முன்னேற முடியும்.

இன்றைய புது உலக நோக்கும், நல்லது தீயது அடிப்படையில், ஆன்மீகத்துறையில் தோன்றியதுதானே? அதன் தன்மை மாறியது

எப்படி என்று கேட்கலாமல்லவா? இதற்கு ஏற்றுக்கொள்ளக்கூடிய காரணமாக ஒன்று தான் எனக்குத் தோன்றுகிறது. இந்த நாகரிகம் சிந்தனை மேல் எழுந்ததல்ல. உற்சாகமும் மேன்மையும் நிறைந்த சிந்தனைகள் இந்த உலக நோக்குக்கு உதவியிருக்கலாம்; ஆனால் ஆழ்ந்த சிந்தனைகள் உதவவில்லை என்பது நிச்சயம். நல்லது, தீயது என்கிற பாகுபாடும், உலகவாழ்வை ஏற்றுக்கொள்ளல் என்கிற சித்தாந்தமும் உணர்ச்சி பூர்வமாக, அனுபவ பூர்வமாக ஐரோப்பிய மனிதனை வந்தடைந்தனவே தவிர, அவனாகவே தவிர்க்க முடியாதது என்று சிந்தித்துப் பிரக்ஞையுடன் ஏற்றுக்கொண்டதல்ல. இந்த நோக்கின் அடிப்படைகளையும் ஆதாரங்களையும் ஆராயாமல், உள் அந்தரங்கமான சுபாவத்தை அறிந்து கொள்ளாமல், ஐரோப்பிய மனிதகுலம் நோக்கை மட்டும் சமய சந்தர்ப்ப விசேஷத்தால் ஏற்றுக் கொண்டுவிட்டது. தன்மைகளையோ, தன்மைகளுக்குள்ள உறவு முறைகளையோ அறியாமல் ஏற்றுக்கொண்ட ஒரு நோக்கத்தை நிரந்தரமாக்குவது எப்படி?

இந்த மேன்மையான, லாபம் தரக்கூடிய உலக நோக்கு, நம்பிக்கை யாலும் அனுபவத்தாலும் ஏற்பட்டது. அதன் ஆதாரங்கள், வேர்கள், சிந்தனைகளிலோ, சுபாவத்தை கலக்கக்கூடிய அறிவிலோ இல்லை என்பதனால் அதன் சக்தி குன்றத் தொடங்குகிறது. மனிதர்களின் மனத்தை மயக்கித் தன்வயப்படுத்தும் சக்தி அதற்குக் குறைகிறது. நல்லது, தீயது என்கிற பாகுபாட்டைப் பற்றிய சிந்தனைகளும், மனிதனுக்கும் உலகுக்கும் உள்ள உறவுமுறைகள் பற்றிய சிந்தனைகளும், இந்த உலக நோக்கின் பலத்தைப் பாதித்தன. நாகரிகத்தின் க்ஷணத்தை துரிதப்படுத்தின ஐரோப்பிய மனிதகுலத்தின் பிந்திய சிந்தனைகள். நாகரிகத்தையும் முன்னேற்றத்தையும் சாத்தியமாக்கவேண்டும் என்று எழுந்த சிந்தனைகள் கூட நேர்மாறான பலனையே தந்தன. ஏனென்றால் அஸ்திவாரம் போதுமான பலமுள்ளதாக இல்லை. நிர்மாணிக்கப்பட்ட மாளிகையைத் தாங்குவதற்குச் சக்தியற்ற அஸ்திவாரமும் அடித்தாழ்வாரமும் ஆட்டங் கொடுத்தன.

லட்சிய சிந்தனைகள் தான்; ஆனாலும் என் சிந்தனைகள் நடை முறைப் பாதையை விட்டு நகரவில்லை. நாகரிகம், முன்னேற்றம் என்பதற்கும் உலகநோக்கு என்பதற்கும் உள்ள உறவுமுறையைப் பற்றிச் சிந்தித்து, நாகரிகத்தின் சிதைவுக்குக் காரணத்தை அறிய லானேன். இன்று வழக்கமாகிவிட்ட உலக நோக்குக்கும், நல்லது, தீயது என்ற பாகுபாட்டு ஆதாரங்களுக்கும் உள்ள உறவுகள் சக்தி யிழந்துவிட்டன என்பதுதான் இன்றைய மனிதனின் போக்குக்குக் காரணம் என்று கண்டுகொண்டேன். இந்த உறவுகள் சக்தியிழப்பதைத்

தடுக்க வழி எதுவும் இருந்ததாகத் தெரியவில்லை; உள்ளூற ஏற்பட்ட ஒரு அவசியத்தில் நானும் மற்றவர்களுடன் சேர்ந்துகொண்டு, இந்த நோக்கத்தைக் கைவிடாமல் பற்றிக்கொண்டிருந்தேன். ஆனால் சிந்தனை மூலம் அதற்கான ஆதாரங்கள் தேடி, அதை ஸ்திரமாக எனக்குள் ஸ்தாபித்துக்கொள்ள முயலவில்லை. 1915 கோடையில் இவ்வளவு தூரம் வந்துவிட்டேன் நான். ஆனால் அதற்குப் பிறகு என்ன என்பதுதான் தெரியவில்லை.

வழியில்லை என்ற இடத்தில் ஏதாவது ஒரு வழி தென்படுமா? உலக நோக்கு மூலம்தான் நாகரிகமும் முன்னேற்றமும் சாத்தியமானால், அந்த உலகநோக்கையே ஒரு மாயையாகவும் ஒரு மனமயக்கமாகவும் கருதுவதா? அனுபவத்தையும் உள்ளத்தையும் தான் இந்த உலக நோக்கு தொடமுடியுமே தவிர, நம்மை இது ஊக்கி இயக்க முடியாது என்கிற முடிவுக்கு வந்துவிடவேண்டியது தானா?

நம்பிக்கைக்குப் பாத்திரமாக மட்டும் இந்த உலகநோக்கின் அடிப்படையை நமது தலைமுறைக்கு எடுத்துக் காட்டிக்கொண் டிருப்பதில் சாரமில்லை என்றே எனக்குத் தோன்றிற்று. அது அசட்டுத் தனம் என்றும் பலிக்காது என்றும் தோன்றிற்று. சிந்தனை யின் ஆழத்திலிருந்து அதன் அவசியமும் ஆதாரங்களும் நமக்குத் தோன்றித் தெரிந்தாலொழிய, அது ஆன்மீகமாக நம்முடையதாகாது என்றுதானே சொல்லவேண்டும்? உண்மை நிலையை நிழல் போல அறிந்த ஒரு காரணத்தினால், ஐரோப்பிய மனிதன் உலக வாழ்வை ஏற்றுக்கொள்ளல் என்பதுடன், நல்லது, தீயது என்ற பாகுபாட்டையும் கலந்து ஏற்றுக்கொண்டான். இதைப் பூரணமாக அறிந்து, பிரக்ஞை யுடன் ஏற்றுக்கொள்வது இதுவரை சாத்தியமாகவில்லை எனினும், உண்மை நிழல்போல மனிதன் மனத்திலே படிந்துதான் இருந்தது என்று எனக்கு நிச்சயப்பட்டது. இதுவரை நிழல் போலச் சந்தேகிக்கப் பட்ட உண்மையை உறுதியாகக் கைப்பிடித்து, முழுப் பிரக்ஞை யுடன் அறிந்து தெளிந்து, ஏற்றுக்கொண்டு செயல்படுவதே மனிதகுல முன்னேற்றத்தையும் நாகரிகத்தையும் காப்பாற்றச் சிறந்த வழி என்று எனக்குத் தோன்றியது. நிரூபிக்கப்பட்டது போலவே சொல்லப் பட்டது என்றாலும், அந்த உலகநோக்கு பூரணமாக இல்லாமல், நம்பிக்கைப் பொருளாகவும் நிழலாகவுமே இருந்துவிட்டது. இதை நிரூபிப்பது, சிந்தனைப் பொருளாக ஏற்று அங்கீகரிப்பது தான் இப்போது அவசியம் என்று எனக்குத் தோன்றியது.

ஓட்டை விழுந்து உளுத்துப்போன படகுக்குப் பதில் கடலோடு வதற்கு ஒரு புதுப் படகைக் கட்டி நிர்மாணிக்க வேண்டிய மனிதனைப் போல இருந்தேன் நான். பழைய படகில் இனிக் கடலில் கிளம்பத்

தைரியம் வராது; ஆனால் புதுப் படகு நிர்மாணிக்க ஆரம்பிப்பது எப்படி என்றுதான் தெரியவில்லை. மனத்தில் ஒரு கொந்தளிப்புடன் பல மாதங்கள் நான் காலங்கடத்தினேன். ஒரு துளியும் வெற்றி காணாமல் நான் ஆழ்ந்து சிந்தித்தேன். ஆஸ்பத்திரியில் தினசரி வேலைகளைச் செய்யும் போது கூட உலக வாழ்வை ஏற்றுக் கொள்ளல், நல்லது, தீயது பற்றிய பாகுபாடுகள் இவற்றின் உண்மை பற்றியும், இவற்றின் உறவு முறைகள் பற்றியுமே இடைவிடாது சிந்தித்துக் கொண்டிருந்தேன். அவற்றிற்கிடையிலுள்ள அறுந்து விடாத, பூரணமான சம்பந்தத்தையும் உறவையும் காண முயன்றேன். திக்குத் தெரியாத காட்டிலே அலைவதுபோல இருந்ததே தவிர, பாதை எதுவும் எனக்குத் தென்படவில்லை. அழுத்திச் சாத்தியிருந்த ஒரு இரும்புக் கதவைக் கையால் இழுத்துத் திறக்க முயலுபவன் கதியில் இருந்தேன். என் சக்தி பூராவும் இதில் செலவாகிக்கொண்டிருந்தது.

தத்துவப் படிப்பில், நல்லது, தீயது என்கிற பாகுபாடு பற்றி நான் அறிந்து கொண்டதெல்லாம் இந்தப் பிரச்சினையில் எனக்கு எவ்வித பலனும் தரவில்லை. நல்லது, தீயது என்பது பற்றி தத்துவப் பாடங்கள் சொல்லியிருந்தவையெல்லாம் உயிரற்றவை, ஆதாரங்களைத் தொடாதவை - மிகவும் குறுகலானவை, பொருளற்றவை. அந்தத் தன்மைகளை நான் சொன்ன உலக வாழ்வை ஏற்றுக்கொள்ளல் என்கிற கொள்கையுடன் பிணைத்துப் பார்த்துப் பலன் காண இயலாதிருந்தது. தவிரவும், இதுவரை தத்துவ நூல்களோ, நூலாசிரியர்களோ உலகநோக்குக்கும் நாகரிகத்துக்கும் எவ்விதமான சம்பந்தமும் இருப்பதாக ஏற்றுக்கொண்டு எதுவும் கண்டு சொன்னதில்லை. உலகவாழ்வை ஏற்றுக்கொள்வது என்பது இன்றைய ஐரோப்பிய தத்துவத்திற்கு மிகவும் சாதாரணமான விஷயமாகிவிட்டது. அது பற்றி தெளிவான சிந்தனைகளுக்கு எவ்விதமான தேவை இருப்பதாகக் கூடத் தத்துவாசிரியர்கள் கருதவில்லை.

நாகரிகம், உலகநோக்கு என்பது பற்றி என் சிந்தனைகள் என்னைத் தத்துவ தரிசனம் என்கிற துறையின் நடுமத்தியப் பிரதேசத்துக்குக் கொணர்ந்து நிறுத்தின. இந்தப் பிரதேசத்தை யாரும் இதுவரை அதிகம் ஆராய்ந்து பார்த்ததில்லை என்ற உண்மையை நான் ஆச்சரியத்துடன் இப்போது உணர்ந்தேன். ஒரு சமயம் ஒரு கோணத்திலிருந்து, மறு சமயம் வேறு கோணத்திலிருந்து தத்துவ தரிசனத்தின் மையப்பகுதியை ஊடுருவி நோக்கி, உண்மையைக் காண முயன்றேன். திரும்பவும் திரும்பவும் முயற்சியைக் கைவிட வேண்டிய அவசியம் ஏற்பட்டது. எனக்கு இதற்குள்ளாகவே உற்சாகமும் குன்றிவிட்டது; அலுப்பும் ஏற்பட்டுவிட்டது. சிந்தனை விதையும் கருவும் என்

அகக்கண் முன் இருந்தன. ஆனால் அதைக் கிரகித்து வார்த்தைகளில் வெளியிடுவதுதான் சிரமசாத்தியமாக இருந்தது.

என் மனோநிலை இப்படியிருக்கும்போது ஆற்றிலே ஒரு நீண்ட பயணம் போகவேண்டிய அவசியம் நேர்ந்தது. என் மனைவியின் தேக நலத்துக்காக, நான் கடற்கரையோரமாக லோபெஸ் முனையில் தங்கியிருந்தேன். அப்போது 1915 செப்டம்பர் மாதம். ஆற்றுப் போக்கிலே 160 மைல்கள் தாண்டி உள்நாட்டிலே இருந்த பெலோ என்ற ஒரு மதப்பிரசாரகரின் மனைவியின் உடம்பைப் பரிசோதித்து வைத்தியம் செய்ய அழைப்பு வந்தது. அவள் இருந்த இடத்துக்குப் பெயர் நகோமோ. எனக்குக் கிடைத்த ஒரே போக்குவரத்து சாதனம் ஒரு சிறிய நீராவிப்படகு தான். அதுவும் ஒரு பெரிய சுமை ஏற்றிய தோணியை இழுத்துக்கொண்டு, நான் போக வேண்டிய திசையில் ஆற்றோடு போயிற்று. நல்லவேளையாக அது நான் கிளம்ப வேண்டிய சமயத்தில் புறப்படத் தயாராகவும் இருந்தது. என்னைத் தவிர அந்தப் படகிலே வந்த மற்றவர்களெல்லோரும் சுதேசிகள் தான். அவர்களில் லாம்பரீனிலிருந்து வந்த எமில் ஒகோமா என்ற என் நண்பன் ஒருவனும் இருந்தான். என் அவசரத்தில் நான் என்னுடன் போதுமான உணவு எடுத்துக்கொண்டு கிளம்பவில்லை. ஆகவே, சுதேசிகள் தங்கள் உணவில் எனக்கும் பங்கு தந்தார்கள். பொதுவாக நாங்கள் ஆற்றிலே பிரவாகத்துக்கு எதிராகச் சென்றோம். மணல் மேடிட்டிருந்த ஆற்றிலே – அது கோடை காலம், ஜலம் அதிகமில்லை – படகு மெதுவாக, ஜாக்கிரதையாகவே போகவேண்டியதாக இருந்தது. சிந்தனையில் ஆழந்தவனாக, நான் நாழிகைக் கணக்காக படகின் மேல்தளத்திலே உட்கார்ந்திருந்தேன். அடிப்படையான, ஆதாரமான, பிரபஞ்சம் பூராவுக்கும் உண்மையான, நல்லது தீயது, அடிப்படைக் கொள்கையைக் காண முயன்று சிந்தனையில் ஆழ்ந்திருந்தேன் நான். இதுவரை எந்தத் தத்துவ தரிசனமும் காணாத அடிப்படை அது. ஒன்றுக்கொன்று சம்பந்தமில்லாத பல வாக்கியங்களை எழுதிப் பக்கங்களை நிரப்பினேன். மனத்தைப் பிரச்சினையை விட்டு நகரா திருக்கச் செய்வதற்காக நான் கையாண்ட யுக்தி இது. மூன்றாவது நாள் மாலை, சூரியாஸ்தமன சமயத்தில், படகு ஒரு நீர்யானைக் கூட்டத்தைத் தாண்டிச் சென்று கொண்டிருக்கும்போது, என் மனத்தில் ஒரு புது சொற்றொடர் உதித்தது. எதிர்பாராமல் நான் சிந்திக்காமலே தோன்றிய ஒரு வார்த்தைச் சேர்க்கை அது. ‘வாழ்வுக்கு மதிப்பு; மரியாதை’ என்கிற சிந்தனைதான் அது. இரும்புக் கதவு அசைந்து கொடுத்துவிட்டது. திக்குத் தெரியாத காட்டிலே ஒரு பாதை தென்பட்டுவிட்டது. உலக வாழ்வு ஏற்றுக்கொள்ளல் என்கிற

தத்துவமும், நல்லது, தீயது என்கிற அடிப்படைப் பாகுபாடும் ஒருங்கே அமைந்த சிந்தனையைக் கண்டுவிட்டேன் நான்.

வாழ்வுக்கு மதிப்பு, மரியாதை என்பது என்ன? அது எப்படி நம்முள்ளே உதிக்கிறது? மனிதன் தன்னைப் பற்றியும், தனக்கும் உலகுக்கும் உள்ள உறவைப் பற்றியும் தெளிவான முடிவுக்கு வர வேண்டுமானால் அவன் என்ன செய்ய வேண்டும்? அவனுடைய அறிவு, சிந்தனை இவற்றின் மூலமாக இயங்கும் பலவகையான உலகத்தோற்றத்தை மறந்து, முதல் காரணமான, காரணபூதமான, அடிப்படைக் கருத்தான, தனக்கு மிகவும் நெருங்கியதான சுயப் பிரக்ஞை பற்றிச் சிந்திக்க வேண்டும். இந்த சுயப்பிரக்ஞை நிரந்தர மானது, சுயம்பிரகாசமானது, ஒருமையானது. இதைப் பின்பற்றிச் சிந்தித்தானானால் மனிதன் சிந்தனையில் ஆதாரமுள்ள உலக நோக்கைப் பெற்றுவிடுவான்.

'நான் சிந்திக்கிறேன்; ஆகவே நான் இருப்பது என்கிற உண்மை ஏற்படுகிறது' என்கிற வாக்கியத்துடன் சிந்தனையைத் தொடங்கு கிறான் டே கார்ட்ஸ். தானே தேடிக் கண்ட இந்தச் சிந்தனையைப் பின்பற்றி அவன் தத்துவரீதியான உலகத்தோடு, தப்ப முடியாத பாதையிலே சிந்தனைகளைச் செலுத்துகிறான். இந்த உலகத்தோடு ஒட்டாத சிந்தனை வழியாக மனிதன் சமுதாயத்துடனோ, பிற மனிதர்களுடனோ தனக்குள்ள உறவு முறைகளைக் கண்டுகொள்வது என்பது சாத்தியமல்ல. பிரபஞ்சத்துக்கும் தனிமனிதனுக்கும் உள்ள உறவுகள் கூட இந்தச் சிந்தனைப் பாதையினாலே தெளிவாகி விடாது. ஆனால் உண்மையில், நடைமுறையில் சுயப்பிரக்ஞை என்பதற்கு பொருள் உண்டு. பிரக்ஞைக்கு ஒரு பொருள் இல்லா விட்டால், அது பிரக்ஞையேயாகாது. சிந்திப்பது என்றால் ஏதோ ஒன்றைப் பற்றிச் சிந்திப்பது என்றுதான் அர்த்தம். மனிதனின் சுயப்பிரக்ஞையின் முதல் ஆதார உண்மை என்ன? சிந்தனையின் தொடக்கம் என்ன? 'வாழ விரும்பும் நானே வாழ்வு; வாழ விரும்பும் இவ்வாழ்வே வாழ்வு' என்று தனக்குத்தானே அழுத்தமாகக் கூறிக்கொள்வதுதான் சுயப்பிரக்ஞை என்பதன் முதல் சிந்தனை, செய்கை எல்லாம். தனிமனிதனின் வாழும் விருப்பமும் வேகமும், வாழ்க்கை விருப்பத்தின் வேக மத்தியிலே தோன்றுவதைத்தான் மனிதன் தன் சிந்தனை, எண்ணம், பிரக்ஞை என்று கூறிக் கொள்கிறான். தன்னையும் தன்னைச் சுற்றியுள்ள வாழ்வை விரும்பும் மனிதர்களையும் பற்றிச் சிந்திப்பதற்கு ஆதாரம் இதுதான்.

என் வாழ்வு விருப்பத்திலே, வேகத்திலே, வாழ்வைத் தொடர ஒரு ஆசை நீடிக்கிறது, நிலைக்கிறது. மாயமான ஒரு வாழ்வு வேக

ஆனந்தம் மனிதனை மேன்மையுறச் செய்கிறது. இதை இன்பம் என்கிறோம். அதே சமயம், அழிந்து போவது பற்றி ஒரு பீதியும் தோன்றுகிறது; துயரம் துக்கம் என்று சொல்கிற ஒரு உணர்ச்சியும் ஏற்படுகிறது. அதேபோல என்னைச் சுற்றியுள்ளவர்களின் வாழ்க்கை விருப்பத்திலும் வேகத்திலும் உண்டு. அது வெளிப்படையாக உருவம் பெற்றாலும் சரி, உருவம் பெறாமல் மௌனமாகவே செயல் பட்டாலும் சரிதான் - அடிப்படை இதுதான்.

வாழ்க்கை விருப்பம், வேகம் என்பதற்கும் தனக்கும் உள்ள உறவு முறைகளை வகுத்துத் திட்டமாக்கிக் கொள்ள வேண்டும். தனி மனிதன் ஒவ்வொருவனும், அதை மறுக்கலாம். வாழ்க்கை விருப்பத் தையும் வேகத்தையும் மறுத்து, வாழவிரும்பாமையும் வேகமில்லா மையுமான இந்திய சிந்தனையாளர்களையும் எதிர்கால நம்பிக்கை யில்லாதவர்களையும் போல இன்றைய மனிதன் செய்து கொண்டால் அவன் தனக்கே தான் எதிரியாகிவிடுகிறான். இயற்கைக்கு ஒவ்வாத, இசையாத, உண்மையல்லாத ஒரு தத்துவத்தை ஏற்றுக் கொள்கிறான். இந்த வாழ்க்கை மறுப்பை எவ்வளவு தூரம் தொடர்ந்தாலும் முடிவுகாண இயலாது; பூரணத்துவம் பெறமுடியாது. இந்திய சிந்தனையும் ஜெர்மன் தத்துவதரிசி ஷோபன்ஹாரின் சிந்தனையும் ஒன்றுக்கொன்று முரணான பல அம்சங்கள் நிறைந்திருப்பதற்குக் காரணமில்லாமலில்லை. அடிக்கடி இந்தச் சிந்தனையாளர்கள் மனிதனின் சுபாவத்திலே ஒட்டிக்கொண்டிருக்கும் வாழவிருப்ப வேகத்துக்குத் தணிந்துதான் மேலே போகவேண்டியதாக இருக்கிறது. வாழ்வையும் உலகத்தையும் மறுத்து எவ்வளவு சொன்னாலும், வாழ்வும் உலகமும் தவிர்க்க முடியாத விஷயமாகும். வாழ்வை முடித்துக்கொண்டு சாகத் தயாராக இருக்கிற இடத்தில் மட்டும் தான் வாழவிருப்பமோ வேகமோ இல்லாமையை ஏற்றுக் கொள்ள இயலும். மற்றப்படி எப்படி ஏற்றுக்கொள்ள இயலும்?

வாழ விருப்பத்தையும் வேகத்தையும் அழுத்திச் சொல்லும் போது மனிதன் நாணயமாகவும், இயற்கை நியதிப்படிச் சுபாவமாகவும் நடந்து கொள்கிறான். உணர்ச்சி பூர்வமான சிந்தனையில் உருத் தெரியாமல் ஏற்றுக்கொள்ளப்பட்ட ஒரு சிந்தனையை வெளிச் சிந்தனையாகவும் உருவாக்கி அவன் அங்கீகரிக்கிறான். அது முடிந்து இயற்கையாகிவிட்ட ஒரு காரியம்; அதை மறுப்பானேன்? சிந்தனையின் ஆரம்பம் என்பது சிந்தனையின் போக்கில் ஒவ்வொரு விநாடியும் நிகழ்கிற காரியம். தன் வாழ்வை ஏதோ எப்படியோ அளிக்கப் பட்டதாக அங்கீகரித்துத் திருப்தியடைந்து விடுவதுடன் நின்று விடாமல், ஆழங்காண முடியாத, மாயமான ஒரு அனுபவமாக

அனுபவித்து உணர்வதே சிந்தனையின் தொடக்கம். வாழ்வை ஏற்றுக்கொள்வது என்று வரும்போது அனுபவம் ஆன்மீகமாக உயருகிறது. சிந்தனையில்லா வாழ்க்கை நீங்கும்போதுதான் ஆன்மீக அனுபவம் ஏற்படமுடியும். ஆன்மீக அனுபவம் ஏற்பட்ட பின் வாழ்க்கையிலே ஒரு மதிப்பும் மரியாதையும் தானாகவே தோன்றி விடும். வாழ்வுக்கே தரமும் குணமும் மதிப்பும் இந்த ஆன்மீக அனுபவத்தால் வலிவடைந்து மேன்மையுறுகின்றன. வாழ்வின் உண்மையான அர்த்தத்தைத் தெரிந்து கொள்ள வசதி ஏற்படும். வாழ்வை ஏற்றுக் கொள்கிறேன் என்று சொல்வதற்கே அர்த்தம் இதுதான் - அனுபவத்தை ஆன்மீகமாக ஆழச்செய்வது, அதை உள்நோக்கிச் செலுத்துவது, வாழ்க்கை விருப்ப வேகத்தை அதிகரிக்கச் செய்வது என்பது தான்.

தன் வாழ்வு விருப்பத்தையும் வேகத்தையும் உணருகிற மனிதன், அதே சமயம் மற்றவர்கள் வாழ்வு விருப்பத்தையும் வேகத்தையும் பூரணமாக உணர்ந்து மதிப்பான். தன் வாழ்விலே, தன் வாழ்வு விருப்பத்திலே, வேகத்திலே அவன் மற்றவர் வாழ்வையும் விருப்பையும் வேகத்தையும் காண்பான். காண்பது மட்டுமல்ல, அதையும் தன்னுடையதே போல அனுபவிப்பான். நல்லது என்று அவன் ஏற்றுக் கொள்வது எதையெல்லாம் தெரியுமா? வாழ்வைக் காப்பாற்றுவதையும், வாழ்க்கையை முன்னேறச் செய்வதையும், பரிபூரணமடையச் செய்வதையும், முன்னேற்றமடையக் கூடிய பாதைகளிலெல்லாம் முன்னேற்றம் காண்பதையும் அவன் நல்லது என்று அங்கீகரிப்பான். எதைக் கெட்டது என்று அவன் நினைப்பான் தெரியுமா? வாழ்வைக் கெடுப்பது, வாழ்வுக்குத் தீங்கு தருவது, முன்னேறக்கூடிய வாழ்வை அடக்குவது இவற்றைத் தீமையாக அவன் கருதுவான். இதுதான் அடிப்படையான ஆதாரமான கொள்கை. நல்லது, தீயது என்கிற பாகுபாட்டின் ஆதார சுருதி இதுதான். இது மனித சிந்தனைக்கு மிகவும் அவசியமானதொரு அடிப்படை.

நல்லது, தீயது என்பது பற்றி இன்றுவரை விவாதித்த சாஸ்திரங்கள் செய்த தவறு இதுதான். மனிதனும் மனிதனும் உறவாடுவது பற்றியுள்ள குணாகுணங்களைப் பற்றி மட்டும் ஆராய்ந்து முடிவு கட்டிவிட்டால் போதும் என்று இந்த சித்தாந்தங்கள் எண்ணி விட்டன. உண்மையில் பிரச்சினை மனிதனுக்கும் மனிதனுக்கும் உள்ள உறவுகள் பற்றியதல்ல. உலகத்தையும் அதிலுள்ள தன்னைத் தொடுகிற உயிர்கள் பற்றியும் மனிதனின் நோக்கு என்ன என்பது தான் பிரச்சினை. வாழ்வு, உயிர் என்பது புனிதமானது என்று ஏற்றுக்

கொள்கிற மனிதன் தான் நல்லது, தீயது என்கிற பாகு பாட்டை அறிந்து கொண்டவன். சகோதர மனிதர்களின் உயிரும் வாழ்வும் மட்டுமல்ல; தாவர, மிருக வாழ்வும், உயிரும் கூட அவனுக்குப் புனிதமானதாக இருக்கவேண்டும். உதவி வேண்டிய எதற்கும் உதவுகிறவனைத் தான் நல்லது, தீயது என்கிற பாகுபாட்டைப் பூரணமாக உணர்ந்தவன் என்று சொல்லமுடியும். உயிர் வாழும் எல்லாவற்றையும், அவற்றின் தேவைகள் அனைத்தையும் கணக்கில் எடுத்துக்கொண்டு, பிரபஞ்சம் பூராவுக்கும் எனக்குப் பொறுப்புண்டு என்று உணருகிறவன் தான் நல்லது, தீயது என்பதைப் பூரணமாக உணர்ந்தவன் என்று சொல்ல முடியும். இந்தப் பிரபஞ்சப் பொறுப்பு தனிமனிதனுக்கு ஏற்படும்போதுதான் அவன் சிந்திக்கச் சக்தியுள்ளவனாகிறான். மனிதனுக்கும் பிற மனிதனுக்கும் உள்ள உறவை அடிப்படையாக நிர்ணயிப்பது தான் நல்லது, தீயது என்கிற பாகுபாடு. இந்த உறவு தனிப்பட்டதல்ல. பிரபஞ்ச உறவுப் பிணைப்புகளிலே இது ஒரு சிறு அம்சமே தவிர வேறு அல்ல என்று உணரவேண்டும்.

வாழ்விலே மதிப்பு, மரியாதை என்பதை உணர்ந்த நல்லது, தீயது பாகுபாட்டில் எல்லாமே அடங்கியிருக்கிறது. அன்பு, பக்தி, அனுதாபம் முதலியவையும் அவற்றின் காரணமாகவோ, காரிய மாகவோ வருகிற கஷ்டம், ஆனந்தம், முயற்சி இவையும் இதிலே அடங்கியிருக்கின்றன. நம் வாழ்விலே விருப்பு, வேகம் என்கிற நமக்குள்ளே பிளவுபட்டுக் கிடக்கும் பயங்கரமான நாடகத்தை உலகம் நடத்திக் காட்டுகிறது. ஒரு உயிர் வாழ்வது வேறு ஒரு உயிரின் செலவில்; ஒரு உயிர் இன்னொன்றைக் கொல்லுகிறது என்பதை நாம் காண்கிறோம். சிந்தனை செய்யத் தெரிந்த மனிதன் ஒருவன் தான் மற்றவர்களின் வாழ்வு விருப்பத்தையும் வேகத்தையும் உணர்ந்துகொண்டு, அவற்றுடனும் ஒற்றுமைப்பட்டு வாழ முடியும். இந்த ஒற்றுமையை என்ன சொன்னாலும் மனிதன் தானாகவே நிலைக்கச் செய்ய முடியாது. பூரணமாக உருப்பெறச் செய்யவும் முடியாது. ஏனென்றால், மனிதன் புதிர் போலப் பயமுறுத்தும் உயிர்க் கொலை விதிக்குக் கட்டுப்பட்டவனாக இருக்கிறான். வேறு ஒரு உயிரை மாய்த்தேதான் அவன் உயிர்வாழ வேண்டும் என்பதை இயற்கை ஒரு நியதியாகவே விதித்திருக்கிற மாதிரி இருக்கிறது. திரும்பத் திரும்ப உயிரைத் தேய்த்து மாய்க்கும் குற்றத்தை மனிதன் புரிய வேண்டியதாகிறது. நல்லது, தீயது அறிந்த மனிதன் இந்த அவசியத்திலிருந்து கூடுமானவரை தப்ப முயலுகிறான். வாழ்வு விருப்ப வேகத்தில் ஏற்படுகிற இப்பிளவைச் சமாளித்து

ஒற்றுமை காண அவன் முயலுகிறான். அவன் அறிவு படைத்த வனாகவும் கருணையுள்ளவனாகவும் ஆகிவிட்டால் பிளவைச் சரிக்கட்ட முடியலாம். தன்னுடைய வாழ்வை பாதிக்காத வகையில், பிறருக்கு ஹானி நேராமல் வாழ்க்கை நடத்துவான் நல்லது தீயதை அறிந்தவன். அதுமட்டுமல்ல; மற்ற உயிர்களுக்குக் கஷ்டங்களோ, ஆபத்தோ நேரிடும்போது அவற்றைக் காப்பாற்றவும் முயலுவான்.

சிந்தனை செய்யத் தெரிந்த, வாழும் விருப்பமும் வேகமுமுள்ள மனிதனுக்கு, வாழ்வில் ஒரு மதிப்பும் மரியாதையும் தோன்றி விடுகிறது. இந்த வாழ்வு மதிப்பிலே, மரியாதையிலே ஒரு உலக நோக்கும், நல்லது தீயது பாகுபாடும் அடங்கிக் கிடக்கிறது. முக்கியமான அடிப்படை வாழ்க்கை முறைகளைச் சிருஷ்டித்து, உரைகல் காட்டி, வாழ்வை வளம்பெறச் செய்வதுதான் இந்த மதிப்பு, மரியாதையின் நோக்கம். பலவிதமான முன்னேற்றங்கள், லோகாயத, ஆன்மீக, நல்லது, தீயது துறைகளில் பலவகையான முன்னேற்றங்கள் சாத்தியமாக இந்த நோக்கு வழிசெய்கிறது. மனிதனும் மனிதகுலமும் உய்ய வழி செய்வது இந்த வாழ்வு மரியாதையும் மதிப்பும் தான். சிந்தனை செய்து முடிவுக்கு வராத உலக வாழ்வு ஏற்புச் சக்திகள் விஞ்ஞான ரீதியாக, ஆராய்ச்சிக் கண்டுபிடிப்பு மூலம் தட்டுத்தடுமாறிக்கொண்டு, ஏதோ தெளிவாகாத லட்சியத்தை நோக்கி முன்னேற முயல்கின்றன. ஆனால் சிந்தித்துத் தெரிந்த, பிரக்ஞையுள்ள உலகவாழ்வு ஏற்பு, மனித சக்திகள் ஆன்மீகமான, நல்லது தீயது என்ற அளவுகோல்களை ஏற்றுக்கொண்டு, அவற்றின் உச்சியைக் காண்பதே மனித குலத்தின் மகோன்னதமான லட்சியம் என்று தீர்மானித்து முன்னேறுகிறது. இந்த லட்சியத்தை ஏற்கும்போது மற்ற எல்லா முன்னேற்ற லட்சியங்களும் சாத்தியமாகின்றன; அர்த்தம் பெறுகின்றன. மனிதனின் உண்மைக் குணங்கள் அழுத்தம் பெறுகின்றன; லட்சியங்கள் உருவாகின்றன.

நாகரிகத்தில் முக்கியமான அம்சம் எது, முன்னேற்றம் எது என்பதை நாம் நல்லது தீயது என்கிற பாகுபாடுள்ள, சத்திய உலக வாழ்வு ஏற்புக் கொள்கை மூலம் அறிந்து தெரிந்து கொள்ள முடியும். நாம் நாகரிகமடைந்தவர்கள் என்று வீண் டம்பமாக, அகங்காரத் துடன் எண்ணும் வழக்கம் அதற்குப் பிறகு நம்மை விட்டகன்று விடும்; உண்மை தெளிவாகும். சக்தியிலும் அறிவிலும் எவ்வளவோ முன்னேறி விட்டோம் என்றாலும், அதனாலெல்லாம் உண்மை யான நாகரிகம் சுலபமாகிவிடவில்லை; முன்னிலும் கடினமாகி விட்டது என்பது தெரியவரும். ஆன்மீகத்துக்கும் லோகாயதத்திற்கும் உள்ள உண்மை உறவு நமக்குப் புரியத் தொடங்குகிறது. நம்முடைய

மனிதத் தன்மையைக் காப்பாற்றிக் கொள்ள வெகுவாகப் பாடுபட வேண்டும், சமய சந்தர்ப்பங்களை மீறி வெல்லவேண்டும் என்பது நமக்குத் தெரிய வருகிறது. இன்று முடிவில்லாதது, நன்மை பயக்காதது, தோல்விதான் தரக்கூடியது என்று தோன்றுகிற இந்தப் போராட்டத்தை வெற்றிப் போராட்டமாகச் செய்யப் பாடுபட வேண்டும். பலரும் தங்கள் மனிதத் தன்மையைக் காப்பாற்றிக் கொள்ளப் பாடுபடுகிறார்கள். சமுதாயத்தில் இதற்கு ஆதரவான சந்தர்ப்பங்கள் இன்று இல்லை எனினும், மனிதன் இப் போராட்டத்தில் வெற்றிகண்டே தீரவேண்டும். ஆழ்ந்த, நல்லது தீயது உணர்ந்த முன்னேற்ற வேகம் சிந்தனையில் எழுந்து, நம்மை அநாகரிகத்திலிருந்து அகன்று, நாகரிகத்தை நாடி நடக்க உதவி செய்யும் - இன்றோ, நாளையோ, சீக்கிரமோ, வெகு காலத்துக்குப் பிறகோ, உலகில் உண்மையான, இறுதியான மறுமலர்ச்சி தோன்றும். அதற்குப் பின் உலகிலே நிரந்தரமான சாந்தி நிலவும்.

'நாகரிகத்தின் தத்துவம்' என்ற நூலின் கட்டுக்கோப்பு இப்போது என் அகக்கண் முன் தெளிவாகத் தெரிந்தது. அது தானாகவே நான்கு பாகங்களாகப் பிரிந்தது : (1) இன்று நாகரிகமில்லாமையும் அதன் காரணங்களும்; (2) வாழ்வு மதிப்பு, மரியாதை என்பது பற்றிய விவாதமும் அதற்கான வழிகள் காட்டிய ஐரோப்பிய தத்துவ தரிசிகளின் கொள்கைகளும், அவை எப்படி வாழ்வு வேகம் வளர உபயோகப்பட்டன என்பதும், அது தொடர்ந்து பரவவேண்டும் என்று நான் சொல்கிற நல்லது, தீயது உறவுப் பாகுபாடுகளும்; (3) உலக நோக்கு - அதாவது வாழ்வில் மதிப்பு என்கிற கொள்கையை உள்ளடக்கிய உலக நோக்கு பற்றிய விரிவான சித்தாந்தம்; (4) நாகரிக நிலை என்பது என்ன?

இரண்டாவது பாகத்துக்கான வேலையை, ஐரோப்பிய தத்துவ சாஸ்திரத்தின் சோகமயமான சித்திரத்தை, நான் என்னுடைய மன அமைதியைக் கருதியே மேற்கொள்ள வேண்டியதாக இருந்தது. சரித்திர ரீதியாக நல்லது, தீயது பாகுபாடு பற்றியும், உலக வாழ்வு ஏற்புக் கொள்கைகள் பற்றியும் அலசி முடிவு காண்பது பிரச்சினை தீருவதற்கு அவசியம் என்று எனக்குத் தோன்றிற்று. சரித்திர ரீதியிலே கணித்து ஒரு முழு முடிவுக்கு வர இயலும் என்பது என் சித்தாந்தம். இந்த வேலையை மேற்கொண்டது பற்றி நான் வருந்திய தில்லை. பிறருடைய சிந்தனைகளை அறிய நான் செய்த முயற்சியால் என் சிந்தனைகள் எனக்குச் சிறப்பாகத் தெளிவாயின என்றுதான் சொல்லவேண்டும். இந்தச் சரித்திர ஆராய்ச்சியை நடத்துவதற்கு வேண்டிய நூல்களில் பல என்னிடம் இருந்தன. தேவையான வேறு

பல நூல்களை ஜூரிக் நகரில் மிருகநூல் பேராசிரியராக இருந்த ஸ்டிரோல் என்பவரும் அவர் மனைவியும் எனக்கு அனுப்பி வைத்தார்கள். புகழ் பெற்ற பாக் இசைப் பாடகர் ராபர்ட் காப்மான் என்பவரை எனக்கு நெடுநாட்களாகத் தெரியும்; அவர் பாட்டுக்கு நான் எத்தனையோ தடவைகள் வாத்தியம் வாசித்திருக்கிறேன். ஜெனீவாவிலிருந்த யுத்தக் கைதிகள் சங்க ஆதரவுடன் அவர் ஜூரிக்கிலிருந்து எனக்கு உலக நடப்புகளை எல்லாம் விரிவாக அவ்வப்போது, முடிந்தவரை தெரியப்படுத்திக் கொண்டிருந்தார்.

அவசரப்படாமல், ஒன்றன் பின் ஒன்றாக என் சிந்தனைகளை நான் எழுதினேன். முதலில் தோராயமாக எழுதிய பின்னர் திருத்தி ஒழுங்குபடுத்தினேன். முதலில் முழு நூலையும் மனத்தில் கொள்ளாமல் பகுதிகளை எழுதினேன்; பிறகு முழு நூலையும் மனத்தில் கொண்டு பகுதிகளை ஒழுங்கு செய்து அமைத்தேன். பிறகு பகுதிகளை ஒழுங்காக வரிசைப்படுத்தி எழுதி முடித்தேன். எத்தனையோ பேர் ஒருவரை ஒருவர் கொல்லுவதில் ஈடுபட்டிருந்த சமயத்தில், என்னால் வைத்தியத் தொழில் மூலம் உயிர் காக்க முடிந்தது என்பது மட்டுமின்றி, லட்சிய, சாந்த யுகத்தைச் சற்று அருகே கொணர என்னாலானது எழுதிக் காணவும் முடிந்தது பெரிய விஷயமாக எனக்குப் பட்டது.

நல்ல வேளையாக என் மருந்துகளும் கட்டுத்துணிகளும் தீர்ந்து விடவில்லை. ஏனென்றால், யுத்தம் தொடங்கு முன் வந்த ஒரு கப்பலில் தேவையான சாமான்கள் எனக்கு நிரம்பக் கிடைத்திருந்தன.

1916-17-ல், மழைக்காலத்தை நானும் என் மனைவியும் கடற் கரைப் பிரதேசத்தில் கழித்தோம். லாம்பரீனில் இருந்த மூடமான வெய்யிலும் புழுக்கமும் என் மனைவியின் உடல் நலத்தை வெகுவாகப் பாதித்து விட்டன. ஓகோவே நதியின் கிளைகள் ஒன்றின் முகத் துவாரத்தில், கடற்கரையோரமாக இருந்த தன் வீட்டை ஒரு மர வியாபாரி எங்களுக்குத் தந்தான் - சீயங்காவில், லோபெஸ் முனையருகில் இருந்தது அந்த வீடு. மர வியாபாரம் படுத்து விட்டதால் அந்த வீடு இப்போது காலியாக இருந்தது. இந்த உதவிக்குப் பிரதியாக நான் ஜலத்தில் கிடந்த மரக்கட்டைகளைக் கரையில் எடுத்துவைத்து, அவற்றைக் கரையான் அரித்து விடாமல் காப்பாற்றித் தந்தேன் அவனுக்கு. யுத்தம் முடிந்தபின் அந்த மரங்கள் மீண்டும் விலைபோகும்; ஐரோப்பாவுக்கு அனுப்பி லாப மடையலாம். ஊரில் தங்கியிருந்த சுதேசிகளின் உதவியால் இந்த மரங்களைச் சேமித்து வைத்தேன் நான். ஒவ்வொரு மரமும் இரண்டு அல்லது மூன்று டன் கனம் இருந்தது; அவற்றைத் தண்ணீரி லிருந்து கரையில் இழுத்து அடுக்கி வைப்பது கடினமான வேலை

தான். ஆற்று ஜலம் ஏறும்போது கட்டைகளைப் புரட்டுகிற வேலையில் ஈடுபட்டேன்; மற்ற சமயங்களில் வியாதியஸ்தர்கள் யாரும் வராவிட்டால், 'நாகரிகத்தின் தத்துவம்' என்கிற என் நூலை எழுதுவதில் ஈடுபட்டிருந்தேன்.

8
கரெய்ஸானும் ஸென்ட் ரெமியும்

லாம்பரீனில் ஆஸ்பத்திரி வேலையை நான் மீண்டும் தொடங்கிய சில நாட்களுக்கெல்லாம், அதாவது செப்டம்பர் 1917-ல், ஐரோப்பாவுக்குப் போய்க்கொண்டிருந்த ஒரு கப்பலில் எங்களை அழைத்துப் போய், யுத்தக் கைதிகள் முகாமில் சேர்க்க உத்தரவு பிறப்பிக்கப்பட்டது. அதிருஷ்டவசமாக, கப்பல் சில நாள் தாமதமாக வந்தது. அதனால் சில மதப்பிரசாரகர்கள், சுதேசிகள் இவர்களுடைய உதவியுடன் எங்கள் சாமான்களை - மருந்துகளையும் மற்ற மருத்துவ உபகரணங் களையும் - பெட்டிகளில் போட்டு அடைத்து, ஜாக்கிரதையாக ஒரு தகரக் கொட்டகைக் கட்டடத்தில் பத்திரப்படுத்தி வைக்கப் பொழுது கிடைத்தது.

'நாகரிகத்தின் தத்துவம்' என்கிற என் நூலின் பகுதிகளை என்னுடன் எடுத்துப் போக முடியும் என்று நினைப்பதற்கில்லை. ஏதாவது ஒரு சுங்கப் பரிசோதனையில் அது பறிபோய்விடும். ஆகவே, அவற்றை அப்போது லாம்பரீனில் மதப்பிரசாரம் செய்து கொண்டிருந்த போர்டு என்ற ஒரு அமெரிக்கரிடம் கொடுத்து பாதுகாத்து வைக்கச் சொன்னேன். அந்தக் கனமான காகிதக் கத்தையை ஆற்றிலே எறிந்துவிடத்தான் அவருக்கு ஆசை என்று என்னிடம் அவர் சொன்னார். தத்துவ விசாரமே அவசியமானதல்ல, மனிதர்களுக்குத் தீங்கு தரக்கூடியது என்று அவர் நினைத்தார். ஆனாலும் கிறிஸ்தவ உதாரத்துடன் அதை எனக்காக வைத்திருந்து, யுத்தம் முடிந்த பிறகு எனக்கு அதை அனுப்புவதாக அவர் வாக் களித்தார். அது கைதவறி விட்டாலும் என்னிடம் ஒரு பகுதியாவது இருக்கட்டும் என்று இரண்டு இரவுகள் உட்கார்ந்து, பிரெஞ்சு மொழியில் அதைச் சுருக்கமாகத் தயாரித்தேன். முக்கியமான சிந்தனைகளை யெல்லாம் விடாமல் குறித்துக்கொண்டேன்; எந்த வரிசையில் என்னென்ன எழுதி முடித்திருந்தேன் என்பதையும்

குறிப்பெடுத்துக் கொண்டேன். அதைப் பரிசோதிக்க நேர்ந்த அதிகாரிகள் அதற்கு ஹானி விளைவிக்காமல் இருப்பதற்காக, சரியான அத்தியாயத் தலைப்புகள் தந்து, ஐரோப்பிய மறுமலர்ச்சி பற்றிய சரித்திர ஆராய்ச்சி மாதிரி இருக்கும்படிச் செய்தேன். இன்றைய விஷயம் என்று கண்டுகொண்டால் அதை என்னிடம் விட்டு வைக்கமாட்டார்களே! பல தடவைகளில் அது பறிபோகவே இருந்தது - ஆனால் என் இந்த யுக்தியால் அது என்னிடமே இருந்தது; பறிமுதல் செய்யப்படவில்லை.

ஆப்பிரிக்காவை விட்டுக் கிளம்புவதற்கு இரண்டு நாட்களுக்கு முன் அவசரத்தோடு அவசரமாக, மூட்டை முடிச்சுகளுக்கு மத்தியில் ஒரு விரைவாத ஆபரேஷன் செய்யவேண்டி வந்தது; அதையும் செய்தேன்.

நாங்கள் ஆற்றில் நின்ற ஒரு நீராவிக் கப்பலில் ஏறிக்கொண்டோம். கரையில் நின்ற சுதேசிகள் கூச்சல் போட்டு எங்களிடம் தங்களுக் கிருந்த அன்பைத் தெரிவித்துக் கொண்டார்கள். அந்தச் சமயம் கத்தோலிக்க மதப்பிரசாரகர்களின் தலைவர் படகில் ஏறி வந்து, எங்களைக் காவல் காத்து நின்ற சுதேசிப் போர்வீரர்களை கம்பீரமாக அப்புறம் போகச் சொல்லிவிட்டு, 'நீங்கள் இந்த நாட்டை விட்டு என் நன்றியறிவிப்பைத் தெரிவிக்குமுன் போகக்கூடாது' என்று எங்கள் கைகளைக் குலுக்கினார். அதற்குப் பிறகு அவரை மறுபடி காணும் சந்தர்ப்பமே எங்களுக்கு வாய்க்கவில்லை. யுத்தம் முடிந்த பிறகு, எங்களை ஐரோப்பாவுக்கு அழைத்துச் சென்ற 'ஆப்ரீக்' என்னும் கப்பலில் ஐரோப்பா திரும்பிய அவர், பிஸ்கே குடாக் கடலில் கப்பல் மூழ்கியபோது இறந்தார்.

லோபெஸ் முனையில் ஒரு வெள்ளையன், அவன் மனைவிக்கு நான் ஒரு சமயம் சிகிச்சை செய்திருந்ததால், ரகசியமாக என்னிடம் வந்து, என் கையில் பணமில்லாவிட்டால் தான் கொஞ்சம் பணம் தருவதாகச் சொன்னான். யுத்தம் வந்துவிடுமோ என்று பயந்து நான் தங்கமாக ஐரோப்பாவிலிருந்து எடுத்து வந்திருந்த பணம் எனக்கு இந்தச் சந்தர்ப்பத்தில் பெரிதும் உதவியது. நாங்கள் கிளம்புவதற்கு ஒரு மணி நேரம் முன்னதாக என்னை வந்து பார்த்த ஒரு மர வியாபாரி அவ்வளவு பணத்தையும் பிரென்சுப் பணமாக மாற்றிக் கொடுத்திருந்தான். லாபகரமான பேரம்தான் அது. பணத்தை நானும் என் மனைவியும் எங்கள் ஆடைகளில் வைத்துத் தைத்து பத்திரப்படுத்திக் கொண்டிருந்தோம்.

கப்பலில் ஒரு வெள்ளையினச் சின்ன அதிகாரி வசம் நாங்கள் ஒப்புவிக்கப்பட்டோம். எங்களுக்கென்று நியமிக்கப்பட்ட சாப்பாட்டு அதிகாரியைத் தவிர கப்பலில் மற்றவர்கள் யாருடனும் நாங்கள்

பழகாமல் பார்த்துக் கொள்வது இந்தச் சின்ன அதிகாரியின் கடமை. சில மணிநேரம் கப்பல் மேல் தளத்தில் உலாவி வர எங்களுக்கு வசதி செய்யப்பட்டது. மற்ற நேரத்தை நான் பாக் இசைகளில் பலவற்றையும் விடாரின் ஆறாவது இசை வரிசையையும் பயிற்சி செய்து மனப் பாடம் செய்வதில் செலவிட்டேன்.

எங்கள் கப்பல் சாப்பாட்டு அதிகாரி - அவன் பெயர் காயார் என்று ஞாபகம் எனக்கு - மிகவும் நல்லவன். கைதிகளுக்குக் காட்டாத கருணையுடன் தான் எங்களை நடத்தியதை நாங்கள் கவனித்தோமா என்று பிரயாண முடிவில் அவன் கேட்டான். கொஞ்சம் ஆடம்பரமாகவே அவன் சொன்னான். ‘உங்கள் சாப்பாட்டைச் சுத்தமாகவும் பக்குவமாகவும் தயாரித்தேன் நான். உங்கள் அறை கப்பலின் மற்ற அறைகளைக் காட்டிலும் சுத்தமாக இல்லையா? (இது உண்மையே! அந்தக் கப்பலில் சுத்தம் அசுத்தம் என்று அதிகமாகப் பார்த்துப் பாராட்டுவதற்கு இல்லை என்றே சொல்ல வேண்டும்!) இப்படி உதவி செய்தது ஏன் என்று உங்களால் சொல்லமுடியுமா? எனக்கு நீங்கள் தாராளமாகச் சன்மானம் தருவீர்கள் என்றா? கைதிகளிடம் பணம் ஏது? ஏன் என்று நான் சொல்லுகிறேன். என் அறைகளில் ஒன்றில் சில மாதங்களுக்கு முன் கோஷெர் என்ற ஒருவர் பிரயாணம் செய்தார். அவர் உங்கள் ஆஸ்பத்திரியில் சிலகாலம் நோயாளியாக இருந்தவர். அவர் சொன்னார் என்னிடம் : ‘‘கயார், இன்னும் சில நாளில் லாம்பரீன் டாக்டரை நீ ஐரோப்பாவுக்கு யுத்தக் கைதியாக ஏற்றுக்கொண்டு போக நேரிடலாம். அப்படி நேர்ந்தால் எனக்காக அவருக்கு உன்னாலான உதவிகளைச் செய்.’’ எதற்காக உங்களை நன்றாக நடத்தினேன் என்று இப்பொழுது தெரிந்துகொள்ளுங்கள்.’

போர்டோவில் எங்களை ஒரு தாற்காலிகக் கொட்டகையில் தங்க வைத்தார்கள். அதில் மூன்று வாரங்கள் தங்கினோம். அந்நியர் பலர் எங்களைப் போல அங்கு காவலில் வைக்கப்பட்டிருந்தனர். எனக்கு அங்கே உடனேயே வயிற்றுப்போக்கு வந்துவிட்டது. நல்ல வேளையாக என் கையிலிருந்த மருந்தைச் சாப்பிட்டுச் சமாளித்துக் கொண்டேன். ஆனால் அதன் விளைவுகளாகப் பல தொல்லைகள் என்னை வெகுகாலம் பாதித்தன. பின்னர் எங்களை பிரெனீஸ் மலைத்தொடரில் கரெய்ஸான் என்னும் இடத்தில் இருந்த பெரிய யுத்தக் கைதிகள் முகாமுக்கு அழைத்துச் சென்றனர். இரவு கிளம்பத் தயாராக இரு என்று வந்த உத்தரவை நாங்கள் சரியாகப் புரிந்து கொள்ளாததால், நள்ளிரவில் வந்த போர் வீரர்களுக்கு நாங்கள் சொன்னபடி கேட்கவில்லை என்று கோபம் வந்தது. பொறுமை

இழந்தவர்களாய், எங்கள் சாமான்களை விட்டுவிட்டு எங்களை மட்டும் கிளப்பி அழைத்துக்கொண்டு போகக் குதித்தார்கள் அவர்கள். ஆனால், கடைசியில் எங்கள் நிலையைக் கண்டு பரிதாபப் பட்டு, சாமான்களை மூட்டை கட்ட அனுமதித்தார்கள். இந்தப் போர்வீரர்களைப் பற்றிய நினைவு காரணமாக, பொறுமை யிழப்பது நியாயமாயிருந்த சமயத்திலும் கூட நான் பொறுமையை இழக்காமல் இருந்திருக்கிறேன்.

கரெய்ஸானில் ஒரு சின்ன அதிகாரி கையில் என் புத்தகங்களில் ஒன்று சிக்கியது. '*அரிஸ்டாடிலின் அரசியல்*' என்னும் கிரேக்க நூலின் பிரெஞ்சு மொழிபெயர்ப்பு அது. என்னுடைய '*நாகரிகத்தின் தத்துவம்*' என்கிற நூலுக்குத் தேவையாக இருந்ததால் என்னுடன் எடுத்து வந்திருந்தேன். 'நம்பவே முடிய வில்லையே!' என்று கூவினான் அந்த அதிகாரி. 'யுத்தக் கைதிகள் அரசியல் நூல்களைக் கைதிகள் முகாமுக்குள் கொண்டு வருகிறார்களே!' என்று அதட்டினான் அவன். கிறிஸ்து பிறப்பதற்கு முன் எழுதப்பட்ட நூல் அது என்று அவனுக்கு மெதுவாக விளக்கினேன் நான். 'அப்படியா அது, ஓ அறிவாளியே!' என்று பக்கத்தில் நின்ற ஒரு போர் வீரனைக் கேட்டான். ஆமாம் என்று எனக்கு ஆதரவாக அவனும் கூறவே, 'என்னது? ஜனங்கள் இத்தனை காலமாகவா அரசியலில் ஈடுபட்டிருக் கிறார்கள்?' என்று ஆச்சரியப்பட்டான் அவன். ஆமாம் என்று நாங்கள் மறுபடியும் கூறவே, அவன் பின்வருமாறு தீர்ப்பளித்தான். 'அது எப்படியானாலும் இன்று பேசுவதிலிருந்து மாறுபட்டது அது. ஆகவே இந்தப் புத்தகம் உன்னிடமே இருக்கலாம்,' என்றான்.

கரெய்ஸான் என்கிற பெயரே ப்ரொவான்ஸா மொழியில் வைத்தியம் என்கிற அர்த்தம் தரும் வார்த்தையிலிருந்து வந்ததுதான். அது ஒரு காலத்தில் ஒரு மடமாக இருந்தது. நெடுந்தூரத்திலிருந்து நோயாளிகள் வந்து குணமடைந்து செல்வார்களாம். மத அதிகாரி களுக்கும் அரசாங்க அதிகாரிகளுக்கும் வேற்றுமைகள் வந்து பிரிபடவே, மடாலயம் பல வருஷங்களாகக் காலியாக இருந்தது. இடிந்து கட்டடங்கள் சிதிலமாகிக்கொண்டிருந்தன. சண்டை தொடங்கியது முதல் அதில் அந்நிய நாட்டுக் கைதிகள் அடைத்து வைக்கப்பட்டனர் - ஆண்கள், பெண்கள், குழந்தைகள் என்று பல கைதிகள் இருந்தனர் அங்கு. கைது செய்யப்பட்ட தொழிலாளிகளில் சிலர் கட்டடங்களைப் பழுதுபார்த்து ஒழுங்கு செய்தனர். நாங்கள் அங்கிருந்தபோது அந்த விடுதிக்குத் தலைவராக இருந்தவருக்கு வெக்கி என்று பெயர்; அவர் குடியேற்ற நாடுகளில் சேவை செய்தவர்; பிரும்மஞான சபையைச் சேர்ந்தவர். தன் கடமைகளை நேர்மை

யாகவும் இரக்கத்துடனும் செய்து வந்தார். அவருக்கு முந்தி யிருந்தவர் மிகவும் கெடுபிடியானவர். ஆகையினால், இவருடைய ஆட்சிக்காலத்தை யுத்தக் கைதிகள் நன்றியுடன் வரவேற்றனர்.

நாங்கள் அங்கு வந்த இரண்டாவது நாள், குளிரால் நடுங்கிக் கொண்டு முற்றத்தில் நான் நின்றபோது, மில் யந்திர நிபுணர் போர்கெலோ என்று தன்னை அறிமுகம் செய்துகொண்டான் கைதிகளில் ஒருவன். எனக்கு எந்த விதத்தில் தான் உதவி செய்ய முடியும் என்று கேட்டான். தான் எனக்குக் கடமைப்பட்டிருந்ததாக அவன் சொன்னான்; ஏனென்றால், அவன் மனைவிக்கு நான் தந்த மருந்தால் உடம்பு சீரடைந்து சுகமாகியிருந்ததாம். இத்தனைக்கும் நான் அவன் மனைவியைப் பார்த்தது கூட இல்லை. யுத்த ஆரம்பத்தில் லாம்பரீன் வந்த ஒரு வெள்ளையனுக்கு நான் நிறைய மருந்துகள் தந்து, அவற்றின் உபயோகத்தையும் அறிவுறுத்தியிருந்தேன். அவன் கைதியாகி, போர்கெலோவும் அவர் மனைவியும் இருந்த சிறைக்கு வந்து சேர்ந்தான். அச்சமயம் போர்கெலோவின் மனைவிக்கு உடல் நலம் கெடவே, நான் தந்த மருந்துகளில் சிலவற்றைப் பிரயோகித்து உடம்பு தேறச் செய்தானாம். இந்த வைத்திய உதவி செய்ததற்காக போர்கெலோ எனக்கு இப்போது ஊதியம் தந்தான். எங்கிருந்தோ எடுத்து வந்த மரப் பலகைகளை வைத்திணைத்து, எனக்கு ஒரு மேஜை செய்து தந்தான் போர்கெலோ. இப்போது உட்கார்ந்து எழுத ஒரு மேஜையும் சுர வாத்தியம் வைத்து வாசிக்க ஒரு மரமேடையும் கிடைத்துவிட்டது எனக்கு. இதற்கு முன், தரையில் வைத்து உந்தி, சுர வாத்தியம் வாசிக்க வேண்டியதாக இருந்தது. இளவயதில் அந்த மாதிரி வாசித்துப் பழகியதுண்டு நான்.

அங்கு கைதிகளாக ஒரு ஜிப்ஸிகள் கோஷ்டி இருந்தது. ஒரு நாள் அவர்களின் தலைவன், ரொமேன் ரோலந்தின் 'இன்றைய இசை நிபுணர்கள்' என்கிற நூலில் வருகிற ஆல்பெர்ட் சுவைட்சர் நான் தானா என்று என்னைக் கேட்டான். ஆமாம் என்று நான் சொன்னதன் பேரில், தங்களில் ஒருவனாக என்னை ஏற்றுக்கொள்ள அவர்கள் தயாராக இருந்தார்கள் என்றான் அவன். அவர்கள் இசை பாடும் போது நான் கோஷ்டியில் கலந்து கொள்ளலாம் என்றும், எங்கள் பிறந்த நாட்களில் எங்களுக்காக கீதம் இசைப்பார்கள் அவர்கள் என்றும் அர்த்தம் அதற்கு. உண்மையில் என் மனைவியின் பிறந்த நாளன்று, அவள் கண் விழித்து எழுந்தபோது, ஹாப்மான் கதை இசை அற்புதமாக அவள் காதில் விழுந்தது. இந்த ஜிப்ஸி பாடகர்கள் பாரிஸ் நகர ஹோட்டல்களில் பாடிப் பழகியவர்கள். அவர்கள் சிறைப்பட்டபோது அவர்களுடைய இசைக் கருவிகள் பறிக்கப்பட

வில்லை. பிழைப்புக்கு ஆதாரம் என்று அவற்றைத் தங்களுடன் வைத்துக்கொள்ள அனுமதிக்கப் பட்டனர். சிறையில் இசை வாசிக்கவும் அவர்கள் அனுமதிக்கப் பட்டனர்.

நாங்கள் அங்கு வந்து சேர்ந்து பல நாட்களாவதற்கு முன் சில புது 'விருந்தாளிகள்' வந்தார்கள். அவர்கள் வேறு ஒரு கைதி முகாமில் இருந்தவர்கள். அந்த முகாம் மூடப்பட்டதால் இங்கு கொண்டுவரப் பட்டனர். உணவு தயாரிப்பது சரியாயில்லை என்று அவர்கள் வந்தவுடனேயே முணுமுணுக்கத் தொடங்கினர். அதுவரை சமையல் வேலையைக் கவனித்து வந்த சகோதரக் கைதிகள் அந்த வேலைக்கு லாயக்கற்றவர்கள் என்று குறை கூறினர். அந்த முகாமில் சமையல் வேலையில் ஈடுபட்டிருந்தவர்கள் பலர், யுத்தத்துக்கு முன் பிரபல பாரிஸ் நகர ஹோட்டல்களில் வேலைபார்த்துத் தேர்ச்சி பெற்றவர்கள்; அந்நிய தேசத்தவராதலால் கைதாகி விட்டவர்கள். அவர்களுக்குக் கோபம் மூண்டது. முகாம் தலைவர் காதுக்கு இந்தச் சலசலப்பு எட்டியதும், புதிதாக வந்தவர்களில் யார் யார் சமைக்கத் தெரிந்த வர்கள் என்று விசாரித்தார் அவர். ஆனால் வந்தவர்களில் ஒருவருக்குக் கூடச் சமையல் வேலை தெரியாது என்பது தெரிய வந்தது. அவர் களுடைய தலைவன் ஒரு சக்கிலி, மற்றவர்கள் தையற்காரர்கள், தொப்பி செய்பவர்கள், கூடை முறம் பின்னுபவர்கள் அல்லது இதுபோன்ற தொழிலாளிகள் தான். முந்திய கைதிக் கூடத்தில் அவர்கள் சமையல் செய்து பழகியவர்கள் என்றும், நிறையப் பேருக்குச் சமைப்பதை ஒரு கலையாகக் கற்றவர்கள் என்றும் சொல்லிக் கொண்டார்கள். அதிகாரி, அறிஞன் சாலமனின் அறிவுடன், அவர்கள் இரண்டு வாரங்கள் சமையல் வேலை பார்ப்பது என்றும், திருப்தியாக இருந்தால் அவர்களே தொடர்ந்து சமைக்கலாம் என்றும் தீர்ப்புக் கூறினார். சமையல் சரிவரச் செய்யாவிட்டால், அமைதியைக் கெடுத்தவர்கள் என்று தனிச் சிறையில் அடைக்கப்பட்டு தண்டனைக்குள்ளாவார்கள் என்றும் தலைவர் சொன்னார். முதல் நாளே அவர்கள் உருளைக் கிழங்கு களையும் முட்டைகோசையும் வைத்துத் தயாரித்த உணவு, அவர்கள் நல்ல சமையற்காரர்கள் தான் என்பதை எங்களுக்கு நிரூபித்தது. தொடர்ந்து ஒவ்வொரு நாளும் புதுப்புது வெற்றிகள் பெற்றனர் அவர்கள். ஆகவே சமையற்காரர்களல்லாத அவர்கள் சமையற்காரர் களாக்கப் பட்டார்கள்; சமைத்துப் பழகிய தொழிலாளிகள் சமையலறையிலிருந்து விரட்டப்பட்டனர். நான் அவர்களுடைய தலைவனான சக்கிலியை இந்த வெற்றிக்கு ஆதாரமான காரணம் என்ன என்று கேட்டேன். அதற்கு அவன் சொன்ன பதில் இதுதான்:

'ஒருவனுக்கு எல்லா விஷயங்களும் தெரிந்துதானிருக்க வேண்டும். முக்கியமான விஷயம் என்னவென்றால் சமையலைச் சிரத்தை யுடனும் கவனத்துடனும் செய்ய வேண்டும் என்பது தான்,' என்றான். இப்போதெல்லாம் ஒரு இலாகாவுக்கு மந்திரியாக அந்த இலாகா பற்றி ஒன்றும் தெரியாதவர் நியமிக்கப்பட்டால் அது பற்றி முன்போல் நான் பதட்டமடைவதில்லை. அவரும் அந்தச் சமையல் வேலைக்கு லாயக்கான சக்கிலி போல லாயக்காக இருந்தாலும் இருக்கலாம் என்று எண்ணிச் சாந்தமடைவேன்.

அங்கு சிறைப்பட்டிருந்தவர்களில் நான் ஒருவன்தான் டாக்டர் என்பது ஒரு விசேஷம். நான் வந்தவுடன் தலைவர் எனக்கு உத்தரவிட்டிருந்தார் - யாராவது நோய்வாய்ப்பட்டால் நான் அந்த நோயாளி பக்கம் போகக்கூடாது என்று. சர்க்கார் உத்தரவுப்படி நோயாளிகளைக் கவனிக்க வேண்டியவர் ஒரு கிழட்டு நாட்டுப்புற டாக்டர். பின்னர், பல் டாக்டர்களைப் போல நானும் கைதிகளுக்கு உதவலாம் என்று அனுமதி தந்தார் தலைவர். பல் டாக்டர்கள் பலர் கைதாகியிருந்தனர் அங்கே. அவர்கள் கைதிகளின் பற்களைப் பார்த்து வைத்தியம் செய்ய அனுமதிக்கப்பட்டிருந்தனர். வைத்தியம் செய்ய எனக்குத் தனியாக ஒரு அறை கூடத் தந்தார் அவர். என் பெட்டிகளில் மருந்துகளும் வைத்தியக் கருவிகளும் போதுமானவை இருந்தன. அவற்றைச் சோதனையில் யாரும் அப்புறப்படுத்தவில்லை. நோயாளி களைக் கவனித்து வைத்தியம் செய்யத் தேவையானவை எல்லாம் என்னிடம் இருந்தன. குடியேற்ற நாடுகளிலிருந்து வந்தவர்களுக்கும் உஷ்ணப்பிரதேச வியாதிகளால் கஷ்டப்பட்ட பல மாலுமிகளுக்கும், நான் உரிய வகைகளில் வைத்தியம் செய்ய முடிந்தது.

ஆகவே, நான் மறுபடியும் டாக்டராகி விட்டேன். எனக்கிருந்த ஓய்வு நேரத்தை நான் என் நூலுக்காகச் செலவிட்டேன். (அப்போது நான் '*நாகரிக நாடு*' எனும் பகுதிகளை எழுதி ஒழுங்குபடுத்திக் கொண்டிருந்தேன்). மேஜை மேலும், தரை மீதுமாக வைத்து சுர வாத்தியம் வாசிப்பதிலும் பொழுது போக்கினேன் நான். அந்த கைதிகள் முகாமில் இருந்த கஷ்ட நஷ்டங்களையும் அவதிகளையும் வைத்தியனான என்னால் ஓரளவு அறிந்து கொள்ள முடிந்தது. அடைத்துப் போட்டிருப்பதாலேயே அவதியுற்றவர்கள் கஷ்டம் தான் அதிகம் என்று சொல்ல வேண்டும். வெளி முற்றத்தில் காலையில் அனுமதிக்கப்பட்ட விநாடி முதல் சுற்றிச் சுற்றி நடை போட்டார்கள் அவர்கள்; மாலை ஊதல் ஊதி எங்களை உங்ளே அடைக்கும் வரையில் பிரெனீஸ் தொடரின் வெண் பனிச் சிகரங்களை ஏக்கத்துடன் பார்த்துக் கொண்டே சுற்றிச் சுற்றி வந்தார்கள்

அவர்கள். வேறு எதுவும் செய்ய அவர்களுக்குப் போதுமான உள் சக்தி கிடையாது. மழை பெய்தால், மூடிய ஆளோடிகளில் நின்று தவித்து ஏங்குவார்கள். மேலும் அநேகமாக எல்லோருமே தேவையான அளவு உணவு கிடைக்காமல் அவஸ்தைப்பட்டார்கள். இருந்த உணவும் ஒரே மாதிரியான, மாறுதல் இல்லாத உணவாதலால் அதையே தொடர்ந்து சாப்பிட முடியாமல் தவித்தார்கள். உணவு நல்ல உணவுதான். சிறைக் கூடத்துக்குச் சிறப்பான உணவு என்றுதான் சொல்லவேண்டும். ஆனால், அருசியாக இருந்தது. அதை அவர்களால் சாப்பிட முடியவில்லை. உடம்பும் உள்ளமும் பலஹீனப் பட்டுவிட்ட மக்களுக்கு ஒரு சிறு நோய் கூடப் பெரிதாகப்பட்டது. நோயைக் கண்டு திருத்தி நேர்ப்படுத்துவது சிரமப்பட்டது. இந்த ஓயாத அழுகையினால், அந்நிய நாட்டில் வெகு கஷ்டப்பட்டுத் தேடிக் கொண்ட பதவி முதலியன போனதினால் ஏற்பட்ட வருத்தத்தால் பலஹீனம் அதிகப்பட்டது. கதவைத் திறந்து வெளியே விட்டார்கள் என்றால் எங்கு போவது, என்ன செய்வது என்கிற கவலையும் அவர்களை வாட்டியது. அவர்களில் பலர் பிரென்சுக் காரிகளை மணந்து கொண்டவர்கள். பிரெஞ்சு மொழி தவிர வேறு எதுவும் பேசத் தெரியாத பிள்ளைகுட்டிகள் உள்ளவர்கள். தங்கள் வீடுகளை விட்டு, குடும்பங்களை விட்டு விட்டு அவர்கள் எங்கே வெளியேற முடியும்? அந்நிய நாடு வேறு எதிலாவது போய் மீண்டும் உழைத்துப் பாடுபட்டுப் பலன் காண முடியுமா? முன் பட்ட கஷ்டங்களையே மீண்டும் பட்டு எப்படி உய்வது என்று புரியாமல் தவித்தார்கள்.

ஓரளவுக்கு உடல்நலம் கெடாமல் பார்த்துக் கொண்டு, தினசரி அலுவல்களில் உற்சாகத்துடன் ஈடுபடக்கூடியவர்களுக்கு அந்தக் கைதி முகாம் பல சுவாரசியமான விஷயங்கள் அடங்கியிருந்தது. முக்கியமாகப் பல தேசத்து மனிதர்களும் பல தொழில்களில் ஈடுபட்டவர்களும் அங்கு வந்து கூடியிருந்தது காரணமாக, அந்த சமூகம் சுவாரசியம் மிக்கதாகவே இருந்தது. பண்டிதர்கள், கலைஞர் கள், முக்கியமாகச் சைத்திரிகர்கள் இருந்தார்கள். சண்டை ஆரம்பத்தில் தற்செயலாகப் பாரிஸில் இருந்து அகப்பட்டுக் கொண்டவர்கள். ஜெர்மானிய, ஆஸ்திரிய செருப்புத் தைப்பவர் கள், பெரிய பாரிஸ் கடைகளில் பல்லாண்டுகள் வேலை பார்த்த பெண்கள் உடை தயாரிப்பவர்கள், பாங்கி டைரக்டர்கள், ஹோட்டல் மானேஜர்கள், சேவையாளர்கள், என்ஜினியர்கள், கட்டடச் சிற்பிகள், கைத்தொழிலாளர்கள், வியாபாரிகள் முதலியவர்களும் இருந்தார்கள் - அவர்களில் பலர் பிரான்சு தேசத்திலும் பிரான்சின் குடியேற்ற நாடுகளிலும் வாழ்ந்து வந்தவர்கள். கத்தோலிக்க மதப்

பிரசாரகர்கள், மற்றும் பலதரப்பட்ட மத ஸ்தாபனங்களைச் சேர்ந்தவர்களும் அங்கிருந்தனர். ஸஹாரா பாலைவனத்தைச் சேர்ந்த மத போதகர்கள் வெண்மையான உடைகளுடன் சிவப்பு 'பெஸ்' குல்லாய்கள் அணிந்து வந்திருந்தனர். லைபீரியா மற்றும் ஆப்பிரிக்க மேற்குக் கடற்கரையோரத்து நாடுகளின் வியாபாரிகளும் இருந்தனர். வட அமெரிக்கா, தென் அமெரிக்கா, சைனா, இந்தியா முதலிய தேசத்து வியாபாரிகளும் பிரயாணிகளும், கடலில் சிறைப்பட்டு அங்கு வந்து சேர்ந்திருந்தனர். ஜெர்மானிய, ஆஸ்திரிய வியாபாரக் கப்பல்களின் மாலுமிகள் சிறைப்பட்டிருந்தனர். அவர்களும் கடலில் கைது செய்யப்பட்டவர்கள் தான். துருக்கியர்கள், அராபியர்கள், கிரேக்கர்கள், பால்கன் பிரதேசங்களைச் சேர்ந்தவர்கள் (இவர்கள் பல காரணங்களால் இருப்பிடம் விட்டுப் பெயர்க்கப்பட்டவர்கள்) இருந்தனர். துருக்கியர்களின் மனைவிமார் முகத்தை மூடிக்கொண்டு நடமாடினார்கள். நாளில் இரண்டு வேளைகளிலும் பெயர் சொல்லி ஆஜர் பதிவு செய்யும் போது அந்த வெளி முற்றம் எவ்வளவு கோலாகலமான, விசித்திரமான காட்சியாக இருந்தது!

முகாமில் அறிவை விருத்தி செய்துகொள்ளப் புத்தகங்களே தேவையில்லை. நாம் அறிய விரும்புகிற எந்தத் துறையிலும் வல்லவர்கள் அங்கிருந்தனர். என் அறிவை விருத்தி செய்துகொள்ள இந்த சந்தர்ப்பத்தை நான் நன்கு பயன்படுத்திக் கொண்டேன். பாங்கி நிர்வாகம், கட்டடச் சிற்பம், தொழிற்சாலை நிறுவுதல், யந்திரம் அமைத்தல், உலை கட்டல், தானியம் பயிர் செய்தல் போன்ற பல விஷயங்களைப் பற்றி மிகவும் உபயோகமான பலதரப்பட்ட தகவல்களை நான் சேகரித்துக் கொண்டேன். இந்த மாதிரி அறிவுத்திறன் வேறு எங்கும் காணக்கிடைக்காது என்பது உண்மை.

கைதி முகாமில் அதிகமாகக் கஷ்டப்பட்டவர்கள் கைத்தொழிலாளர்கள் தான். ஏனென்றால், அவர்கள் சோம்பலாக இருந்து அறியாதவர்கள். குளிரடக்கமான உடை ஒன்றுக்குப் போதிய துணி என் மனைவியிடம் கிடைத்தபோது, பல தையற்காரர்கள் அந்த ஆடையைக் கூலி இல்லாமல் தைத்துத்தர முன் வந்தார்கள். மீண்டும் ஊசியும் நூலும் எடுத்துக் கையாண்டு, கைமேல் துணிபட வேலை செய்ய அவர்கள் அவ்வளவு துடியாக இருந்தார்கள். சுற்று வட்டத்திலிருந்த விவசாயிகளுக்கு உதவி செய்யப் போக அனுமதி கோரினார்கள் பலர். விவசாய வேலை தெரிந்தவர்கள் மட்டும் தான் என்பதில்லை; கையால் வேலை செய்து பழக்கப்படாதவர்களும் கூட இந்த வேலை செய்யத் தாமாகவே முன்வந்தார்கள். ஒன்றும் வேலையில்லாதிருப்பதை விட எந்தவிதமான வேலையையும்

செய்வது நல்லது என்று பலருக்கும் தோன்றியது. வேலை செய்ய இப்படித் துடிக்காதவர்கள் மாலுமிகள் மட்டும்தான். கப்பலில் அவர்களுடைய வாழ்க்கை, கூட்டமாக ஒன்றும் செய்யாமல் இருப்பது எப்படி என்று அவர்களுக்குக் கற்றுக் கொடுத்திருந்தது. இருக்கிற இடம் கூடத் தெரியாமல் இருப்பார்கள் அவர்கள்.

1918 ஆரம்பத்தில் ஒரு விசேஷம் நடந்தது. கைதிகள் முகாமில் சிலர், அகர வரிசையில், பெரிய மனிதர்கள், முக்கியஸ்தர்கள் என்று தேர்ந்தெடுக்கப்பட்டார்கள். அவர்களை வட ஆப்பிரிக்காவில் ஒரு வஞ்சம் தீர்க்கும் முகாமுக்கு அனுப்பிவிடப் போவதாகப் பேசிக் கொள்ளப்பட்டது. இப்படிக் கைதிகள் மேல் வஞ்சம் தீர்க்கும் நடவடிக்கைக்குக் காரணம் இல்லாமலில்லை. பெல்ஜியத்தில் சண்டையில் சேராத மக்கள் மேல் ஜெர்மானியர்கள் இழைத்து வந்த கொடுமைகள் நிறுத்தப்படாவிட்டால், யுத்தக் கைதிகள் மேல் வஞ்சம் தீர்த்துக் கொள்ளப்படும் என்று அதிகாரிகள் அறிவித்தனர். இந்தச் செய்தியை நாங்கள் ஊரிலிருந்த எங்கள் உற்றார் உறவின ருக்கு உடனடியாகத் தெரிவிக்கும்படித் தூண்டப்பட்டோம். இந்த வஞ்சத்துக்குப் பயந்து ஜெர்மானியர்கள் பெல்ஜிய நடவடிக்கை களை நிறுத்துவார்கள் என்று எதிர்பார்க்கப்பட்டது. அவர்கள் அந்த நடவடிக்கைகளை நிறுத்தினால் எங்கள் மேல் வஞ்சம் தீர்த்துக் கொள்ளும் நோக்கமும் கைவிடப்படும். பிரமுகர்கள், பெரியவர்கள் என்று பொறுக்கி எடுத்துப் பயமுறுத்தினால், சாதாரண ஜனங் களைப் பற்றிக் கவலைப்படாதவர்கள் பெரியவர்களைப் பற்றிக் கவலைப்படுவார்கள் என்று பிரெஞ்சு அதிகாரிகளின் எண்ணம். இந்த அறிக்கை மூலமாக ஒரு விஷயம் தெரிய வந்தது. பெரியவர்கள் என்று எங்களிடையே வேஷம் போட்டவர்களில் பலர் உண்மையில் அப்படி அல்ல என்பது வெளிப்பட்டது. ஹோட்டலில் தலைமைச் சேவகர்கள் தங்களை ஹோட்டல் முதலாளிகள் என்று சொல்லிக் கொண்டார்கள்; கடைக் குமாஸ்தாக்கள் தாங்களே கடை முதலாளிகள் என்று சொல்லிக்கொண்டார்கள். கைதிகளாகத் தங்களுக்குக் கிடைக்கக்கூடிய சலுகைகளுக்காக இப்படித் தங்களையே உயர்த்திக் கொண்டவர்கள் இப்போது திண்டாடினார்கள் - தங்களைத் தாங்களே உயர்த்திக்கொண்டதால் ஏற்பட்ட கஷ்டத்தை எண்ணிப் புலம்பினார்கள். ஆனால் எல்லாம் சரியாகவே முடிந்தது. பெல்ஜிய மக்கள் மேல் நடவடிக்கைகளை ஜெர்மானியர்கள் நிறுத்தி விட்டார்கள். கைதிகள் மேல் வஞ்சம் கூறுவதும் ஒழிந்தது. உண்மைப் பெரியவர்களோ, போலிப் பெரியவர்களோ, கரெய்ஸான் பெரியவர் கள் பயப்பட அவசியம் இல்லாது போயிற்று.

நீண்ட கடுமையான ஒரு குளிர்காலத்துக்குப் பிறகு, வஸந்த காலம் வந்தது. ப்ரொவென்ஸில் ஸெண்ட் ரெமி என்கிற இடத்துக்கு என்னையும் என் மனைவியையும் அனுப்பச் சொல்லி உத்தரவு வந்தது. அது அல்ஸேஸியர்களுக்கு மட்டுமான கைதிகள் முகாம். இந்த உத்தரவை ரத்துச் செய்யவேண்டுமென்று நாங்கள் கெஞ்சினோம். முகாம் அதிகாரி தனக்கு ஒரு டாக்டர் தேவை என்று சொல்லிப் பார்த்தார். நாங்களும் இங்கு பழகிவிட்டோம் என்று சொல்லிப் பார்த்தோம். பலிக்கவில்லை. மார்ச் மாத முடிவில் நாங்கள் ஸெண்ட் ரெமி போய்ச் சேர்ந்தோம். கரெய்ஸான் போல இந்த முகாமில் உலகின் பல பாகத்திலிருந்தும் மனிதர்கள் வந்திருக்கவில்லை; பல திறமைகள் உள்ளவர்களும் இங்கில்லை. முக்கியமாக உபாத்தியாயர் கள், காட்டிலாகாவைச் சேர்ந்தவர்கள், மற்றும் ரெயில்வே உத்தி யோகஸ்தர்கள் - இவர்கள் தான் இருந்தார்கள். ஆனால் எனக்குத் தெரிந்த நபர்கள் பலரை இங்கு சந்தித்தேன். குன்ஸ்பாக் வாலிப உபாத்தியாயர் ஜான் இல்டிஸ் என்பவரும் லீப்ரிக் என்கிற வாலிப மதபோதகரும் அங்கிருந்தனர். இந்த லீப்ரிக் என் மாணவர்களில் ஒருவர். அவருக்கு ஞாயிறுகளில் பிரார்த்தனை செய்து பிரசங்கம் செய்ய அனுமதியளித்திருந்தனர். அவருடைய உதவி குரு என்கிற முறையில் நானும் பிரார்த்தனைப் பிரசங்கங்கள் செய்ய வசதிகள் செய்துகொண்டேன்.

இந்த முகாமின் தலைவர் ஒரு மாஜி போலீஸ் அதிகாரி. இரக்கத் துடனும் தயவுடனும் அவர் தலைமை வகித்தார். மார்ஸேல்ஸி லிருந்து வந்தவர் அவர்; பாக்னோ என்று பெயர். ‘இது செய்யலாமா, அது செய்யலாமா, சிறையில் இதற்கு அனுமதியுண்டா என்று கேட்டால், சிறையில் எதுவும் அனுமதிக்கப்படாது. ஆனால் சில விஷயங்களை மட்டும் பொறுத்துக்கொள்வார்கள். அதிக ஆர்ப் பாட்டம் இல்லாத வரையில் அதிகாரிகள் பேசாது அனுமதிப் பார்கள்,’ என்று பதில் அளிப்பார் அவர். இது அவருடைய போக்குக்கு ஒரு உதாரணம். என் பெயரை அவரால் உச்சரிக்க முடியவில்லை என்பதற்காக என்னை ஆல்பெர்ட் என்றே கூப்பிடுவார்.

கீழ்த் தளத்திலிருந்த பெரிய கூடத்தை நான் முதல் தடவை பார்த்தபோது ஏதோ தெரிந்த இடம் போல இருக்கிறதே என்று எண்ணினேன். அலங்காரமே இல்லாத அந்த அழகின்மையை நான் எங்கோ பார்த்திருந்தேன். அந்த இரும்புக் கணப்பையும் தரை நெடுகப் போன அந்தக் குழாயையும் எங்கு பார்த்திருந்தேன்? கடைசியில் விஷயம் புரிந்தது. வான்கோ என்கிற ஓவியன் இந்தக் கூடத்தைத் தன் நித்தியமான படங்கள் ஒன்றில் தீட்டியிருந்தான்.

சுவர் சுற்றிய தோட்டத்தின் மத்தியில், ஒரு காலத்தில் மடாலயமாக இருந்த இந்தக் கட்டடம் இதற்கு முன், நரம்பு வியாதியும் மூளைக் கோளாறும் உள்ளவர்களுக்கான விடுதியாக இருந்தது. ஒரு காலத்தில் வான்கோவும் அங்கிருந்தவர். தன் வர்ணப் பென்சிலால் அந்த அறையை நித்தியமாக்கி விட்டார் அவர். நாங்கள் அங்கு மிங்கும் உட்கார்ந்து, குளிரால் அவஸ்தைப்பட்டு, தரை ஜில்லிப்பதை உணர்ந்தது போல வான்கோவும் அவஸ்தைப்பட்டு உணர்ந் திருப்பார். தோட்டத்தைச் சுற்றியுள்ள உயர் சுவரை ஒட்டிய பாதைகளிலே அடிக்கடி போய் வந்திருப்பார் அவரும்!

அங்கு ஏற்கனவே இருந்தவர்களில் ஒருவர் டாக்டர் என்பதனால் முதலில் நோயாளிகள் யாரும் என்னைத் தேடிக்கொண்டு வர வில்லை. 'நாகரிக நாடு' என்னும் பகுதிகளைப் பற்றிச் சிந்தித்துத் திருத்திக் கொண்டே நாள் பூராவும் உட்கார்ந்திருந்தேன். பின்னர் அந்த டாக்டருக்குப் பதில் ஒரு மாற்றுக் கைதி கிடைத்து, அவருக்கு விடுதலை உத்தரவு வந்தது. நான் முகாமுக்கு டாக்டர் ஆனேன். ஆனால் கரெய்ஸானில் போல இங்கு வேலை அதிகமில்லை.

கரெய்ஸானின் மலைக்காற்றினால் என் மனைவியின் உடல் நலம் நன்கு சீர்ப்பட்டிருந்தது. ஆனால் ப்ரோவான்ஸின் வேகமான காற்றுக்கள் அவளுக்கு ஒத்துக்கொள்ளவில்லை. ஈரமான ஜில்லிட்ட கல் தரைகளையும் அவளால் சகித்துக்கொள்ள இயலவில்லை. எனக்கும் உடல் நலம் பாதிக்கப்பட்ட மாதிரி தான் இருந்தது. போர்டோவில் எனக்கு வந்த வயிற்றுக்கடுப்பின் பிறகு எனக்கு உடலில் ஒரு அசதியிருந்தது. அதைப் போக்கடிக்க எவ்வளவு முயன்றும் முடியவில்லை. சுலபமாகவே நான் களைப்படைந்து விடுவேன்; வெளியே காவலுடன் சுற்றிவர அனுமதித்த சந்தர்ப்பங்களைக் கூட என்னால் பயன்படுத்திக் கொள்ள முடியாது போய்விட்டது. வேகமாக நடந்து எவ்வளவு தூரம் அந்தக் குறுகிய காலத்தில் போக முடியுமோ போய் வருவது என்று கைதிகள் நடப்பார்கள். அவர் களுடன் என்னாலோ என் மனைவியாலோ போக முடியவில்லை. என்னையும் என் போன்ற பலஹீனர்களையும் சிறைத் தலைவரே எங்காவது அழைத்துச் செல்வார். அதற்கு நாங்கள் அவருக்கு நன்றி பாராட்டக் கடமைப்பட்டவர்கள்.

9
திரும்பவும் அல்ஸேஸில்

முக்கியமாக, என் மனைவி அடைபட்டிருந்ததாலும் வீட்டை நினைத்து அவஸ்தைப்பட்டதாலும், ஜூலை மத்தியில், அநேகமாக எங்களெல்லோருக்கும் விடுதலை உத்தரவு வந்ததும் நான் சந்தோஷப்பட்டேன். சில நாளில் ஸ்விட்ஸர்லாந்து வழியாக வீடு திரும்பலாம். இந்த விடுதலைப் பட்டியலில் என் பெயரில்லை என்பதை நல்லவேளையாக என் மனைவி முதலில் அறிந்து கொள்ள வில்லை. ஜூலை 12-ந் தேதி இரவில் எங்களையெல்லாம் எழுப்பி உடனே நாங்கள் கிளம்பலாம் என்று அறிவித்தார்கள். இந்தத் தடவை பட்டியலில் என் பெயரும் இருந்தது. சூரியோதயமானதும் வெளிமுற்றத்தில் பரிசோதனைக்கு ஆஜரானோம். அங்கும், கரெய்ஸானிலுமாக நான் எழுதிய *நாகரிகத்தின் தத்துவ* நூல் பகுதிகளை நான் ஏற்கனவே பரிசோதகரிடம் காட்டி அவற்றை என்னுடன் எடுத்துப் போக அனுமதி பெற்றிருந்தேன். பல பக்கங்களில் முத்திரையிட்டு அந்தப் பகுதிகளைப் பெற்றுக் கொண்டேன். வாசல் தாண்டும்போது நான் மீண்டும் உள்ளே ஓடி சிறைத் தலைமை அதிகாரியைப் பார்த்து விடை பெற்றுக் கொண்டேன். அவர் துயரமே உருவாகத் தன் ஆபீஸில் உட்கார்ந்திருந்தார். தன் கைதிகள் போவதைப் பற்றி மிகவும் துயரப்பட்டார் அவர். நாங்கள் இன்னும் கடிதம் எழுதிக்கொள்கிறோம். இன்றும் அவர் என்னை 'என் அன்புக்குரிய என் வீட்டில் தங்கியவரே' என்றுதான் விளிக்கிறார்.

டரஸ்கான் ரெயில்வே ஸ்டேஷனில் ரெயில் வருமுன் வெகு நேரம் ஒரு கொட்டகையில் காத்திருக்க நேர்ந்தது. தண்டவாளங்களுக் கிடையில் கிடந்த சரளைக் கற்களின் மேல் மூட்டைகளைத் தூக்கிக் கொண்டு எங்களால் நடக்க இயலவில்லை. அப்போது ஒரு ஏழை நொண்டி எங்கள் மூட்டைகளைத் தூக்கி வர முன் வந்தான். அவன் பரம ஏழை. அவனிடம் மூட்டை முடிச்சுக்கள் எதுவும் இல்லை. முகாமில் என்னிடம் வைத்திய உதவி பெற்றவன் அவன். அவன் எங்கள் மூட்டைகளைத் தூக்கி வருவதாகச் சொன்னது எனக்கு உணர்ச்சியூட்டியது. கொளுத்திய வெய்யிலில் மூவரும் நடக்கையில் நான் ஒரு சபதம் செய்து கொண்டேன். இந்த நொண்டியின் உதவியின் ஞாபகார்த்தமாக ரெயில்வே ஸ்டேஷன்களில் கனமான மூட்டை முடிச்சுகளுடன் வருபவர்களைத் தேடி நான் உதவி

செய்வது என்று தீர்மானித்துக் கொண்டேன். அதன்படிப் பல தடவைகளில் செய்யவும் செய்தேன். ஒரு சமயம் என்னைச் சாமான்களைத் திருடிக்கொண்டு போகவந்தவன் என்றே சந்தேகித்தனர்.

டரஸ்கானுக்கும் லையன்ஸுக்கும் மத்தியிலிருந்த ஒரு ஸ்டேஷனில் சில சீமான்களும் சீமாட்டிகளும் எங்களை வரவேற்று விருந்தளித்தனர். நாங்கள் சாப்பிட்டுக் கொண்டிருக்கும்போது எங்களை உபசரித்தவர்கள் தங்களுக்குள் தயக்கத்துடன் பேசிக்கொண்டு ஒதுங்கி விட்டார்கள். அந்த விருந்துக்கும் உபசாரத்துக்கும் உரியவர்கள் நாங்கள் அல்ல என்று விருந்து பாதி நடந்த பிறகுதான் அவர்களுக்குத் தெரிய வந்தது போலும்! வட பிரான்சிலிருந்து வந்த கைதிகளுக்காக, அங்கு ஏற்பாடு செய்திருந்த விருந்துக்கு, ஒரு தவறுதலால் நாங்கள் அழைக்கப்பட்டு விட்டோம். பிரெஞ்சு பாஷை பேசுவதற்குப் பதில் நாங்கள் அல்ஸிஸிய பாஷை பேசுவதைக் கண்டு அவர்கள் தங்கள் தவறை உணர்ந்தனர். மொத்தத்தில் மிகவும் கோமாளித்தனமாக இருந்தது நிலைமை. கடைசியில் விருந்து தந்தவர்களும் சாப்பிட்டவர்களும் ஆனந்தமாகச் சிரித்து உறவாடிப் பிரிந்தனர். இதில் இன்னொரு விசேஷம் என்னவென்றால் இதெல்லாம் மிகவும் வேகமாக நடந்தேறியதால், விருந்து சாப்பிட்டவர்களில் ஒரு பகுதியினர் விஷயம் என்னதென்றே அறியாமல் விருந்து சாப்பிடுவதிலேயே முனைந்திருந்து விட்டனர். தங்களுக்காகத் தயாரான விருந்து என்றேதான் அவர்கள் கடைசிவரை எண்ணினர்.

பிரயாணத்தில் அடிக்கடி எங்கள் வண்டியுடன் புதுக் கைதிகளைக் கொணர்ந்த வண்டிகளும் இணைக்கப்பட்டன. கடைசியில் அது மிகப் பெரிய நீளமான வண்டியாகக் காட்சியளித்தது. பல முகாம்களிலிருந்த கைதிகள் அங்கு வந்து சேர்ந்தனர். இரண்டு வண்டிகளில் கூடை முறம் பின்னுபவர்கள், சாணை பிடிப்பவர்கள், நாடோடிகள், ஜிப்ஸிகள் இருந்தனர். அவர்களை ஜெர்மனிக்கு அனுப்பிவிட்டு, பதிலுக்குப் பிரெஞ்சுக் கைதிகளை விடுவிக்க ஏற்பாடு செய்திருந்தனர் அதிகாரிகள். ஸ்விஸ் எல்லைப்புறத்தில் அதிகமாகக் காலதாமதமாயிற்று. இந்தக் கைதிகளுக்கு மாற்றாக விடுவிக்கப்பட்ட பிரெஞ்சுக் கைதிகளும் தங்கள் ரெயிலில் அதே சமயம் அங்கு வந்து சேர்ந்தது தான் காரணம்.

ஜூலை 15-ந் தேதியன்று அதிகாலையில் நாங்கள் ஜூரிக்கை அடைந்தோம். மதபோதகப் பேராசிரியர் ஆர்னால்டு பேயரும் பாடகர் ராபர்ட் காப்மனும் மற்றும் பல நண்பர்களும் என்னை வரவேற்க ஸ்டேஷனுக்கு வந்திருந்தது கண்டு நான் ஆச்சரியப் பட்டுப் போனேன். நான் வருவேன் இந்த ரெயிலில் என்று

அவர்களுக்குப் பல வாரங்களாகவே தெரியுமாம். கான்ஸ்டான்ஸ் போகும் பாதை நெடுக வண்டி ஜன்னலண்டை நின்று, வெளியே நேர்த்தியான வயல்களையும் ஸ்விட்ஸர்லாந்தின் சுத்தமான வீடுகளையும் பார்த்து ஆனந்தித்துக்குக் கொண்டேயிருந்தோம். யுத்த அனுபவம் என்பதை அறியாத பூமிக்கு வந்து விட்டோம் என்பதைப் புரிந்து கொள்வதே எங்களுக்குச் சிரமமாக இருந்தது!

கான்ஸ்டான்ஸில் எங்களுக்குப் பயங்கரமான ஒரு அனுபவம் காத்திருந்தது. இவ்வளவு நாளும் நாங்கள் கேள்விப்பட்ட, ஆனால் பார்த்திராத, பட்டினிப் பசியை அங்கு நேரில் கண்டோம். வெளுத்து, மெலிந்த ஜனங்களைத் தவிர அங்கு வேறு யாரையுமே காண வில்லை. தெருக்களில் அவர்களால் எப்படி நடமாட முடிந்தது என்றிருந்தது எங்களுக்கு. அவர்கள் நிற்பதே பெரிய வித்தை என்று சொல்ல வேண்டும் என்று தோன்றிற்று.

தன் பெற்றோருடன் உடனே ஸ்டிராஸ்போர்குக்குப் போக என் மனைவிக்கு அனுமதி கிடைத்தது. அவள் பெற்றோர் எங்களைக் காண வந்திருந்தனர். மற்றவர்களுடன் நான் கான்ஸ்டான்ஸ் நகரில் இன்னொரு நாள் தங்க வேண்டியிருந்தது, மற்றும் பல அரசியல் சடங்குகள் முடியும் வரை காத்திருக்க வேண்டும். ஸ்டிராஸ்போர்கை நான் அடையும்போது இருட்டி விட்டது. ஆனால் ஒரு வீட்டி லிருந்தாவது ஒரு துளி வெளிச்சம் கூட வெளியே தெரியவில்லை. விமானத் தாக்குதலைச் சமாளிப்பதற்காக நகரம் இருட்டடிக்கப் பட்டிருந்தது. நகருக்கு வெளியேயிருந்த என் மனைவியின் தோட்ட வீட்டை அந்த இருட்டில் அடைவது சாத்தியமல்ல. புனித. தாமஸ் ஆலயத்துக்குப் பக்கத்திலிருந்த பிஷெரின் வீட்டைக் கண்டு பிடிப்பதே சிரமமாகி விட்டது.

குன்ஸ்பாக் ராணுவ அதிகார எல்லையில் இருந்ததால், பல தடவைகள் ராணுவ அதிகாரிகளைத் தேடிப் போய், கெஞ்சிக் கூத்தாடி நான் என் தகப்பனாரைப் பார்க்கப் போக அனுமதி பெற வேண்டியதாக இருந்தது. கோல்மார் வரை ரெயில் ஓடிற்று. அதற்குப் பின்னர் உள்ள பத்து மைல்களையும் நடந்தேதான் கடக்க வேண்டும்.

1913, 'குட் ப்ரைடே' அன்று அமைதியான இந்தப் பள்ளத்தாக் கிடம் விடை பெற்றுக் கிளம்பினேன் நான். அதே பள்ளத்தாக்கு தானா இது! மலைகள் மேலிருந்து பீரங்கிகள் குமுறி வெடித்து எதிரொலிகள் எழுப்பின. பாதை நெடுகிலும் முள்வேலி ஒரு ஆள் உயரம் எழும்பி நின்றது. வைக்கோல் சுவர்கள் இரண்டு பக்கமும் எழுந்து, எதிரியின் கண்களில் போக்குவரத்து ரகசியங்கள் தெரியாதிருக்க உதவின. யந்திரத் துப்பாக்கிகளுக்காக மேடுகள் ஆங்காங்கே

எழுப்பப்பட்டிருந்தன. வீடுகள் பல, வழி நெடுகிலும் தகர்ந்து நொறுங்கிக் கிடந்தன. மரமும் செடிகொடியுமாகப் பச்சைப் பசேரென்றிருந்த பல குன்றுகள் இப்போது வெறும் கல்லும் மண்ணுமாகக் காட்சியளித்தன. அங்கும் இங்குமாகத் தீப்பட்டு அழிந்த வேர்க்கட்டைகள் ஒன்றிரண்டைத் தவிர வேறு ஒன்றும் தெரியவில்லை. கிராமங்களில் எங்கும் ராணுவ உத்தரவுகள் சுவர்களில் ஒட்டப்பட்டிருந்தன - விஷவாயுவைத் தப்ப முகமூடிகளைத் தயாராக வைத்துக்கொள்ள ஊராருக்கு உத்தரவிடப்பட்டிருந்தது.

ராணுவம் தங்கிய இடத்திலிருந்து அதிக தூரத்திலில்லாத குன்ஸ்பாக் கிராமம் ஒரு திருப்பத்தில் இருந்ததால், அதிகமாக எதிரிகளின் குண்டு வீச்சுக்கு இலக்காகவில்லை. இல்லாவிட்டால் முன்னரே அழிந்து போயிருக்கும். சண்டையென்பதே நடக்காத மாதிரி, வீரர்களுக்கு மத்தியிலே, தப்பிவந்த குண்டுபட்டுக் கில மாகிக் கொண்டிருந்த வீடுகளுக்கு மத்தியிலே, குன்ஸ்பாக் வாசிகள் தங்கள் தினசரி அலுவல்களைக் கவனித்து வந்தனர். இரண்டாவது வைக்கோல் அறுவடையைப் பகலில் வயலிலிருந்து கொண்டுவர முடியவில்லை என்பதும், ஊதல் ஊதியதும் பதுங்கிக் கொள்வதும் அவர்களுடைய தினசரி வாழ்விலே அம்சமாகிவிட்டன. எந்த நிமிஷம் கிராமத்தை விட்டு வெளியேறச் சொல்வார்களோ என்று அதையும் எதிர்பார்த்து வாழ்ந்தார்கள் அவர்கள். எதிரி நெருங்கி விட்டான் என்றால் எல்லாவற்றையும் விட்டுவிட்டு ஓட வேண்டியது தானே! உயிருக்கு ஆபத்து வரும் என்பது பற்றி வழக்கத்தால் அலட்சிய மனோபாவம் பெற்றுவிட்ட என் தகப்பனார் ஊதல் ஊதினால் மற்றவர்களைப் போலப் போய்ப் பதுங்கிக் கொள்ளாமல் தன் வாசிப்பு அறையிலேயே இருந்து விடுவார். அங்கு மதபோதகர் வீட்டிலேயும் தோட்டத்திலேயும் ராணுவ வீரர்கள் இல்லாத நாள் ஒன்று இருந்தது என்பது கூட அவருக்கு மறந்து விட்டது.

யுத்தத்தைப் பற்றி அலட்சியம் தான். ஆனால் அறுவடைப் பற்றிய கவலை அவர்களை வெகுவாகப் பாதித்தது. மழையே இல்லாது போய் தரை காய்ந்து கிடந்தது. தானியம் வறண்டு காய்ந்துகொண் டிருந்தது. உருளைக் கிழங்குகள் வீணாகிக் கொண்டிருந்தன. பல புல் வெளிகளில் புல் மிகவும் லேசாகவே படர்ந்திருந்தது - அதை அறுத்து உருப்படியாக்க முடியாது. கொட்டிலில் ஆடுமாடுகள் பசியோடு குரல் கொடுத்தன. புயல் மேகம் எழுந்தால் கூட, அது மழை தரவில்லை. காற்றடித்து புழுதியைக் கிளப்பிவிட்டது. தரையில் இருந்த ஈரத்தையும் கவர்ந்து கொண்டது. புழுதிப் படலங்களிலே பட்டினி ராட்சஸன் கிராமத்தை அணுகிக் கொண்டிருந்தான்.

இடையில் குன்ஸ்பாக்கிற்கு வர என் மனைவிக்கும் அனுமதி கிடைத்தது. என் சொந்த நாட்டு மலைகளை அடைந்துவிட்ட பிறகு என் அசதியும் சுகக்கேடும் மறைந்துவிடும் என்று எண்ணினேன். குறை வதற்குப் பதில் அவை அதிகரித்தன. ஸென்ட் ரெமியில் கடைசி நாட்களில் எனக்கு லேசாக ஜுரம் வந்ததுண்டு. இங்கு ஜுரம் அதிகமாகவும் அடிக்கடியும் வந்தது. ஆகஸ்டு மாதக் கடைசியில் அதிக ஜுரமும் வலியுமாகச் சேர்ந்து நிலைமை மோச மாகவே, இது அந்த போர்டோ வயிற்றுப் போக்கின் விளைவுதான், உடனடியாக ஆபரேஷன் செய்தால்தான் தேற முடியும் என்கிற முடிவுக்கு வந்தேன். என் மனைவியும் பின் தொடர, ஆறு கிலோ மீடர்கள் நடந்த பிறகு தான், கோல்மார் போகும் பாதையில் ஒரு வண்டி கிடைத்தது. ஸெப்டம்பர் முதல் தேதியன்று ஸ்டிராஸ் போர்கில் பேராசிரியர் ஸ்டோல்ஸ் எனக்கு ஆபரேஷன் செய்தார்.

எனக்கு வேலை செய்யக் கொஞ்சம் தெம்பு பிறந்ததும், ஸ்டிராஸ் போர்க் மேயர் எனக்கு டாக்டராக வேலை தந்தார். முனிசிபல் ஆஸ்பத்திரியில் கிடைத்த அந்த வேலையை நான் நன்றியுடன் ஏற்றுக் கொண்டேன். பிழைக்க வழியென்ன என்று அறியாது தவித்த எனக்கு அந்த உத்தியோகம் கிடைத்தது சந்தோஷமாகவே இருந்தது. பெண்களுக்கு சரும வியாதிகளைக் கவனிக்கும் இரண்டு விடுதிகளுக்கு நான் டாக்டரானேன். அதே சமயம், என்னை புனித. நிகோலஸ் ஆலயத்தில் போதகராகவும் நியமித்தார்கள். எனக்கு அதற்கு உரிமையில்லை என்றாலும் கூட புனித. தாமஸ் ஆலயத்தைச் சேர்ந்த காலி வீட்டை என் குடியிருப்புக்கு அளித்தார்கள் என்பது நன்றியுடன் சொல்ல வேண்டிய விஷயம்.

யுத்தத்துக்குப் பிறகு, ஜெர்மன் ஆட்சியிலிருந்து அல்ஸேஸ் பிரென்சு ஆட்சிக்கு மாறியது. புனித. நிகோலஸ் ஆலயப் பிரார்த்தனைப் பிரசங்கங்களை நான் ஒருவனாகவே செய்ய வேண்டி வந்தது. பிறகு இரண்டு வருஷங்கள் நான் ரைன் பாலத்து சுங்கப் பரிசோதனை அதிகாரிகளுக்கு மிகவும் தெரிந்தவனாகி விட்டேன். நான் பல சாமான்களை மூட்டை கட்டிக் கொண்டு கேல் வரை போய், அங்கிருந்து ஜெர்மனியில் பட்டினி கிடந்த பல நண்பர் களுக்குப் பொருள்கள் அனுப்புவது வழக்கம். இந்த மாதிரி நான் கோஸிமா வாக்னெருக்கும் வயதான ஓவியர் ஹான்ஸ் தோமாவுக்கும் அவர் சகோதரி அகாதாவுக்கும் நிறைய உதவினேன். சார்லாட் ஷும் என்பவள் மூலம் எனக்கு ஹான்ஸ் தோமாவைப் பல வருஷங் களாகவே நன்கு தெரியும். அவள் புருஷனும் ஹான்ஸ் தோமாவும் இளவயதில் தோழர்களாக இருந்தவர்கள்.

10
ஆஸ்பத்திரியில் டாக்டர் :
புனித. நிகோலஸில் மதபோதகர்

இரண்டு உத்தியோகங்களையும் பார்த்துக் கொண்டு மிகுதியிருந்த பொழுதில் நான் பாக்கின் கோஷ்டிகானப் பாட்டுகளைத் தயார் செய்து, அமெரிக்கப் பதிப்புக்கான கடைசி மூன்று பாகங்களையும் அச்சுக்குத் தருவதில் ஈடுபட்டேன். லாம்பரினில் தயாரான அந்தக் கையெழுத்துப் பிரதி மறுபடி என் கைக்கு வருமா என்பதே சந்தேகமாக இருந்தது. அதுவும் வந்து சேரவில்லை; அமெரிக்கப் பிரசுரகர்த்தர்களும் அது பற்றி அதிக அக்கறை காட்டவில்லை; வேலை ஆரம்பிக்கவில்லை அவர்கள் என்று கண்ட தும் நான் அதை அப்பால் வைத்துவிட்டு மீண்டும் 'நாகரிகத்தின் தத்துவம்' என்கிற நூலின் வேலையைத் தொடங்கினேன். அதற்குப் பிறகு, பிரசுர கர்த்தர்கள் தூண்டியதன் பேரிலும் கூட அந்த வேலையை இதுவரை முடிக்கவில்லை.

ஆப்பிரிக்காவிலிருந்து வரவேண்டிய 'நாகரிகத்தின் தத்துவம்' என்கிற நூலின் கையெழுத்துப் பிரதிக்காகக் காத்திருந்தேன். அந்தப் பொழுதை வீணாக்காமல், உலக மதங்களையும் உலக நோக்குகளை யும் பற்றி ஆராய்ச்சி செய்து அறிந்து கொள்வதில் செலவிட்டேன். சரித்திர ரீதியாகத் தத்துவத்தை நல்லது தீயது அடிப்படையில், உலக வாழ்க்கை ஏற்பு என்கிற சித்தாந்தப்படி, உலக மதங்களையும் அவற்றின் உலக நோக்குகளையும் ஆராய்வதில் ஈடுபட்டேன். உலக வாழ்க்கை ஏற்பும் மறுப்பும் எந்த அளவுக்கு எந்தெந்த மத சிந்தனை களில் ஆட்சி செலுத்தின என்று ஆராய்ந்தேன். யூதர் மதம், கிறிஸ்தவம், இஸ்லாம், ஜாருதுஸ்டிர மதம், புத்த மதம், ஹிந்து மதம் முதலியவற்றிலும், சீன சிந்தனையிலும் உலக வாழ்வு ஏற்பு மறுப்பு எப்படி ஆட்சி செலுத்தியது என்று விசாரம் செய்து பார்த்தேன். இந்த ஆராய்ச்சியிலே ஒன்று தெளிவாகியது எனக்கு. நல்லது தீயது அடிப்படையில் உலக வாழ்க்கை ஏற்பை ஒட்டியே நாகரிகம் வளருகிறது என்கிற என் சித்தாந்தம் ஸ்திரப்பட்டது.

இந்த மாதிரி அலுவல்களில் நான் ஈடுபட்டிருக்கும்போது, 1919-ல் கிறிஸ்துமஸுக்குச் சில தினங்களுக்கு முன் ஆர்ச் பிஷப் ஸோடர் ப்ளூமிடமிருந்து 1920-ல் ஈஸ்டருக்குப் பிறகு சில பிரசங்கங்கள்

செய்யச் சொல்லி அழைப்பு வந்தது. அப்ஸாலா சர்வகலாசாலையில் ஓலாஸ்-பெட்ரி ஸ்தாபனத்தின் சார்பில் பிரசங்கங்கள் செய்ய அழைப்பு வந்தது எனக்கு. இது எதிர்பாராத அழைப்பு. ஸ்டிராஸ்போர்கின் தனிமையிலே, யுத்தத்திற்குப் பிறகு இருட்டில் மேஜைக்கடியில் விழுந்துவிட்ட ஒரு காசு போல, உலகில் என்னைக் கவனிப்பார் ஒருவரும் இல்லை என்று நான் எண்ணியிருந்தேன். யுத்தத்துக்குப் பிறகு ஒரே ஒரு தடவை தான் நான் வெளியுலகத்துடன் சம்பந்தப் பட்டிருந்தேன். அக்டோபர் 1919-ல், கஷ்டப்பட்டுக் கிடைத்த சர்க்கார் அனுமதியுடன், நான் தேவையான பணத்தைச் சிரமப்பட்டுச் சேகரித்துக் கொண்டு, என் நண்பர்களான ‘ஆர்பியோ கடாலா’ கோஷ்டியாருக்கு சுர வாத்தியம் வாசித்துக் காட்ட பார்ஸிலோனா நகரத்துக்குப் போனேன். கலைஞனாக எனக்கு இன்னமும் கொஞ்சம் மதிப்பு இருந்தது என்பதை இந்தப் பிரயாணத்தால் நான் உணர்ந்தேன்.

திரும்பும்போது சில மாலுமிகள் டராஸ்கானிலிருந்து லையன்ஸ் வரை என்னோடு வந்தார்கள். அந்த மாலுமிகள் ‘எர்னெஸ்ட் ரெனான்’ எனும் கப்பலைச் சேர்ந்த மாலுமிகள். அந்த மனிதன் யார், எப்படி என்று விசாரித்தபோது, குல்லாயில் அந்தப் பெயரை தரித்திருந்த அவர்கள் தந்த பதில் இதுதான் : ‘அவரைப் பற்றி எங்களுக்கு எதுவும் தெரியாது. யுத்தத்தில் இறந்த ஒரு ராணுவ அதிகாரியின் பெயராக இருக்கலாம்.’

அறிஞர்கள் வட்டாரங்களில் என்னை மறந்துவிட்டார்கள் போலிருக்கிறது என்றே நான் எண்ணினேன். ஆனாலும் ஜூரிக், பெர்ன் போன்ற சர்வகலாசாலைகளின் மதபோதக இலாகாக்கள் எனக்குக் காட்டிய மரியாதையும் கௌரவமும் எனக்கு உற்சாகம் தந்தன. அப்ஸாலாவில் என் பிரசங்கங்களுக்கு விஷயமாக உலக வாழ்க்கை ஏற்புப் பிரச்சினையும் நல்லது தீயது அடிப்படையும். எப்படித் தத்துவத்திலும் உலக மதங்களிலும் ஆட்சி செலுத்தியிருக் கின்றன என்பதை எடுத்துக்கொண்டேன். அப்போதும் என் நூலின் கைப்பிரதி ஆப்பிரிக்காவிலிருந்து வந்து சேரவில்லை. ஆகவே ஆரம்பத்திலிருந்து முதல் பகுதிகளையும் ஞாபகப்படுத்திக் கொண்டு எழுத வேண்டியதாக இருந்தது. அது பற்றி முதலில் எனக்குத் துன்பமாக இருந்தது. ஆனால் எழுதத் தொடங்கிய பின் இரண்டாவது தடவை எழுதுவதால் விஷயத் தெளிவும் அழுத்தமும் ஏற்படுகிறது என்று கண்டு சந்தோஷப்பட்டேன். இது லாபகரமான துன்பம் என்று பட்டது எனக்கு. ஐந்து வருஷங்களாக என் உள்ளத்திலே ஊறிக் கிடந்த சிந்தனைகள் வேறு பலர் உள்ளங்களிலும் எதிரொலிப்பதை நான் அப்ஸாலாவில் கண்டேன். கடைசிப் பிரசங்கத்தில் நான்

கையாண்ட விஷயம் வாழ்க்கையை மதிப்பதில் நல்லது தீயதின் அடிப்படை எப்படி செயல்படுகிறது என்பதாகும். அதைப் பேசும் போது நான் உணர்ச்சி வசப்பட்டுப் பேசமாட்டாமல் திணறினேன்.

ஸ்வீடனுக்கு நான் வந்தபோது களைத்துப் போய், உற்சாக மில்லாதவனாக, உடல் நலமில்லாதவனாக வந்தேன். ஏனென்றால், கோடை 1919-ல் நான் இரண்டாவது தடவையாக ஆபரேஷன் செய்துகொள்ள வேண்டிய அவசியம் ஏற்பட்டது. அப்ஸாலாவின் மிக நேர்த்தியான காற்றாலும், ஆர்ச்பிஷப்பின் மாளிகையிலே விருந்தாளிகளாக இருந்த எனக்கும் என் மனைவிக்கும் நடந்த உபசரிப்பினாலும், என் உடலும் மனமும் தேறின. என் வேலையிலே முன் போல எனக்கு ஈடுபாடும் உற்சாகமும் தோன்றின.

பாரிஸ் நகரத்து மதபோதக சங்கத்திடமும், என் பாரிஸ் நகர நண்பர்களிடமும் நான் ஆஸ்பத்திரி நடத்துவதற்கு என்று வாங்கி யிருந்த கடன்பளு என்னை வெகுவாகத் தளரச்செய்தது. என்னோடு ஒரு நாள் உலாவி வருகையில் இது பற்றி ஆர்ச்பிஷப் அறிந்து கொண்டார். ஸ்வீடனில் பல இடங்களில் சுர வாத்திய இசைக் கச்சேரிகளும் பிரசங்கங்களும் செய்து பணம் திரட்டலாம் என்றார் அவர். யுத்தத்தினால் பணக்காரர்களாகியிருந்த ஸ்வீடிஷ் மக்களிடம் பணம் வசூல் செய்ய முயற்சி செய்யலாம் என்றார் அவர். பல நகரங்களுக்கு என்னை அறிமுகம் செய்து வைத்துக் கடிதங்களும் தந்தார். எலியஸ் ஸோடெர்ஸ்டிராம் எனும் ஒரு மத போதக மாணவர் என்னுடன் ஸ்வீடனில் சுற்றுப் பிரயாணம் செய்ய முன் வந்தார். (இந்த மாணவர் சில வருஷங்களுக்குப் பிறகு மதபோதகராக சிறப்பான சேவை செய்து விட்டு இறந்தார்.) எங்கள் காட்டு ஆஸ்பத்திரி பற்றி நான் பேசிய வாக்கியங்களை ஒன்றன் பின் ஒன்றாக இவர் மேடை மேல் நின்று மொழிபெயர்த்துச் சொல்வார். அவர் செய்த மொழிபெயர்ப்பு அங்கு கூடியிருந்தவர்கள் மனத்தைக் கவர்ந்தது. அது மொழிபெயர்ப்பு என்பதை மறந்துவிட்டு எல்லோரும் கேட்டார்கள். லாம்பரீனிலும் மொழிபெயர்ப்பாளர் மூலமே ஜனங்களுடன் பேசப் பழகியிருந்த எனக்கு இது சௌகரியமாகவே இருந்தது. இதில் பொதுவாக மெதுவாக, சிறிய வாக்கியங்களாக, மொழிபெயர்ப்பாளருக்கு அவகாசம் தந்து பேசவேண்டும் என்பது தான் முக்கியம். வாக்கியங்கள் தெளிவாகவும் வார்த்தைகள் எளிமையுள்ளனவாகவும் இருக்க வேண்டும். முன் கூட்டியே மொழி பெயர்ப்பாளருடன் பிரசங்க விஷயத்தை விவாதித்துக் கொள்வதும் நல்லது. மொழிபெயர்ப்பாளர் எதிர்பார்க்கிற உருவத்திலே பிரசங் கத்தைச் செய்வது நல்லது. இந்த முன் தயாரிப்புடன் ஒவ்வொரு

வாக்கியத்தையும் பூரணமாகப் புரிந்துகொண்டு மொழிபெயர்ப் பாளர் பேசினால். அர்த்தம் என்கிற பந்தை வாங்கி, சபை என்கிற வர்கள் மேல் லாகவமாக எறிந்து விடுவது சுலபம். விஞ்ஞானப் பிரசங்கங்களைக் கூட பாஷை தெரியாத சபையோருக்கு ஒரு மொழிபெயர்ப்பாளர் மூலம் செய்து வெற்றி கண்டுவிடலாம். தெரியாத ஒரு பாஷையைக் கொலை செய்து, கேட்பவரும் பேசுபவரும் சேர்ந்து திணறுவதை விட, மொழிபெயர்ப்பாளர் உதவியுடன் பேசுவது மிகவும் நல்லது.

ஸ்வீடிஷ் சுர வாத்தியங்கள் பெரியவையல்ல. ஆனால் அவை எழுப்புகிற நாதம் சுத்தமானது; அதிசய நாதம் உள்ளவை. அவை எனக்கு மிகவும் திருப்தி தந்தன; பாக் இசைகளை நான் வாசிக்கிற பாணிக்கு மிகவும் ஏற்றவையாயிருந்தன. மிகவும் அவசரமான கடன்களைத் தீர்ப்பதற்குப் போதுமான பணத்தை, இசைக்கச்சேரிகள் மூலமும் பிரசங்கங்கள் மூலமும் நான் சில வாரங்களிலேயே சம்பாதித்து விட்டேன். ஜூலை மத்தியில் ஸ்வீடனை விட்டுக் கிளம்பும் போது, லாம்பரீனில் தடைப்பட்டு நின்ற என் வேலையை மீண்டும் தொடருவது என்று நிச்சயித்தேன். ஸ்வீடனில் என் அனுபவங்கள் ஆனந்தமயமானவையாக இருந்தன. இதுவரை எனக்கில்லாத ஒரு உற்சாகமும் திடமும், ஸ்வீடனில் எனக்கு ஏற்பட்டன. லாம்பரீன் போக முடியாது, உபாத்தியாயராக ஏதாவது கலாசாலையில் சேர வேண்டியதுதான் என்று எண்ணியிருந்த நான், லாம்பரீன் திரும்பும் திடம் பெற்றேன். ஸ்வீடனில் என் அனுபவங்களால், அப்படி ஐரோப்பாவிலேயே தங்க நேர்ந்தால் ஸ்விட்ஸர்லாந்தில் தங்கலாம் என்று எண்ணஇடமிருந்தது. 1920-ல் எனக்கு ஜூரிக் சர்வகலாசாலை யில் மத சாஸ்திர கௌரவ டாக்டர் (D.D.) பட்டம் தந்தார்கள்.

11
ஆப்பிரிக்க நினைவுகள் பற்றிய நூல்

மறுபடியும் வீடு திரும்பியதும் ஆப்பிரிக்காவைப் பற்றிய என் நினைவுகளை 'ஆதிக்காட்டின் ஓரத்திலே' என்கிற பெயருடன் எழுதத் தொடங்கினேன். அப்ஸாலாவில் லிண்ட்ப்ளாட் பதிப்பகம் என்னை இப்படிப்பட்ட ஒரு நூலை எழுதச் சொல்லிக் கேட்டுக் கொண்டது. ஆனால் அது சுலபமான வேலையல்ல. இந்நூல் இத்தனை ஆயிரம் வார்த்தைகளுக்கு அதிகமாகப் போகக் கூடாது என்றும் பதிப்பகத்தார் கட்டளையிட்டிருந்தனர். நூலை எழுதி

ஆல்பர்ட் சுவைட்சரின் சுயசரிதம் 129

முடித்த பின் பல்லாயிரம் வார்த்தைகளை நீக்க வேண்டியதாக இருந்தது. புத்தகம் எழுதுவதற்குப் பட்ட சிரமத்தை விட, அதிகப் படியான வார்த்தைகளை அகற்ற நான் சிரமப்பட வேண்டியதாக இருந்தது. கடைசியாக காட்டில் மர வியாபாரம் பற்றிய முழு அத்தியாயத்தையும் விட்டுவிடுவது என்று தீர்மானித்தேன். ஆனால் நான் வற்புறுத்தியதன் பேரில் பதிப்பகத்தார் நான் எழுதியது அவ்வளவையும் பிரசுரிக்க ஏற்றுக்கொண்டனர். வார்த்தைகளை எண்ணி எழுத நேர்ந்தது, நூலைப் பற்றிய வரையில் ஒரு அதிருஷ்டம் என்றே சொல்லவேண்டும். அநாவசியமான ஒரு வார்த்தை கூட அதில் இல்லை. இது நல்ல ஏற்பாடு என்பதால், நான் என்னுடைய *'நாகரிகத்தின் தத்துவம்'* என்கிற நூலில் கூட வார்த்தைகளை எண்ணியே எழுதுவது என்று தீர்மானித்தேன். இதனால் தெளிவும் எளிமையும் கூடுகிறது; சிந்தனைக்குத் தேவையான வார்த்தைகள் மட்டுமே எழுதப்படுகின்றன.

'ஆதிக் காட்டின் ஓரத்திலே' என்கிற என் நூல் 1921-ல், ஸ்வீடிஷ் மொழியில் வெளியாயிற்று. சீமாட்டி க்ரெடா லாகர்பெல்ட் அதை ஸ்வீடிஷ் பாஷையில் மொழிபெயர்த்திருந்தாள். அதே வருஷம் அது ஸ்விட்ஸர்லாந்தில் ஜெர்மன் பாஷையிலும் வெளியாயிற்று. பிறகு என் நண்பர் காம்பியன் அதை ஆங்கிலத்தில் மொழிபெயர்த்து வெளியிட்டார். பின்னர் அது டச்சு, பிரெஞ்சு, டேனிஷ், ப்ளெமிஷ் பாஷைகளிலும் வெளிவந்தது.

அந்த நூலில் உள்ள நேர்த்தியான படங்களில் பெரும்பான்மையும் 1914 கோடையில் லாம்பரீனில் மரம் வாங்க வந்திருந்த ஹாம்பர்க் நகரத்திய ரிச்சர்டு கிளாஸன் என்பவர் எடுத்த போட்டோக்களி லிருந்து எடுக்கப்பட்டவை. அவர் யுத்தக் கைதியான போது அவருக்கு நான் ஏராளமான மருந்துகள் தந்து அவற்றின் உபயோகத் தையும் எழுதித் தந்தேன். மேற்கு ஆப்பிரிக்கா ஆதிக் காடுகளைப் பற்றி எழுதச் சந்தர்ப்பம் கிடைத்ததும், நான் சுதேசிகளிடையே குடியேறுவது என்கிற சிரமமான பிரச்சினை பற்றியும் எழுத அச்சந்தர்ப்பத்தைப் பயன்படுத்திக் கொண்டேன்!

அதிகமாகவோ, கொஞ்சம் கூடவோ நாகரிகமடையாத ஆதி சுதேசிகள் மேல் ஆதிக்கம் செலுத்த வெள்ளையர்களுக்கு உரிமை உண்டா? என் அனுபவத்திலிருந்து இது பற்றி நான் என்ன சொல்ல முடியும் என்று சிந்தித்தேன். அவர்களை அடக்கி ஆண்டு, அவர் களிடமிருந்து பொருள் அபகரிப்பது ஒன்று தான் நமது நோக்கம் என்றால், அவர்களை அடக்கி ஆள நமக்கு ஒரு உரிமையும் இல்லை என்று தான் நான் பதில் சொல்லவேண்டும். அவர்களுக்குக் கல்வி

புகட்டி, நன்மையடையச் செய்கிற உத்தேசத்துடன் ஆண்டால் நமக்கு உரிமையுண்டு என்று நான் சொல்வேன். இந்த ஜனங்கள் தாங்களாகவே, தங்கள் முயற்சியாலேயே, வேறு உதவியில்லாமல், நல்லபடியாக, நாகரிகமாக வாழ முடியுமானால், அவர்களை அவர்களிஷ்டப்படி சுதந்திரமாக விட்டு விடுவது தான் நல்லது. ஆனால் இன்றுள்ள நிலைமையில் உலக வியாபாரம் அவர்களையும் நம்மையும் எட்டித் தொட்டுவிட்டது; அதன் முன் நாம் சக்தியற்றவர் களாக இருக்கிறோம். அது காரணமாக அவர்கள் தங்கள் சுதந்தரத்தை இழந்து விட்டார்கள். அவர்களுடைய பொருளாதார சமுதாய உறவுகள் அந்த வியாபார மூலம் ஆட்டங் கண்டுவிட்டன. வியாபார மூலம் கிடைத்த பொருளும் பணமும் ஆயுதங்களும், ஒரு சிலரைப் பணக்காரர்களாகவும், பலரை அடிமைகளாகவும் செய்தன. அவர்கள் தலைவர்களே பலரை அடிமைகள் போல, ஏற்றுமதி வியாபாரத்துக்கு உழைக்கச் செய்தனர். சில சமயங்களில் அடிமை வியாபாரங் கூட நடந்தது - சுதேசி மக்களே வியாபாரப் பொருள் களானார்கள். மனிதர்களை விற்று, பணம், ஈயம், துப்பாக்கி மருந்து, புகையிலை, பிராந்தி இவைகளாக மாற்றிக் கொண்டனர். உலக வியாபாரத்தின் இன்றைய நிலையில் உண்மைச் சுதந்திரம் என்பது பற்றிப் பேசிப் பயனில்லை. ஆனால் அவர்கள் சுதேசத் தலைவர் களின் கொடுமையான ஆட்சிக்கு அடிமைப்பட்டுக் கிடப்பது நல்லதா, அல்லது ஐரோப்பிய அரசாங்கங்களின் உத்தியோகஸ்தர் களுக்கு அடங்கியிருப்பது நல்லதா என்றுதான் தீர விசாரிக்கவேண்டும். நமது பெயரால் குடியேற்ற நாடுகளைக் கைப்பற்ற அதிகாரம் அளிக்கப்பட்ட நமது தலைவர்கள் அநியாயம், கொடுமை, குரூரம், ஹிம்சை இவற்றில் சுதேசித் தலைவர்களுக்குச் சற்றும் பின்னடைந் தவர்கள் அல்ல என்பது உண்மை . அவர்கள் மூலம் நம் தலை மேலே பெரியதொரு பாரச்சுமை, குற்றச்சுமை ஏற்றப்பட்டது என்பதும் மறுக்க முடியாத விஷயம். சுதேசிகளுக்கு எதிராக இன்று செய்யப் படுகிற அநீதிகளையும் அக்கிரமங்களையும் சிறிதளவும் மறைப் பதிலோ, வெள்ளையடிப்பதிலோ லாபமில்லை. ஆனால் இந்தச் சுதேசிகளுக்குச் சுதந்தரத்தை அளித்தால், அது முதலில் ஒரு சுதேசித் தலைவனின் கொடுங்கோலுக்குத்தான் கொண்டு போய்விடும் என்பதையும் நாம் மறந்துவிடக் கூடாது. சரியாக நாம் நடத்த வில்லை என்பதற்காக அவர்களைத் தங்கள் தலைவர்களுக்கே அடிமைபட்டுக் கிடக்கவும் விட்டுவிடக் கூடாது. சுதேசிகளுக்கு நன்மை தரும்படியாக, நமக்கு அவர்கள் மேல் கிடைத்த ஆதிக்கத்தை உபயோகித்து, அந்த ஆதிக்கத்துக்கு நாம் உரியவர்கள் என்று

ஸ்தாபிப்பது தான் சரியான வழி. இவ்வளவு நாளும் ஆட்சி செலுத்திய சாம்ராஜ்ய மனப்பான்மையும் கூட நல்லது, தீயது என்கிற அடிப் படையில் இயங்கியதாகச் சொல்லிக்கொள்ள இடமுண்டுதான். தாங்களும் சுதேசிகளைப் பற்றிய வரையில் நன்மைகள் செய்திருப்பதாக சாம்ராஜ்யவாதிகள் சொல்லிக் கொள்ளலாம். அடிமை வியாபாரத்தை அது ஒழித்துவிட்டது. சுதேச மக்கள் தங்களுக்குள் போட்டுக்கொண் டிருந்த சண்டைகளை நிறுத்தி விட்டது நிரந்தரமான அமைதி நிலவ, பல பிரதேசங்களுக்குக் கிடைத்த சாம்ராஜ்ய தத்துவம் காரண மாயிற்று என்று சொல்லலாம். ஜனங்களை ஏமாற்றி, அவர்கள் பொருள்களைப் பறித்து, உலக வியாபாரத்தைப் பெருக்க முடியாத வகையில் சுதேசிகளைக் காத்து, சட்டம் செய்திருக்கிறது சாம்ராஜ்ய அரசாங்கம். ஓகோவே ஜில்லாவில் சுதேசி மர வியாபாரியின் நலத்துக்காக உழைக்கும் அரசாங்கம், தன் பாதுகாப்பு அரணைத் தளர்த்திவிட்டால், சுதேசிகளும் வெள்ளையர்களுமான பெரிய வியாபாரிகள் அங்கு எப்படி கொள்ளை அடிப்பார்கள் என்று என்னால் கோரமாகவே கற்பனை செய்து பார்க்க முடிகிறது.

சுதந்திர அரசாங்கம், சுய நிர்ணயத் திட்டம் என்பதை சுதேசிகள் எப்படிப் பயன்படுத்த முடியும் என்பதற்கு உதாரணமாக, லைபிரியா என்கிற பூரண சுதேசி அரசாங்கத்தைச் சொல்லலாம். வீட்டு அடிமைத் தொழிலும் அடிமை ஏற்றுமதி வியாபாரமும் அங்கு ஏராளமாகப் பரவியிருந்தன. சில தொழிலாளர்கள் வலுக்கட்டாய மாக அயல் நாடுகளுக்கு அடிமைகளாக அனுப்பப்பட்டனர். நமது காலம் வரை இது நடந்து வருகிறது. இந்த இரண்டு அடிமைத் தனமும் பேச்சளவில், சட்டத்தளவில் **1930**-க்குப் பிறகு ஒழிந்து விட்டதாகப் பெயர். ஆனால் நடைமுறையில் இன்னும் உள்ளன.

குடியேற்ற நலன்களும் நாகரிக நலன்களும் ஒன்றுக்கொன்று, அனுசரணையாக இல்லாமல், ஒன்றுக்கொன்று குந்தகமாக இருப்பது தான் இதில் சிரமமாக இருக்கிறது. நாகரிகம் பெறாத ஆதி சுதேசி களுக்கு எது நல்லதென்றால், உலக வியாபாரம் என்கிற ராட்சஸ னுக்குப் பலியாகாமல், ஒரு புத்திசாலித்தனமான இலாகாவின் மேற்பார்வையில், நாடோடிகளாகவும் பாதி நாடோடிகளாகவும் உள்ள மக்கள் திருந்தி, ஒரு இடத்தில் நின்று நிலைத்து, நிலத்தைப் பயிரிட்டு விவசாயிகளாகவும் கைத்தொழிலாளிகளாகவும் மாற, மெதுவாக உதவி செய்யப்பட வேண்டும். இதிலும் சிரமமுண்டு. சுதேசிகள் பணத்தாசையால், தாங்களாகவே உலக வியாபாரத்துக்கு அடிமைப்பட்டு விடுகிறார்கள். அதேபோல உலக வியாபாரமும் அவர்களை அடிமைப்படுத்தி, அவர்கள் பொருள்களைக் கவர்ந்து

கொண்டு, தங்கள் பொருள்களை அவர்கள் தலைமேல் கட்டுவதை நிறுத்த மறுக்கிறது. ஆகவே, உண்மையான நாகரிக வளர்ச்சி என்கிற அளவில் சுதேசிகளிடையே குடியேற்றம் என்பது சிரம சாத்ய மாகவே இருக்கிறது. தங்கள் வாழ்க்கைக்குத் தேவையான சகல சாமான்களையும் விவசாயத்தாலும் கைத்தொழில்களாலும் தாங்களே உற்பத்தி செய்து கொள்வது என்கிற நிலையை சுதேசிகள் எட்டி விட்டார்களானால், அவர்களும் பொருளுள்ளவர்களாகி விடுவார்கள் - பணக்காரர்களாகி விடுவார்கள். அதுவே அவர்களுடைய உண்மைப் பொருளாகும். இதற்குப் பதில் உலக வியாபாரத்துக்குத் தேவைப்படுகிற பொருள்களைத் தந்து பணம் சம்பாதிப்பதில் சுதேசிகள் முனைந்து விடுகிறார்கள் - நிறையப் பணம் வந்தால் போதும் என்று எண்ணி விடுகிறார்கள். இப்படிக் கிடைத்த பணத்தை வைத்துக் கொண்டு வெளி நாடுகளில் உற்பத்தி செய்யப்பட்ட பொருள்களையும், தயார் செய்யப்பட்ட உணவுப் பண்டங்களை யும் வாங்குகிறார்கள். இதனால் உள்ளூர்த் தொழில்கள் அசாத்திய மாகி விடுகின்றன; சில சமயம் விவசாயம் கூட படுத்து விடுகிறது. இது தான் ஆதிவாசிகளுள்ள, நாகரிகமடையாத, பின் தங்கிய நாடுகளின் இன்றைய நிலை; உலக வியாபாரத்துக்கு அரிசி, பஞ்சு, காபி, கோகோ, உலோகப் பொருள்கள், மரம் போன்ற பல பொருள்களைத் தருகிற சுதேசிகள், இந்த நிலையில் தான் இருக் கிறார்கள் இன்று.

மர வியாபாரம் நன்றாக நடக்கும்பொழுதெல்லாம் ஒகோவே பிராந்தியத்தில் நித்தியமான பஞ்சம் தான். ஏனென்றால், மர வியாபாரத்தில் ஈடுபட்ட சுதேசிகள் நிறைய லாபத்தை உத்தேசித்து மரம் வெட்டுவதில் ஈடுபட்டிருக்கிறார்களே தவிர, வயல் வெளிகளில் உழைத்துப் போதுமான தானியம் உற்பத்தி செய்வதில்லை. இறக்குமதி செய்யப்பட்ட அரிசியையும், வேறு உணவுப் பொருள்களையும் பணம் கொடுத்து வாங்குகிறார்கள். மர வியாபார உழைப்பு இப்படிப் போய் விடுகிறது; நாட்டுக்கோ, சுதேசிகளுக்கோ நிரந்தரமான பலன் அளிப்பதில்லை.

குடியேற்றம் என்பதற்கு நாகரிகம் என்று எங்கே அர்த்தப்படும் என்று கேட்டால், பதில் இப்படிச் சொல்லலாம். சுதேசிகளுக்கு இந்த மாதிரி நிலை ஏற்படாமல் தடுக்கிற இடத்தில் தான் குடியேற்றம், நாகரிகம் என்கிற நன்மையைப் பயக்கும். வெளிநாட்டு ஏற்றுமதித் தொழில்களில் ஈடுபடுகிறவர்கள் அவசியமான உற்பத்தி, உள் நாட்டு உணவுதானிய விவசாய ஈடுபாடு பூர்த்தியான பிறகு தான் அனுமதிக்கப்பட வேண்டும். தேவையான உணவை உற்பத்தி

செய்து கொள்ளாமல் உலக வியாபாரத்தை மட்டும் பெருக்கிக் கொள்கிற மக்கள் சீக்கிரமே ஏழ்மைப்பட்டுப் போய் விடுவார்கள். அதிக ஜனநெருக்கம் இல்லாத நாடுகளில் உலக வியாபார ஈடுபாடு என்பது நாட்டிற்கே கேடு தரக்கூடிய ஒரு விஷயம். ஏற்றுமதி வியாபாரம் அதிகரிப்பதனால் ஒரு நாடு சுபிட்சப் பாதையில் முன்னேறுகிறது என்று கொள்ள முடியாது. அது அழிவின் அறிகுறி யாகவும் இருக்கலாம்.

மற்றும் பாதைகள் போடுவது, ரெயில் மார்க்கங்கள் நிர்மாணிப்பது என்பது சுதேசிகளிடையே சிரமமாகத்தான் இருக்கிறது. தூக்கிக் கொண்டு போய் தான் இடம் மாற்றுவது என்கிற பயங்கரம் ஒழிய, ரெயில் பாதைகள் மிகமிக அவசியம். அவை உண்டானால் தான், பஞ்சம் வந்தால் உணவுப் பொருள்கள் தங்குதடையின்றி எடுத்துச் செல்லப்படலாம். உள் நாட்டு வியாபாரம் வலுப்பது இந்தப் பாதை களால் தான். அதே சமயம் நாட்டுக்குக் குந்தகமான ஒரு காரியத் தையும் இப் பாதைகள் செய்யலாம். இவற்றை நிர்மாணிக்க, சாதாரணமாக தேசத்தில் கிடைக்கக்கூடிய மனித சக்திக்கு மேல் அதிகமாக உபயோகப்படுத்தப்பட்டால், உணவு உற்பத்தி நின்று விடும் - பஞ்சமே வந்துவிடும். தவிரவும், இம்மாதிரி பாதைகள் போடுவதில் உயிர்ச்சேதமும் ஏற்படுகிறது. ரெயில், தரைப் பாதை கள் வந்தால் ஒரு பிரதேசம் வளம் பெறுவதற்குப் பதில் சீரழிந்து போனாலும் போய் விடலாம். ஆகவே, எந்தப் பிராந்தியத்தில் எப்படி ரெயில், தரைப் பாதைகள் போடப்பட வேண்டும் என்பது பற்றித் தீர யோசித்து முடிவு செய்ய வேண்டும். அவசியமானது, சமாளிக்க வேண்டும் என்று ஏற்றுக்கொள்ளுகிற பொதுப்பாதை வேலைகள், நிதானமாகவும் மெதுவாகவும் - அவசியமானால் அடிக்கடி நிறுத்திவைத்தும் செய்யப்பட வேண்டும். இப்படிச் செய்வதால் பல உயிர்கள் காப்பாற்றப்படலாம்.

நாட்டை வளமாக்கச் சில சமயங்களில் கிராம சமுதாயங்களை ஒரு மூலையிலிருந்து ரெயில், தரைப் பாதைகள் உள்ள இடத்தில் கொண்டுவந்து சேர்க்க வேண்டியதாக இருக்கலாம். வேறு வழி யில்லாவிட்டால் மட்டுமே இந்த ஜன மாற்றம் ஏற்றுக் கொள்ளப் பட வேண்டும். சுதேசிகளின் உரிமைகளைப் பற்றிய எந்த விஷயமும் நன்கு ஆலோசித்த பிறகு தான் ஏற்றுக்கொள்ளப்பட வேண்டும். தன் சொந்த விருப்பத்தினாலும், தன் முக்கியத்தையே ஆதாரமாகக் கொண்ட எத்தனையோ குடியேற்ற நாட்டு உத்தியோகஸ்தர்கள், அவசியமல்லாத, சிரமமான பல காரியங்களைச் செய்து, சுதேசி களுடைய கோபத்துக்கும் ஆத்திரத்துக்கும் பாத்திரமாகிறார்கள்.

சுதேசிகள் அரசாங்கத்தை அவதூறு சொல்லிப் புரட்சி செய்கிற அளவுக்கு இவை செல்லக் கூடும்.

சுதேசிகள் கட்டாய உழைப்புச் செய்வது நியாயமா அல்லவா என்று விவாதிக்கப்படுகிறது. எக்காரணம் கொண்டும் சுதேசி எவனையும், ஒரு குறுகிய காலத்துக்கோ நீண்ட காலத்துக்கோ, வரி கொடுக்காததற்காகவோ அல்லது குற்றம் புரிந்ததற்குத் தண்டனை யாகவோ, வேலை செய்யும்படி கட்டாயப்படுத்தக் கூடாது என்பது தான் என் அபிப்பிராயம். ஆனால் பொதுக் காரியங்களுக்குக் கட்டாய சேவை என்பது தவறல்ல என்றே நான் நினைக்கிறேன். பொது ஜன நாட்டு நலனுக்காக ஒருவனை உழைக்கக் கட்டாயப் படுத்தலாம்; அரசாங்க அதிகாரிகள் மேற்பார்வையில் கட்டாய சேவை நியாயமாகலாம்.

வரிச் சுமையை அதிகப்படுத்தி, வரிக்குப் பதில் சுதேசியிடமிருந்து வேலையைப் பெறலாம் என்பதும் சரியல்ல. இந்த வரிப் பணத்தைச் சம்பாதிக்க அவன் உழைத்துத்தான் ஆகவேண்டியிருக்கிறது. இந்த மறைமுகமான கட்டாய சேவை, மறைக்கப்படாத கட்டாய சேவையைப் போலவே, சோம்பேறியை உழைப்பாளியாக்க முடியாது. கெட்ட காரியம் எதுவும் எந்த விதமான நல்ல பலனையும் அளிக்கும் என்று எதிர்பார்க்க முடியாது. அநீதி என்றும் நல்லதை விளைவிக்காது. உலகிலுள்ள எல்லா குடியேற்ற நாடுகளிலுமே இன்று வரிப் பளு பெரிய பளுவாகத்தான் இருக்கிறது. ஜனங்களால் சமாளிக்க முடியாத அளவுக்குத்தான் வரிகளை ஏற்றியிருக்கிறார்கள். கஷ்டப் பட்டுத்தான் வரிகளைத் தர முடிகிறது. சிந்தனையில்லாத காரணத்தால், குடியேற்ற நாடுகள் கடன்பட்டு, வட்டியைக் கூடத் தர மாட்டாமல் திணறுகின்றன. சுதேசிக் கல்விப் பிரச்சினைகள் மிகவும் சிக்க லானவை. அவை பொருளாதார, சமுதாயப் பிரச்சினைகளால் பெரிதும் பாதிக்கப்பட்டவை. அவிழ்க்க முடியாத ஒரே சிடுக்குத் தான் இந்த மூன்று பிரச்சினைகளும்.

விவசாயமும் கைத்தொழிலுமே நாகரிகத்தின் அஸ்திவாரங்கள். இந்த அஸ்திவாரம் உள்ள இடத்தில் தான் மக்களில் ஒரு பகுதியினர் வியாபாரம், அறிவு முதலிய துறைகளில் ஈடுபட்டுச் சிறப்பாகச் செயலாற்ற முடியும். ஆனால் நாமோ, குடியேற்ற நாடுகளைப் பற்றியவரை, எழுத்தும் எண்ணும் தான் முதல் தேவை - விவசாயமும் கைத்தொழிலும் அல்ல - என்கிற அடிப்படையில் கல்வியைத் தொடங்குகிறோம். ஐரோப்பாவிலுள்ள பள்ளிக்கூடங்களைப் போலவே நிருவப்பட்ட பள்ளிக்கூடங்களிலிருந்து கல்வி கற்றவர்கள் என்று சுதேசிகள் வெளியேறுகிறார்கள் - அவர்கள் தாங்கள்

உழைப்பது தவறு என்று எண்ணுகிறார்கள். வியாபாரம் அல்லது அறிவுத் துறைகளில்தான் கற்றவர்களாகிய தாங்கள் ஈடுபட வேண்டும் என்று எண்ணுகிறார்கள். எல்லோருக்குமே வியாபார ஸ்தாபனங்களிலோ, சர்க்கார் காரியாலயங்களிலோ வேலை கிடைத்து விடாது; வேலை கிடைக்காதவர்கள் சோம்பேறிகளாக, திருப்தியற்றவர்களாகக் காலந் தள்ளுகிறார்கள். குடியேற்ற நாடுகள் எல்லாவற்றிலுமே - நாகரிகமடையாத நாடுகளில் மட்டும்தான் என்பதில்லை - படித்தவர்களின் அறிவு விவசாயத்துக்கோ கைத் தொழிலுக்கோ பயன்படுவதே இல்லை. அவை கல்வியால் சிறப்படை வதற்குப் பதில் சீரழிகின்றன. இந்த மாதிரி ஒரு வர்க்கம், செயற்கை யாகக் கீழிருந்து மேல் என்று எண்ணுகிற வர்க்கம், உற்பத்தியாவதால் சமுதாய பொருளாதாரச் சூழ்நிலையில் கேடான பல விஷயங்கள் நிகழ ஏதுவாகின்றன. நியாயமான, தர்மமான குடியேற்ற நாட்டில் கல்வி என்பது சுதேசிகளைத் தங்கள் அடிப்படை அலுவல்களான விவசாயம், கைத்தொழில் இவற்றிலிருந்து அப்புறப்படுத்தக் கூடாது; இவைகளில் ஈடுபடச் செய்யவேண்டும். அறிவுத்திறனுடன் கைத் திறனும் கற்றுத் தரப்படவேண்டும். நாகரிகமடைவதற்கு சுதேசிகள் செங்கல் சுடுவதற்கும் கட்டடம் கட்டவும் மரவேலை செய்யவும், சுத்தி, இழைப்புளி, உளி, எடுத்து வேலை செய்யவும் தயாராக இருக்கவேண்டுமே தவிர, கல்வியில் அதிகத் தேர்ச்சி பெற வேண்டும் என்று அவசியமில்லை.

சுதேசிகள் அழிந்து போவதைத் தடுக்க வேண்டும். அவர்கள் வாழ்வு குடியால் அழிந்து கொண்டிருக்கிறது. உலக வியாபாரம், குடியை அவர்களுக்குத் தந்து வேடிக்கை பார்க்கிறது. ஐரோப்பியர்கள் மூலம் அவர்களை அடைந்த வியாதிகளும் அவர்களை அழித்து விடுகின்றன. ஏற்கெனவே அவர்களிடையே உள்ள வியாதிகளும் மேலும் பரவாமல் தடுக்கவேண்டும். அதற்குப் பதிலாக குடியேற்றம் செய்யப்பட்ட நாடுகளில் அவர்களுடைய சுதேச வியாதிகள் இப்போது அதிகமாகப் பரவ வழிகள் செய்து தரப்பட்டிருக்கின்றன. தூங்கும் வியாதி பரவுகிறது; பல கோடி மக்களின் வாழ்வை அது அழித்து விடும் - சரியானபடி தடை செய்யப்படாவிட்டால்.

குடியினால் அவர்கள் கெட்டழிவதைத் தடுக்க வேண்டுமானால் பிராந்தியும் ரம்மும் கூடாது, ஒயினும் பியரும் சாப்பிடலாம் என்று சொல்லிப் பிரயோசனமில்லை. ஐரோப்பாவில் ஒயினும் பியரும் அதிகக் கெடுதி தராமல் இருக்கலாம்; குடியேற்ற நாடுகளில் அவை பல கெடுதிகளை விளைவிக்கின்றன. குடியேற்ற நாட்டு ஒயின், பியர்களில் சாராயம் அதிகமிருக்கிறது; அதிகமாகவும் குடிக்கிறார்கள்.

எல்லா சாராயக் குடிகளையும் தடுப்பதால் தவிர, இந்தச் சுதேசிகளின் நலனைப் பாதுகாக்க முடியாது.

எல்லாக் குடியேற்ற நாடுகளிலுமே வியாதியுடன் போராட்டம் காலந் தாழ்த்தியும், முழு மனது இல்லாமலுமே நடைபெற்று வருகிறது. இப்பொழுது அதை வெற்றிகரமாக நடத்த நமது கையில் விஞ்ஞானம் பல புதிய வழிகளைத் தந்திருக்கிறது. திட்டமிட்டு தீவிரமாக நோயுடன் போராடியே தீரவேண்டும்.

நோயுடன் போராட குடியேற்ற நாடுகளுக்கு மருத்துவ உதவி செய்வது அவசியம் என்று கருதப்படுகிற வட்டாரங்களில் சுதேசி மக்கள் இருந்தால் தான் நாட்டை வைத்துப் பராமரிப்பது லாபகரமான காரியம் என்கிற காரணத்துக்காக வற்புறுத்தப்படுகிறது. ஆனால் இது பொருளாதார விஷயத்தை யெல்லாம் விட உண்மையில் மிகவும் முக்கியமான விஷயம். விஞ்ஞானம் நமக்கு அளித்திருக்கிற, நோயைத் தடுத்து வெற்றிகொள்ளும் சாதனங்களை நமக்கு மட்டும் பயன்படுத்திக் கொள்வது நாகரிகத்தின் சின்னமல்ல. நமக்கு - அதாவது நாகரிகமடைந்தவர்களாகக் கருதப்படுபவர்களுக்கு - நல்லது, தீயது என்கிற அடிப்படையிலே சிந்தனை ஏதாவது உண்டானால், நாம் எப்படி முன்னேற்ற மடையாதவர்களுக்கு, தூர தேசத்தவர்களுக்கு விஞ்ஞானத்தின் உதவிகளை மறுக்கமுடியும்? நம்மையும் விட அதிகமாக உடல் உபாதைகளுக்கு உட்படுபவர்கள் அவர்கள். செய்வதற்குத் தேவைப்படுவதைச் செய்யப் போதுமானவர்களை அரசாங்கம் அனுப்பாது. மனித சமுதாயத்தால் உத்தரவு இடப்பட்டு வேறு பல டாக்டர்களும் இந்தக் காரியத்தில் உதவி செய்ய முன்வந்தேயாக வேண்டும். சொந்த அனுபவத்தால் கஷ்டத்தையும் கவலையையும் வலியையும் சமாளித்தவன் ஒவ்வொருவனும், தனக்குக் கிடைத்த உதவி அந்த முன்னேற்றமடையாத சுதேசிகளுக்கும் கிடைக்க வேண்டும் என்று எண்ண வேண்டும். தனக்கு மட்டும் சொந்தம் என்று விஞ்ஞானக் கருத்துக்களை ஏற்கக்கூடாது; உலகில் கஷ்டப்படுபவர்கள் எல்லோருக்கும் அவை சொந்தம். உடல் உபாதைக்குள்ளானவர்களின் சகோதர சங்கம் உலகில் உபாதைப்படுகிறவர்கள் எல்லோருக்கும் சேவை செய்ய முன்வர வேண்டும். மனிதகுலத்தின் நற்பெயருக்காக அவர்கள் குடியேற்ற நாடுகளில், சுதேசிகளிடையே மருத்துவம் செய்ய வேண்டும். உண்மை நாகரிகம் என்பதற்கு செய்து பலன் காண வேண்டிய ஒரு காரியம் இது. தூரப் பிரதேசங்களில் கஷ்டப்படுகிறவர்களுக்கு உதவுவது மிக மிக அவசியம்.

உலகில் கஷ்டப்படுகிறவர்களின் சகோதர சங்கத்தின் ஆதார அடிப்படை உண்மையை உணர்ந்து, நான் லாம்பரீனில் என் காட்டு ஆஸ்பத்திரியை நிர்மாணிக்கத் துணிந்தேன். இந்த உண்மை இப்போது புரிந்து கொள்ளப்பட்டு உலகிலே பரவுகிறது.

முடிவாகச் சொல்லவேண்டியது ஒன்றுண்டு. நமது குடியேற்ற நாட்டுச் சுதேசிகளுக்கு நாம் எது நல்லது செய்தாலும், அது வெள்ளையர் களாகிய நாம் அம்மக்களுக்கு இழைத்த கணக்கற்ற அநீதிகளுக்குப் பிராயச்சித்தமே தவிர, வேறு அல்ல என்று எண்ண வேண்டும். நம்முடைய முதற் கப்பல் அவர்கள் கரையில் தட்டியது முதல் இன்று வரை நாம் அவர்களுக்குத் தீங்கே செய்து வந்திருக்கிறோம். குடியேற்ற நாட்டு மக்களின் பிரச்சினைகள் அரசியல் மூலம் மட்டும் நிறைவேறித் தீர்ந்துவிடாது. இந்தப் பிரச்சினைகளைக் கவனிப்பதில் ஒரு புதிய அம்சம் தோன்ற வேண்டும். நல்லது, தீயது என்கிற அடிப்படை உணர்வுடன் வெள்ளையர்களும் வேறு நிற ஜாதியினரும் சந்திக்க வேண்டும். பரஸ்பரம் புரிந்துகொண்டு செயலாற்றுவதென்பது அப்போது தான் சாத்தியமாகும்.

இந்தப் பரஸ்பர உறவைக் கொணரப் பாடுபடுவது பிற்காலத்து உலக அரசியலுக்கு மிகவும் சிறப்பான சீர்களைத் தேடித்தருவதாகும்.

12

குன்ஸ்பாக்கும் வெளியூர்ப் பயணங்களும்

1921 பனை ஞாயிறுக்கு முந்திய ஞாயிறன்று நான் பார்ஸிலோனா வில் முதல் தடவையாக, பாக்கின் புனித. மாத்தியூவின் கிறிஸ்து மோட்ச கீதத்தை இசைப்பதில் 'ஆர்பியோ கடாலா'வுக்கு உதவினேன். அது எனக்கு பரமானந்தமாக இருந்தது. ஸ்பெயின் தேசத்திலேயே அப்போதுதான் அந்த கீதம் முதல் தடவையாகக் கச்சேரியில் வாசிக்கப்பட்டது என்று எண்ணுகிறேன்.

ஏப்ரல் *1921*-ல் நான் எனது இரண்டு வேலைகளையும் ராஜீநாமா செய்துவிட்டேன். இனிமேல் எழுதிச் சம்பாதித்துச் சாப்பிடுவது என்று தீர்மானித்தேன். எழுதிச் சம்பாதிப்பது போதாதபோது சுர வாத்தியம் வாசித்துச் சம்பாதிக்கலாம். அமைதியாக '*நாகரிகத்தின் தத்துவம்*' என்கிற நூலை எழுதி முடிப்பதற்காக நான் என் மனைவி யுடனும் குழந்தையுடனும் என் தகப்பனாருடைய குன்ஸ்பாக்

ஆலய வீட்டில் குடியேறினேன். என் பிறந்த நாளன்று, அதாவது ஜனவரி 14-ந் தேதியன்று, 1919-ல் எனக்கு ஒரு பெண் பிறந்தது. வாசகசாலையில் புத்தகங்களைப் புரட்டிப்பார்ப்பதற்கென்று நான் அடிக்கடி ஸ்டிராஸ்போர்கில் தங்க வேண்டியதாக இருந்தது. அந்த மாதிரி சந்தர்ப்பங்களில் டீட்ஸ்-ஹார்ட்டர் என்ற ஒரு பாதிரியின் விதவை வசித்து வந்த ஒரு பழைய வீட்டின் மாடி அறையில் தங்கி வந்தேன்.

என் வேலை பல பிரயாணங்களால் தடைப்பட்டது. பல சர்வ கலாசாலைகளும் ஸ்தாபனங்களும் என்னை 'நாகரிகத்தின் தத்துவம்' என்பது பற்றியும், 'பண்டைய கிறிஸ்தவம்' என்பது பற்றியும் பேச அழைத்தன. லாம்பரீன் காட்டு ஆஸ்பத்திரி பற்றிப் பேசி அந்த வேலையைத் தொடரப் பணம் சம்பாதிக்க வேண்டியதாக இருந்தது. ஆப்பிரிக்காவுக்கு திரும்பவும் போய், அங்கு என் குடும்பத்துடன் வசிக்கப் போதுமான பணத்தைச் சம்பாதிக்க, சுர வாத்திய இசைக் கச்சேரிகளுக்குப் போக வேண்டியதாக இருந்தது.

1921 இலையுதிர் காலத்தில் நான் ஸ்விட்ஸர்லாந்தில் இருந்தேன். நவம்பரில் அங்கிருந்து ஸ்வீடன் போனேன். ஜனவரி முடிவில் ஸ்வீடனிலிருந்து கிளம்பி ஆக்ஸ்போர்டு சென்றேன் ஆக்ஸ்போர்டு சர்வகலாசாலையில் மான்ஸ்பீல்டு கல்லூரியில் நான் டேல் ஞாபகார்த்தப் பிரசங்கம் நிகழ்த்த அழைப்புப் பெற்றிருந்தேன் அதற்குப் பிறகு பர்மிங்ஹாமில் ஸெல்லி ஓக் கல்லூரியில் 'கிறிஸ்தவமும் மற்ற உலக மதங்களும்' என்பது பற்றிப் பிரசங்கம் செய்தேன் 'புனித. பாலின் பிரச்சினை' என்பதைப் பற்றி லண்டனில் மத விஞ்ஞான ஆராய்ச்சிச் சங்கத்தின் முன் பிரசங்கம் செய்தேன். இங்கிலாந்தில் பல இடங்களில் சுரவாத்தியக் கச்சேரிகளும் செய்தேன். 1922-ல் மார்ச் மாத மத்தியில் இங்கிலாந்திலிருந்து ஸ்வீடனுக்குத் திரும்பினேன். பல பிரசங்கங்களும் கச்சேரிகளும் செய்தேன். ஊர் திரும்பியவுடன், சீக்கிரமே மறுபடியும் கிளம்பி பல வாரங்கள் ஸவிட்ஸர்லாந்தில் பிரசங்கங்களும் கச்சேரிகளும் செய்தேன்.

1922 கோடையில் எவ்வித குறுக்கீடுமின்றிச் சிலநாள் 'நாகரிகத்தின் தத்துவம்' என்கிற நூலைத் தொடர்ந்து எழுத முடிம்தது. இலையுதிர் காலத்தில் மீண்டும் ஸ்விட்ஸர்லாந்து போனேன். பிறகு, கொபன் ஹேகனில், சர்வகலாசாலை மதபோதக இலாகாவின் அழைப்பின் பேரில், நல்லது, தீயது அடிப்படை பற்றி ஒரு பிரசங்கத் தொடர் நடத்தினேன். டென் மார்க் தேசத்தில் பல நகரங்களில் சுர வாத்தியக் கச்சேரிகளும் பிரசங்கங்களும் நிகழ்த்தினேன். பேராசிரியர் ஆஸ்கார் கிராஸின் அழைப்பின் பேரில், ப்ராஹாவில், 1923 ஜனவரியில், நான் 'நாகரிகத்தின் தத்துவம்' என்கிற விஷயம் பற்றிப் பேசினேன்.

இந்த வருஷங்களில் எவ்வளவு விதவிதமான அதிசயமான அனுபவங்கள் எனக்கு ஏற்பட்டன என்று எப்படி நான் சொல்லுவேன்? நான் முதல் முதல் ஆப்பிரிக்காவுக்குக் கிளம்பியபோது மூன்று தியாகங்கள் செய்யத் தயாராகப் போனேன் - சுர வாத்தியம் வாசிப்பதை நிறுத்திவிடவும், கல்லூரிப் பிரசங்கங்கள் செய்வதை நிறுத்திவிடவும், பணவிஷயங்களில் என் சுதந்தரத்தைப் பறி கொடுக்கவும் நான் தயாராகப் போனேன். கல்லூரிப் பிரசங்கங்கள் என் மனத்திற்குகந்த வேலை. பண விஷயங்களில் சுதந்தரம் பறி போனால் ஆயுளுள்ளளவும் நண்பர்கள் கையை எதிர்பார்த்துக் காலம் தள்ள வேண்டும். இந்த மூன்று தியாகங்களையும் செய்ய நான் தொடங்கிவிட்டேன். நான் இது பற்றி எவ்வளவு கஷ்டப் பட்டேன் என்பது எனக்கு மிகவும் ஆப்தமான நண்பர்களுக்கு மட்டுமே தெரியும்!

ஆனால் இப்போது எனக்கு நேர்ந்ததோ நேர் எதிர்மாறாக இருந்தது. ஆபிரஹாம் தன் மகனைத் தியாகம் செய்யத் தயாராக இருந்தபோது நிகழ்ந்தது போல எனக்கும் நிகழ்ந்தது. ஆபிரஹாமைப் போல நானும் தியாகம் செய்ய வேண்டிய அவசியமில்லாது போய் விட்டது. பாரிஸ் பாக் சங்கம் எனக்கு, உஷ்ணப் பிரதேசத்துக் கேற்றவாறு நிர்மாணிக்கப்பட்ட, காலால் மிதித்து வாசிக்கும் சுர வாத்தியம் ஒன்று அளித்திருந்ததும், திடகாத்திர ஆரோக்கியமும் உடல் வலுவும், உஷ்ணப் பிரதேச வியாதி எதற்கும் நான் அகப் படாமல் தப்பியதுமாகச் சேர்ந்து சுர வாத்தியப் பயிற்சியைத் தொடர்ந்து செய்ய எனக்கு வசதியளித்தன. காட்டிலே தனிமையில் இருந்த நாலரை வருஷங்களில் நான் தினமும் பல மணிநேரம் பாக் இசை வாசிப்பதிலே செலவிட முடிந்தது. பாக் இசையின் ஆன்மீகத்தை நான் நன்றாக அறிந்துகொள்ள இந்தப் பயிற்சி பிரயோசனப்பட்டது. ஐரோப்பா திரும்பும்போது நான் பொழுது போக்குக் கலைஞன், கலையை மறந்து விட்டவன் என்று திரும்பாமல், கலையிலே நல்ல தேர்ச்சியும் பயிற்சியும் உள்ளவனாகத் திரும்பினேன். என் கலை உத்தி பூரணமாகியிருந்தது. கலைஞனாக என்னை முன்னிலும் அதிகமாகவே மதித்தார்கள் என்று கண்டு திருப்தியடைந்தேன்.

ஸ்டிராஸ்போர்க் சர்வகலாசாலையில் பிரசங்கம் செய்யமுடியாது போன தியாகத்துக்கு ஈடு செய்வது போல வேறு சர்வகலா சாலைகளில் பிரசங்கங்கள் செய்யும் வாய்ப்புக் கிடைத்தது எனக்கு. சிலகாலம் பொருளாதார சுதந்தரத்தை இழந்திருந்தது உண்மை தான் என்றாலும் இப்போது அந்தச் சுதந்தரத்தை என் சுர வாத்திய வாசிப்பாலும் பேனா எழுத்தாலும் திரும்பவும் பெறும் வாய்ப்புக் கிடைத்தது எனக்கு.

நான் தயாராக இருந்த மூன்று தியாகங்களுக்கும் அவசிய மில்லாது போய்விட்டது. என் அனுபவம் நான் எடுத்துக்கொண்ட வேலையில் எனக்கு உற்சாகம் தந்தது. எனக்கும் என்னைப் போன்ற மற்றவர்களுக்கும் யுத்த காலத்துக்குப் பிறகு ஏற்பட்ட சோதனை களையும் கஷ்டங்களையும் சமாளிக்க ஒரு உற்சாகம் தந்தது, இந்த ஆனந்தமான அனுபவம் தான் என்று சொல்வேன் நான். எந்த முயற்சியையும் எந்தத் தியாகத்தையும் மேற்கொண்டு, மேலும் செயலாற்ற நான் தயாராக இருந்தேன்.

1923 வஸந்தத்தில் *'நாகரிகத்தின் தத்துவம்'* என்கிற நூலின் முதல் இரண்டு பாகங்கள் எழுதி முடிந்தன. அதே வருஷம் அவை பிரசுரமும் ஆயின. முதல் பாகத்தின் பெயர் *'நாகரிகத்தின் அழிவும் புனர் நிர்மாணமும்'*; இரண்டாவது பாகத்தின் பெயர் *'நாகரிகமும் நல்லது தீயது அடிப்படையும்'*.

முதல் பாகத்தில் நாகரிகம், உலக நோக்கு இரண்டுக்கும் இடையே உள்ள உறவு முறைகளை நான் விவரித்திருக்கிறேன்.

நாகரிகத்தின் அழிவுக்குப் பொறுப்பு பத்தொன்பதாம் நூற்றாண்டின் தத்துவ தரிசனத்தைச் சார்ந்தது. அறிவுக்காலம் என்று சொல்லக்கூடிய காலத்தின் நாகரிக மனப்போக்கை, நாகரிக அவசியத்தை ஏற்கும் மனப்பக்குவத்தை உயிருடன் காப்பாற்றிக் கொள்ள இந்தத் தத்துவ தரிசனத்தால் இயலவில்லை. நல்லது, தீயது அடிப்படையையும் உலகநோக்கின் போக்கையும் தொடர்ந்து, போதிய அளவில் சிந்தித்து, நாகரிகத்தைக் காக்க வேண்டியது தன் பொறுப்பென்று அது உணரவில்லை. இந்த வேலை பதினெட்டாம் நூற்றாண்டிலே தொடங்கியது எனினும் இன்னும் முடிவு பெறவில்லை. ஆரம்பித்த வேலையைத் தொடருவதற்குப் பதில் பத்தொன்பதாம் நூற்றாண்டுத் தத்துவ விசாரம் ஆதாரமல்லாத பல விஷயங்களில் வழியை இழந்து தவித்தது. சுபாவமாக மனிதனுக்குள்ள ஒரு உலக நோக்கைத் தேடி அடையும் காரியத்தைத் துறந்து, தத்துவத்தின் சரித்திரத்தை விஞ்ஞான ரீதியில் ஆராய்ச்சி செய்வதில் தடம் புரண்டு சென்றுவிட்டது. சரித்திரம், இயற்கை விஞ்ஞானம் இரண்டையும் விஞ்ஞான ரீதியில் ஒன்று சேர்த்து, அது தனக்கென்று ஒரு புதிய உலக நோக்கைச் சிருஷ்டித்துக் கொண்டது. இது நாளடைவில் உயிரற்றது என்று தெரிந்தது. நாகரிகத்தை நோக்கி முன்னேறும் சக்தி எதையும் காப்பாற்ற இந்த உலக நோக்கிற்குச் சக்தியில்லை என்று ஏற்பட்டது.

இப்படி நாகரிக உலக நோக்கு சக்தியற்றுப் போன அதே சமயத்தில், அதனுடைய லோகாயத நாகரிகத்துக்கும் ஆபத்து வந்துவிட்டது. யந்திர யுகம் மனிதகுலத்தின் வாழ்வைச் சிருஷ்டித்துத் தந்த விதத்தில்

நாகரிகமே சாத்தியமல்ல என்று சொல்கிற நிலைமை ஏற்பட்டது. ஆகவே, மனிதர்களுக்கு நாகரிக உலக நோக்கு ஒன்று இல்லாது போகவே, நாகரிகத்தை எதிர்க்கும் சக்திகள் மனிதர்களிடமிருந்து எதிர்ப்பு எதுவும் இல்லாமல் உருப்பெற்றன. அமைதியிழந்துவிட்ட மனிதன், அவசரம் அவசரமாக எத்தனையோ காரியங்களை ஒன்றன் பின் ஒன்றாகச் செய்தான். ஆன்மீக சுதந்திரத்தை இழந்து அடிமைப் பட்டான். மேலெழுந்த வாரியான பல விஷயங்களை நம்பிக் கெட்டலைந்தான். நடைமுறை வாழ்விலும் சரித்திரத்திலும் காணக் கிடக்கும் உண்மைகளைத் தவறாகப் புரிந்து கொண்டான். இந்தத் தவறுகளால் பிறந்த ஒரு தேசீய வாதத்துக்குப் பலியானான். கடைசி யாகச் சொல்லப்போனால் மனித உணர்ச்சிகளை இழந்து தவித்தான்.

உண்மையான நாகரிகம் என்ற லட்சியத்தின் பின்னணியில் இயங்கும் ஒரு உலக நோக்கு மீண்டும் கிடைக்கப்பெற நாம் வழிகள் வகுத்துக் கொள்ள வேண்டும். மறுபடியும் நல்லது, தீயது அடிப் படையையும் நமது உலக உறவின் ஆன்மீக அடிப்படையையும் பற்றிச் சிந்திக்கத் தொடங்கினால் போதும் - மனிதகுலம் நாகரிகத்தை நோக்கி நடக்க ஆரம்பித்துவிடும்.

நாகரிகத்தை பொது வாக்கியங்களில், ஆன்மீக பௌதிக வளர்ச்சி என்றும், எல்லா விதமான செயல்களிலும் வட்டங்களிலும் சேர்ந்து முன்னேறுதல் என்றும், தனிமனிதர்களும் மனிதகுலமும் நல்லது, தீயது அடிப்படையை ஏற்றுக்கொண்டு முன்னேறுவதும் தான் என்று நான் வர்ணித்தேன்.

'*நாகரிகமும், நல்லது தீயது அடிப்படையும்*' என்கிற பாகத்திலே ஐரோப்பிய சிந்தனை உலக நோக்கு, நல்லது தீயது அடிப்படை உலக வாழ்க்கை ஏற்றுக் கொள்ளல் என்பவற்றை, ஒழுங்குபடுத்தி எட்டச் செய்த முயற்சிகளை விவரித்திருக்கிறேன். உலக மதங்களில் உலக நோக்கு, உலகவாழ்வு ஏற்பு, நாகரிகமடைய முன்னேற்ற நோக்கு எல்லாவற்றையும் சேர்த்துச் சித்திரிக்க எனக்கு விருப்பம் தான். ஆனால் நூல் மிகவும் பெரிதாகிவிடப் போகிறதே என்று அதில் ஒரு பகுதியை மட்டுமே விவரிக்க முயன்றேன். உலக மதங்கள் பலவற்றையும் அவற்றின் நோக்கு பற்றி பல குறிப்புகள் தருவதுடன் நான் திருப்தி யடைய வேண்டியதாகிவிட்டது.

வேண்டுமென்றே தத்துவ ரீதியில் எழுதாமல் சாதாரண பாஷையில் என் நூலை எழுதினேன். அடிப்படையான சிந்தனைகளைப் பற்றி ஆலோசிக்க, சிந்திக்கத் தெரிந்த சாதாரணமான மனிதர்களைத் தூண்ட வேண்டும் என்பது என் நோக்கமே தவிர, தத்துவ நூல் எழுதிப் பாடப்புத்தகமாக்குவது என் நோக்கமல்ல. சாதாரண

மனிதர்கள் மனத்தில் தோன்றக்கூடிய பிரச்சினைகளை அடிப்படை களுடன் பிணைத்து, சாதாரண மனிதர்களின் வார்த்தைகளிலே விவரித்தேன்.

நல்லது தீயது அடிப்படையில் ஒரு உலக நோக்குக்கும் உலக வாழ்வு அறிவுக்கும் நடக்கிற போராட்டத்தின் வீணான முயற்சியிலே என்ன நடக்கிறது?

நல்லது தீயது அடிப்படைதான் சாதாரணமானது, சுபாவமானது, பகுத்தறிவுக்கேற்றது என்று சொல்ல பண்டைச் சிந்தனை முயன்றது. உலக வாழ்வு ஏற்பு என்பதற்குத் தான் அர்த்தம் உண்டு என்று சாதிக்கப் பண்டைய மனித சிந்தனை முயன்றது. ஆனால் தவிர்க்க முடியாத, தப்ப முடியாத ஒரு வாதத் திறமையை ஏற்று, அது தியாகத்தை, மறுப்பை மேற்கொண்டது. உலகில் செயலாற்ற மறுப்பவனே அறிவாளி என்று ஏற்றுக் கொண்ட போது அது உலகவாழ்வு மறுப்பையும் ஏற்றுக்கொண்டது.

மார்க்கஸ் அரீலியஸ், எபிக்டெடஸ் போன்ற பிற்கால சகிப்புத் தத்துவ ஞானிகள் காலத்தில் தான் நல்லது தீயது அடிப்படையில் நம்பிக்கை மிகுந்த ஒரு உலகநோக்கு தலைக்காட்டியது. தனி மனிதன் உலகிலே முழுப் பொறுப்புடனும் வேலை செய்து, நல்ல பொருள்களையும் ஆன்மீக நிலைமையையும் சிருஷ்டித்துத் தர வேண்டும் என்று இவர்கள் வற்புறுத்தினார்கள். இந்தத் தத்துவ ஞானிகள் சொல்லியது பின்னர் உலகநோக்கு அற்ற காலம் என்று சொல்லப்படுவதன் போது தோன்றியது போலவே பகுத்தறிவுக்கும் இயற்கைக்கும் ஏற்றதாக இருந்தது. இதைப் பின்னர் வந்ததன் முன்னோடி என்று கொள்ளலாம். சரித்திர மேடையில் இது முதல் முதலாகத் தோன்றிய அந்தக் காலத்தில் ஸ்திரமாக ஸ்தாபித்துக் கொண்டு இடம் பெறுவதோ அல்லது மக்களைப் பூரணமாகச் சீர்த்திருத்துவதோ முடியவில்லை. சகிப்புத் தத்துவ ஞானிகளான சில சக்ரவர்த்திகள் உண்மையில் இந்த உலக நோக்கைப் பாவித்துப் பாராட்டினார்கள். இந்த உலக நோக்குக் காரணமாக பண்டை உலகில் தோன்றிய க்ஷீணத்தையும், கீழ்நோக்கிச் செல்லும் சக்திகளையும் தடுக்க முயன்றார்கள் அவர்கள். மனிதகுலத்தின் க்ஷீணமும் பலஹீனமும் அன்றே தொடங்கி விட்டன என்பது தெரிகிறது. ஆனால், மக்கள் குலத்தின் மேல், பொதுவாக பொது மக்களிடையே, இந்த உலகநோக்கு அன்று எவ்வித ஆதிக்கமும் செலுத்தவில்லை.

பிற்கால சகிப்புத் தத்துவமும் பதினெட்டாம் நூற்றாண்டின் பகுத்தறிவுத் தத்துவமும் எப்படி நல்லது, தீயது அடிப்படையில் உலக

வாழ்வு அறிவுக்கு வழிசெய்தன? இப்போது உள்ளது போல் உலக அறிவையும் ஏற்கவில்லை. ஆனால் உலகத்தின் போக்கு பகுத்தறிவும் நல்லது தீயது அடிப்படையில் இயங்குகிற ஒரு உலக வேகமும் சேர்த்து ஒரு நேரான பாதையிலே நடக்கிறது என்றும், அதை அங்கீகரிப்பது, அங்கீகரித்துச் செயல்படுவது அவசியமென்றும் அவர்கள் நினைத்தனர். உலக வாழ்வு ஏற்பும், நல்லது தீயது அடிப்படை அங்கீகரிப்பும் அதனதன் போக்கிலே ஒரு அதீத சக்தியை ஏற்றுக் கொள்கின்றன. வாழ்வு நோக்கு என்பது உலக நோக்கு என்னும் உடை அணிகிறது - ஆனால் அது எந்த லட்சியம் நோக்கிச் செயல்படுகிறது என்பது தெளிவாகத் தெரியவில்லை. செயல்படுவது, எதிர்காலம், இவைதான் முக்கியம் என்பதை மறந்துவிட்டு அதுவே உலகின் இயற்கை அறிவினால் ஏற்பட்டது என்று எண்ணி ஏமாந்து விடுகிறது.

நல்லது, தீயது அடிப்படையில் ஒரு உலக வாழ்வு ஏற்பு என்கிற நிலையை எட்டிய எல்லா சமூகங்களிலும் இதுவேதான் நடை பெற்று வந்திருக்கிறது. இந்தக் கொள்கையை உலக சரித்திரத்தின் போக்கிலிருந்து அறிந்து அர்த்தப்படுத்திக் கொண்டு, அந்த அர்த்தத்துக் கேற்ப உலக சரித்திரத்தின் போக்கை வகுத்துக் கொண்டு, அதற்கு ஒரு லட்சிய அர்த்தம் உண்டென்றும் அது எப்படியோ நல்லது, தீயது அடிப்படையில் இயங்குமாறு செய்யப்பட்டிருக்கிறது என்றும் புரிந்து கொள்கிறோம். மேலும், இப்படி அர்த்தப்படுத்திக் கொள்வதால், மனிதன் தன்னுடைய சொந்த நல்லது, தீயது அடிப்படைச் செயல்களால் இந்த உலக நோக்கம் என்பதற்கு ஏற்பத் தன்னாலான சேவையைச் செய்கிறான்.

குரு குங்கும் (கன்பூசியஸ்) ஜாருதுஸ்டிரரும் கூட தங்கள் நல்லது, தீயது அடிப்படையில், உலக வாழ்வு ஏற்புக்கு இதே போல உலகத்தின் லட்சியத்தை முன்கூட்டியே நிர்ணயித்துக்கொண்டு அர்த்தப்படுத்துகின்றனர்.

இந்த மாதிரியான ஒரு அர்த்தம் உலகுக்கு கான்ட், பிக்டே, ஹெகல் முதலான பெரிய சிந்தனையாளர்களால் தரப்படவில்லை. பதினெட்டாம் நூற்றாண்டைச் சேர்ந்த தத்துவ தரிசனத்தின் சிந்தனை வேகம், நல்லது தீயது அடிப்படை கொண்ட பகுத்தறிவின் படி எளியதாக, லேசானதாக வரவில்லை. அவர்களுடைய விளக்கத்தை மிகவும் சிக்கலான சிந்தனைப் போக்கின்படி அமைத்துக் கொண்டார்கள். அறிவுக் கொள்கையைச் சரிவரப் புரிந்து கொண்டு செயலாற்றினால் போதும் - அறிவுப் பிரச்சினையைப் புரிந்து கொண்டு விட்டால், நல்லது தீயது அடிப்படையில் உலக வாழ்வு ஏற்பு தானாக வந்து

விடும் என்கிற முடிவுக்கு இவர்கள் வந்து விடுகிறார்கள். அல்லது பகுத்தறிவுக்கேற்ப தனி உயிர் வாழ்வு, கால தேச வர்த்தமானத்தை ஒட்டிய சந்தர்ப்ப விசேஷங்களில் எப்படி நடைபெறுகிறது என்று அறிந்துகொண்டால் போதும் என்கிற முடிவுக்கு வந்தவர்கள் அவர்கள்.

இப்படிப்பட்ட செயற்கைச் சிந்தனையால் பத்தொன்பதாம் நூற்றாண்டின் முதல் பகுதிகளில் கல்வியறிவு பெற்ற மக்கள் நல்லது தீயது அடிப்படையில் ஒரு உலக நோக்கும் உலகவாழ்வு ஏற்பும் தங்களிடையே அமைந்துவிட்டதாகவும், அது சிந்தனைக் கோயிலுக்கே அவசியமானது என்று கண்டுவிட்டதாகவும் கருதினார்கள். ஆனால் அவர்களுடைய சந்தோஷம் அதிக நாள் நீடிக்கவில்லை. நூற் றாண்டின் மத்திய காலத்திலே இந்த பகுத்தறிவு ஆகாயக் கோட்டைகள் விஞ்ஞான முன்னேற்றத்தின் முன் பொலபொல வென்று உதிர்ந்துவிட்டன. மிகவும் கடுமையான ஏமாற்றக் காலம் தொடர்ந்தது. பலத்தினாலோ, செயற்கையினாலோ இந்த உலகத்தை புரிந்து கொள்ள முடியும் என்கிற நம்பிக்கையை சிந்தனை இழந்து விட்டது. உண்மை என்று காணப்பட்டதை ஏற்றுக் கொள்ளவும், அந்த உண்மையினின்று காணப்படுவதிலிருந்து செயல்பட உலக நோக்குக் கேற்ற உலகவாழ்வு ஏற்புக் குணங்களை ஏற்றுக் கொள்ளவும் சிந்தனை தயாராகி விட்டது. ஆனால் மனிதகுலத்தின் முன்னேற்றத்திற்கு நல்லது, தீயது என்கிற அடிப்படையை ஆதாரமாகக் கொண்ட எதையும் ஏற்றுக்கொள்ள, உண்மையென்று காணப் படுகிற உலகம் தயாராக இல்லை என்று சீக்கிரமே தெரிய வந்தது.

பூராப் பலன்களையும் அறிந்து இந்த எதிர்மறையான கொள்கையைச் சிந்தனை ஏற்பதில்லை என்பது உண்மைதான். ஆனால் இதன் பயன் ஒன்றுதான். நல்லது தீயது அடிப்படையில் உலக வாழ்வு ஏற்பும் உலக நோக்கும், அவை காரணமாக ஏற்படும் உலக நாகரிகம் எனும் லட்சியமும் பாழ்த்து, உலகில் சக்தியற்றுப் போய் விடுகின்றன என்பது தான் பலன். சிந்தனை இனிச் செய்கிற முயற்சிகளால் நல்லது தீயது அடிப்படையில் உலக வாழ்வு ஏற்பும், அதன் மூலம் உலகத்துக்கு ஒரு அந்தரார்த்தமும் காண்பது சாத்தியமில்லை என்று ஏற்படுகிறது.

உலகை அது உள்ளபடியே ஏற்றுக்கொள்வதால், வாழ்வில் மதிப்பு என்கிற உலக நோக்கு ஏற்படுகிறது. உலகம் என்றால் மேன்மையானதில் பயங்கரமானது, உயர்ந்ததில் தாழ்ந்தது, அர்த்த முள்ளதில் அர்த்தமேயில்லாதது, ஆனந்தந்தருவதில் துயரமானது என்று அர்த்தம். எப்படிப்பார்த்தாலும் உலகமும் வாழ்வும் ஒரு புதிராகிவிடுகிறது. இதனால், என்ன செய்வதென்று அறியாமல்

கையைப் பிசைந்து கொண்டு நிற்க வேண்டும் என்று அவசியம் இல்லை. உலகச் சம்பவங்களின் போக்குக்கு ஒரு அர்த்தம் உண்டு. அந்த அர்த்தத்தைக் காண முடியும் என்று நம்பலாம். நம்பிக்கை இழந்து தவிக்க வேண்டியதில்லை. வாழ்வுக்கு மதிப்பு என்கிற கொள்கை நம்மை உலகுடன் ஒரு ஆன்மீக உறவு கொள்ளச் செய்கிறது. இந்த உறவுக்கும் பிரபஞ்ச அறிவுக்கும் எவ்வித சம்பந்தமும் இல்லை. சமயத் தியாகம் என்னும் இருண்ட பள்ளத்தாக்கு வழியாக நமக்கு நல்லது தீயது அடிப்படையில், உலக வாழ்வு ஏற்புக் கொள்கையின் அவசியத்தை ஏற்றுக்கொள்ள, வாழ்வுக்கு மதிப்பு என்னும் கொள்கை வழிகாட்டுகிறது.

உலக அறிவைக் கொண்டு வாழ்வின் நோக்கை நாம் கணித்துக் கொள்ள வேண்டும் என்கிற அவசியம் இனி இல்லை. தானே தன்னைத் தாங்கிக் கொள்ளக்கூடிய ஒரு உலக நோக்கை வாழ்வுக்கு மதிப்பு, உயிருக்குக் கௌரவம் என்னும் கொள்கை நமக்குச் சமைத்துத் தருகிறது. நாம் தேடுகிற, நாம் உய்ய, நமக்கு அவசியமான, நல்லது தீயது அடிப்படையில் உலக வாழ்வு ஏற்பு என்கிற தத்துவம் உலக வாழ்வு மதிப்பினால் சாத்தியமாகிவிடுகிறது. சுய சிந்தனை யாலும், நம்மையும் நம்மைச் சுற்றியும் உள்ளவர்களைப் பார்க்கும் தோறும் இந்த வாழ்வு மதிப்பும் உலக நோக்கும் நமக்கு ஏற்படுகிறது. அறிவினால் அல்ல, அனுபவத்தினால் மட்டுமே நாம் உலகுடன் உறவு கொள்கிறோம். ஆழ்ந்த எந்த சிந்தனையும் நல்லது, தீயது அடிப்படையில் ஒரு மாய சித்த சிந்தனையில் தான் முடிகிறது. பகுத்தறிவுக்கு எட்டுவது எல்லாம் தொடர்ந்து பகுத்தறிவுக்கு எட்டாத பகுதிகளில் செல்கிறது. பகுத்தறிவை முடிவு வரை பற்றிக் கொண்டு போனால் தான் வாழ்வு மதிப்பு எனும் மாய சித்தாந்தத்தை, அறிவுக்கு மட்டும் எட்டாத அந்தச் சிந்தனையை எட்டுகிறோம்.

'நாகரிகமும் நல்லது தீயது அடிப்படையும்' என்கிற பாகத்தின் அச்சுத் தாள்களைத் திருத்தும் பொழுது, நான் இரண்டாவது தடவை ஆப்பிரிக்கா போகப் பெட்டிகள், மற்றும் சாமான்கள் தயார் செய்து கொண்டிருந்தேன். 1923 இலையுதிர்காலத்தில் புத்தகம் அச்சிடும் வேலை சில காலம் தடைப்பட்டது. ஏனென்றால், ஜெர்மன் பதிப்பை அச்சிட்டுக் கொண்டிருந்த அச்சகம் அரசாங்கத்தால் காகிதப் பண நோட்டுகள் அச்சடிக்கத் தேர்ந்தெடுக்கப்பட்டது. பண வீக்கத்தினால் ஏற்பட்ட நெருக்கடியைச் சமாளிக்க அந்த அச்சகம் காகித நோட்டுகள் அச்சிடுவதில் ஈடுபட்டிருந்தபடியால் என்நூல் அச்சாவது தடைப்பட்டது.

மறுபடியும் ஆப்பிரிக்காவில், காட்டில், என் டாக்டர் வேலையைத் தொடர்ந்து செய்வது சாத்தியமானதற்கு நான் அல்ஸேஸ், ஸ்விட்ஸர்

லாந்து, ஸ்வீடன், டென்மார்க், இங்கிலாந்து, செக்கோஸ்லோவாகியா முதலிய நாடுகளில் கிறிஸ்தவ சமூகங்களுக்கு மிகவும் கடமைப் பட்டிருக்கிறேன். என் பிரசங்கங்களைக் கேட்டு தாராளமாக வைத்தியசாலைக்குப் பண உதவி செய்தார்கள் பலரும். ஐரோப்பா வில் பல தேசங்களிலிருந்த என் நண்பர்களும் ஏராளமாகவே உதவினார்கள். அவர்களுக்கெல்லாம் நான் கடமைப்பட்டிருக்கிறேன்.

ஆப்பிரிக்காவுக்கு கிளம்புமுன் நான் பர்மிங்ஹாமில் ஸெல்லி ஓக் கல்லூரியில் செய்த பிரசங்கங்களை, *'கிறிஸ்தவமும் உலக மதங்களும்'* என்கிற தலைப்பில் அச்சுக்குத் தயார் செய்தேன். என் நாகரிக அடிப்படை சித்தாந்தத்துக்கு இணங்க அந்த மதங்களின் சிந்தனைகளை நான் கணித்துச் சொன்னேன். நல்லது தீயது அடிப்படையிலும் உலக வாழ்வு ஏற்பிலும், அடிப்படையான உலக நோக்கு, நாகரிக முற்போக்கு என்கிற லட்சியங்களுக்கு எவ்வளவு முக்கியத்துவம் இந்த மதங்களில் தரப்பட்டிருக்கிறது என்று சொல்ல முற்பட்டேன். துரதிருஷ்டவசமாக, மிகவும் விவரமாக இதை ஆராய்ச்சி செய்ய இயலவில்லை. ஏனென்றால், பிரசங்க உருவத்திலேயே அந்த நூலைப் பதிப்பிக்க நான் விரும்பினேன்.

ஜூரிக்கில் புகழ்பெற்ற மனோதத்துவ நிபுணரான என் நண்பர் டாக்டர் பிஸ்டர் என்பவரைக் கண்டு பேசியதின் விளைவாக, மூட்டை கட்டுவதற்கு மத்தியிலே, என் இளமைப் பருவத்து நினைவு களை ஒழுங்குபடுத்தி நான் எழுதினேன். 1923-ல் கோடையின் ஆரம்பகாலத்தில் மேற்கேயிருந்து கிழக்கே ஸ்விட்ஸர்லாந்தைத் தாண்டும்போது, ஜூரிக்கில் இரண்டு மணி நேரம் காத்திருக்க வேண்டி யிருந்தது. அந்த நேரத்தை நான் என் நண்பரைப் பார்க்கச் செல விட்டேன். என் தாகவிடாய் தீர்த்து, படுத்துக் களைப்பாற எனக்கு ஒரு சந்தர்ப்பம் அளித்தார் அவர். ஆனால் அதே சமயம் என் இளமைப் பருவத்துச் சம்பவங்கள் பலவற்றை நினைவுபடுத்திச் சொல்லச் சொன்னார். ஒரு குழந்தைகள் பத்திரிகையில் அவற்றை உபயோகிக்க விரும்பினார். சுருக்கெழுத்தில் குறித்துக்கொண்ட அந்தக் கதைகளை டைப் செய்து என் பார்வைக்குப் பின்னர் அனுப்பினார். 'அதைப் பிரசுரிக்க வேண்டாம். பூர்த்தி செய்து நானே தருகிறேன்,' என்று அவருக்கு எழுதினேன். பிறகு ஆப்பிரிக்காவுக்குக் கிளம்புமுன் ஒரு ஞாயிற்றுக்கிழமையன்று அந்த நினைவுகளுக்கு முடிவுரையாக நான் ஒரு பகுதி எழுதிச் சேர்த்தேன். அந்தப் பருவத்துக் காரியங்கள் பற்றி இப்போது என்ன நினைத்தேன் என்று விரிவாக எழுதினேன். என் இளமைப் பருவத்தைப் பற்றி நினைக்கும் போது எனக்கு என்னென்ன சிந்தனைகள் தோன்றுகின்றன என்று எழுதினேன்.

13

ஆப்பிரிக்காவில் இரண்டாவது தடவை (1924-1927)

1924 பிப்பிரவரி 14-ந் தேதியன்று நான் ஸ்டிராஸ்போர்கை விட்டுக் கிளம்பினேன். உடம்பு சரியாக இல்லாததால் என் மனைவி என்னுடன் வரவில்லை. நான் போய் லாம்பரீனில் வேலையைத் தொடர அவள் அனுமதித்ததே பெரிய தியாகம் என்று சொல்ல வேண்டும். அதற்கு நான் அவளுக்கு நன்றி செலுத்தக் கடமைப் பட்டவன். எனக்கு உதவி செய்வதற்காக ஒரு ரஸாயன மாணவன் என்னுடன் வந்தான். அவன் பெயர் நோயல் கில் லெஸ்பி. அவன் தாயாரே என்னிடம் அவனை அழைத்து வந்து ஒப்புவித்தாள்.

போர்டோவில் கப்பலேறும்போது சுங்க அதிகாரியின் சந்தேகத் துக்குப் பாத்திரமானேன். பதில் எழுதுவதற்கிருந்த கடிதங்கள் என்று நாலு சாக்குகள் நிறையக் கடிதங்கள் எடுத்துச் சென்றேன். பிரயாணத் தின் போது அவற்றிற்கெல்லாம் பதில் எழுதுவதாக எனக்கு உத்தேசம். இவ்வளவு கடிதங்களுடன் ஒரு பிரயாணியையும் கண்டிராத சுங்க அதிகாரிக்குச் சந்தேகம் ஏற்பட்டுவிட்டது. பிரென்சுப் பணம் ஒரு சொற்பத்துக்கு மேல் வெளியே எடுத்துப் போகக் கூடாது என்று விதித்திருந்தது சர்க்கார். அந்தக் கடிதங்களில் நான் ரகசியமாகப் பணத்தை ஒளித்து வைத்து எடுத்துப் போகலாம் என்கிற சந்தேகம் வந்துவிட்டது சுங்க அதிகாரிக்கு. ஆகவே இரண்டு சாக்குகளில் உள்ள கடிதங்களை ஒன்றன் பின் ஒன்றாகப் பிரித்துப் பார்த்தார் அவர். ஒன்றரை மணி நேரப் பரிசோதிப்பில் ஒன்றும் சிக்கவில்லை. தலையையாட்டி ‘சரி போ’ என்று விட்டார்.

டச்சு சாமான் கப்பல் ‘ஆரெஸ்டிஸ்’ என்பதில் நீண்ட நாள் பிரயாணத்தின் மூலம் நான் ஆப்பிரிக்க மேற்குக் கடற்கரை யோரத்துப் பிரதேசங்களை நன்கு அறிந்துகொள்ளச் சந்தர்ப்பம் கிடைத்தது. ஈஸ்டருக்கு முன் தினம், ஏப்ரில் 19-ல், சூரியோதய சமயத்தில் நான் மீண்டும் லாம்பரீன் வந்து சேர்ந்தேன்.

ஆஸ்பத்திரிக் கட்டடங்களில் எஞ்சியிருந்தது இரும்புக் கட்டடமும் ஒரு பெரிய மூங்கில் குடிசையின் உள்வடிவும் தான். மற்றவை யெல்லாம் இந்த ஏழு வருஷங்களில் பிரிந்து இடிந்து உதிர்ந்து விட்டன. ஆஸ்பத்திரியிலிருந்து டாக்டர் வீட்டுக்குச் செல்லும்

பாதையிலே செடி கொடிகளும் புல்லும் அடர்ந்து மண்டிவிட்டன; பாதையைக் கண்டு பிடிப்பதே சிரமமாக இருந்தது. முதல் வேலை எஞ்சிய இரு ஆஸ்பத்திரிக் கட்டடங்களுக்கும் டாக்டர் பங்களா வுக்கும் அவசியமான, அவசரமான பழுதுகளைப் பார்த்து அவற்றை உபயோகிக்க ஏற்பாடு செய்வதுதான். பின்னர், விழுந்துவிட்ட கட்டடங்களை மீண்டும் நிர்மாணித்தேன்; இந்த வேலை முடிவடைய பல மாதங்கள் பிடித்தன. மிகவும் களைப்புத் தந்த வேலை இது. இதையும் செய்துவிட்டு, நான் திட்டமிட்டபடி மாலை வேளைகளில் உட்கார்ந்து, 'புனித. பாலின் சித்தாந்தம்' என்கிற நூலின் வேலையில் தொடர்ந்து ஈடுபடமுடியவில்லை. **1911**-ல் தொடங்கிய வேலை அது; அதை முடித்துவிடுவது என்கிற உத்தேசத்துடன் இரண்டாவது தடவையாக ஆப்பிரிக்காவுக்குக் கொணர்ந்திருந்தேன் நான்.

அந்த மாதங்களில் என் வாழ்க்கை காலை வேளைகளில் டாக்டராகவும் மாலை நேரங்களில் கொத்து மேஸ்திரியாகவும் கழிந்தது. முந்தி நான் அங்கு தங்கியபோது இருந்த மாதிரியே இப்போதும் கூலி வேலை செய்பவர்களுக்குப் பஞ்சமாகத்தான் இருந்தது. மர வியாபாரம் யுத்தத்துக்குப் பின் ஓங்கியிருந்தபடியால் எல்லோரும் அதில் ஈடுபட்டிருந்தார்கள்! அவசியமான ஆஸ்பத்திரிக் கட்டட வேலை செய்ய ஆள் கிடைக்கவில்லை. நோயாளிகளுடன் துணைக்கு வந்திருந்த சிலரை நான் எனக்குக் கட்டட வேலையில் உதவி செய்யக் கூப்பிட்டுக்கொள்ள வேண்டியதாக இருந்தது. அவர்களுக்கு இதில் உற்சாகம் இல்லை. தேடுகிறபோது போய் ஒளிந்து கொள்ளவும் முயற்சி செய்தார்கள் அவர்கள்.

இந்த ஆரம்ப வாரங்களில் ஒரு நாள் என்னுடைய விருந்தாளியாக ஒரு வயதான மர வியாபாரி வந்தான். அவன் வெள்ளையன் தான் என்றாலும் அநேகமாக சுதேசியாகிவிட்டவன் என்றுதான் சொல்ல வேண்டும். என்னிடம் ஏதாவது நேர்த்தியாகச் சொல்ல வேண்டு மென்கிற விருப்பத்துடன் அவன் சாப்பிட்டு எழுந்ததும் என்னிடம் சொன்னான் : 'டாக்டர், நீங்கள் நன்றாக ஹார்மோனியம் வாசிப்பீர்கள் என்று எனக்குத் தெரியும். எனக்கும் சங்கீதத்தில் ஈடுபாடு உண்டு. எனக்கு அவசர வேலை இருக்கிறது; இல்லா விட்டால் இருந்து உங்களை கேதேயின் இசையொன்றை வாசிக்கச் சொல்லிக் கேட்பேன்,' என்றான். (சுர வாத்தியம் என்பதற்குப் பதில் ஹார்மோனியம் என்றும் கேதேயின் இசை யென்றும் அவன் சொன்னது சங்கீதத்தில் அவன் அறியாமையைக் காட்டியது).

நோயாளிகளின் எண்ணிக்கை அதிகரித்துக் கொண்டுவரவே நான் 1924-1925-ல் ஐரோப்பாவிலிருந்து இரண்டு டாக்டர்களுக்கும் இரண்டு நர்ஸுகளுக்கும் சொல்லியனுப்பினேன்.

கடைசியில் 1925 இலையுதிர் காலத்தில் ஆஸ்பத்திரிக் கட்டடங்கள் ஒரு வழியாக முடிந்தன என்று சொல்லலாம். இனி மாலை நேரங்களை புனித. பால் பற்றிய நூலை எழுதுவதில் செலவிடலாம் என்று சந்தோஷப் படத் தொடங்கினேன். ஆனால் ஒரு கடும் பஞ்சம் தலைகாட்டியது அந்த சமயத்தில். அதே சமயம் வயிற்றுப் போக்கும் ஏராளமான சுதேசிகளை பாதிக்கத் தொடங்கியது. இந்த இரண்டுமாகச் சேர்ந்து எனக்கும் என் உதவியாளர்களுக்கும் அதிக வேலை தந்தன - பல மாதங்கள் எங்களுக்கு ஓய்வே கிடைக்கவில்லை. எங்களுடைய இரண்டு மோட்டார் படகுகளில் ஒன்று ஸ்வீடிஷ் நண்பர்களாலும் மற்றொன்று ஜட்லாந்து நண்பர்களாலும் எனக்குத் தரப்பட்டது. இந்த இரண்டு படகுகளிலும் ஆற்று மூலம் அநேக பயணங்கள் செய்து, வேறு எதுவும் கிடைக்காவிட்டால் ஆஸ்பத்திரியில் தங்கியவர்களுக்கு உணவுக்கு அரிசியாவது தேடி வாங்கி வர வேண்டியதாக இருந்தது.

வயிற்றுப்போக்கு நோய் பரவியதும், ஆஸ்பத்திரியை இன்னும் பெரிய ஒரு இடத்துக்கு மாற்றியாக வேண்டும் என்பது எனக்குத் தெரிந்தது. மதச் சங்கத்திற்குச் சொந்தமான நிலத்தை நான் உபயோகிக்கலாம். ஆனால் அந்நிலம் ஈரமாகவோ அல்லது மலைச் சரிவிலோ மிகவும் அசௌகரியமானதாக இருந்தது. ஐம்பது பேருக்குப் போதுமானதாக அங்கு கட்டடம் கட்டலாம். இப்போதோ 150 நபர்களுக்கு இடம் தேவைப்பட்டது.

பழைய கட்டடத்தைப் புதுப்பிக்கும்போதே இந்தப் பிரச்சினை தோன்றிற்று. ஆனால் இத்தனை நோயாளிகள் நிரந்தரமாக இருந்து விடமாட்டார்கள், நாளடைவில் நபர் குறைந்துவிடும் என்று எண்ணினேன். தவிரவும், ஆஸ்பத்திரியில் ஒதுக்கிய வார்டு எதுவும் இல்லாததால் கொள்ளை நோய் வந்தால், ஆஸ்பத்திரியிலுள்ளவர் எல்லோருக்கும் வந்துவிடுமோ என்று பயமாகவே இருந்தது. வயிற்றுப் போக்குள்ளவர்களை ஒதுக்கிவைக்க முடியாதபடியால், எல்லோருக்கும் வயிற்றுப்போக்கு வந்துவிடும் போல இருந்தது. பயங்கரமான சோதனைக் காலம் தான் அது.

மனநோய் பிடித்துப் பைத்தியமாக வந்த நோயாளிகளுக்கென்று தனியாக இடம் இல்லை. பயமுறுத்துகிற பைத்தியங்களை ஏற்றுக் கொள்ளக்கூடிய நிலைமையில் இல்லை நான் என்று கண்டு வருந்தினேன். இதற்கென்று நான் ஒதுக்கியிருந்த அறைகளிலே நிரந்தரமாகக் குடியேறி இருந்தனர் இரண்டு பைத்தியங்கள். என்ன

செய்வது? ஆகவே, வேண்டாவெறுப்புடன், மனதில்லாவிட்டாலும் அவசியம் என்று உணர்ந்து, ஆஸ்பத்திரியை இரண்டு மைல்களுக்கு அப்பாலுள்ள ஒரு பிரதேசத்துக்கு நகர்த்துவது என்று தீர்மானித்தேன். அங்கு வளர்ந்து பெரிதாவதற்குப் போதிய இடம் நாலு பக்கங் களிலும் இருந்தது. அவசியமானபோது வேண்டிய புதிய கட்டடங் கள் கட்டிக் கொள்ளலாம். என் வேலையை ஊக்கி உதவுபவர்கள் தொடர்ந்து உதவுவார்கள் - அடிக்கடி செப்பனிட வேண்டிய அவசியமில்லாத இரும்புக் கொட்டகைகள் கட்டலாம் புது இடத்தில் என்று தீர்மானித்தேன். ஆற்று வெள்ளம், காட்டாற்று வேகம் இரண்டையும் சமாளிக்க என் ஆஸ்பத்திரிக் கிராமத்தை அஸ்திவாரம் பலமாகப் போட்டு ஆற்றில் தூண்கள் மேல் கட்டினேன். நவீன ஆதிவாசியாக ஆற்றில் தூண்கள் அடித்து நிறுத்திக் கட்டினேன்; தரைகள் இரும்புத் தகடுகளால் ஆனவை.

டாக்டர் நெஸ்மானும் டாக்டர் லாடர்பெர்கும் என் மருத்துவத் தொழிலில் மிகவும் உதவினர். முந்தியவர் ஒரு அல்ஸேஷியர். பிந்தியவர் ஸ்விட்ஸர்லாந்து தேசத்தவர். முந்தியவர் ஓய்வெடுத்த போது அவருக்குப் பதிலாக எனக்கு உதவ வந்தவர் பெயர் டாக்டர் ட்ரென்ஸ் (இவரும் அல்ஸேஷியர்தான்). ஆஸ்பத்திரி வேலைகள் பூராவையும் இவர்களிடம் விட்டுவிட்டு நான் கட்டட வேலைகளை மேற்பார்வை பார்த்து வந்தேன். பொறுக்கித் தேர்ந்த இடத்தில் மரம் செடி கொடிகளைச் சுத்தம் செய்து அகற்றி, கட்டட நிர்மாணத்தைக் கவனித்தேன். நோயாளிகளுடன் வந்த உறவினர்களைத்தான் கூலிகளாக வைத்து வேலை நடத்த வேண்டியதாக இருந்தது. என் மேற்பார்வையில்லாவிட்டால் அவர்கள் வேலையே செய்திருக்க மாட்டார்கள். 'கிழ டாக்டர்' என்று, நான் சொல்வதை அவர்கள் கொஞ்சமாவது கேட்பார்கள்; மற்றவர்கள் சொல்வதைக் காதில் வாங்கக்கூட மாட்டார்கள். இப்படி மரம் வெட்டும் வேலையை மேற்பார்வை பார்த்துக் கொண்டிருக்கும் போதுதான், ப்ராஹாவின் ஜெர்மன் சர்வகலாசாலை எனக்கு கௌரவ டாக்டர் பட்டம் அளித்திருப்பதாகச் செய்தி வந்தது.

கட்டட வேலையில் ஓரளவு முன்னேறியதும், சுற்றுப்புறத்தைத் திருத்திப் பயிரிடத் தயார் செய்தேன். காட்டைத் திருத்திப் பயிர் நிலமாக்குவதில்தான் என்ன ஆனந்தம் காணக்கிடக்கிறது தெரியுமோ!

அதற்குப் பிறகு வருஷாவருஷம் ஆஸ்பத்திரியைச் சுற்றிலும் ஒரு சுவர்க்கமாக்கி விடுவது என்கிற உத்தேசத்துடன் வேலை நடந்து வருகிறது. நூற்றுக்கணக்கான இளம் பழ மரங்கள் விதையிலிருந்து வளர்த்து நடப்பட்டிருக்கின்றன. ஒருநாள் இங்கு ஏராளமான

பழங்கள் விளையும்; எல்லோர் தேவையையும் திருப்தி செய்து மிஞ்சும்; அப்போது பழத்தை எடுப்பது என்பது திருட்டாகாது. பப்பாளி, மா, எண்ணைப் பனை முதலிய விருட்சங்களில் நாங்கள் அந்த நிலையை இப்போதே எட்டிவிட்டோம் என்று சொல்லலாம். ஆஸ்பத்திரித் தேவைக்கு அதிகமாகவே பப்பாளி பயன் தருகிறது. மா, பனை முதலிய மரங்கள் அடர்த்தியாக, தோப்புகளாக அமைந்திருக்கின்றன. பக்கத்திலிருந்த செடி, கொடிகளை அகற்றி, ஓங்கி நின்ற காட்டு மரங்களையும் அகற்றியவுடனே அவை காய்த்து குலுங்கத் தொடங்கின.

இந்தப் பழ மரங்கள் காடுகளில் தானாகவே வளர்ந்தவை அல்ல. ஆற்றுக்கரையோரமாக இருந்த கிராமங்களில் முதலில் பயிராகி வளர்ந்த மாமரங்கள் நாளடைவில் காட்டுக்குள்ளும் பிரவேசித்தன. பனைகளின் விதைகளைக் கிளிகள் கொணர்ந்து காட்டில் போட்டிருந்தன - அவை முளைத்து இப்போது பெரிய மரங்களாகி யிருந்தன. அதி உஷ்ணப் பிரதேச ஆப்பிரிக்கக் காடுகளில் அங்கேயே வளர்ந்த தின்னக்கூடிய பழங்கள் தரும் மரங்கள் எதுவும் கிடையாது. காட்டில் புகுந்தவன் உண்ண ஏற்பாடுகள் இல்லாவிட்டால் பட்டினி கிடந்து சாகவேண்டியது தான். வாழை, மா, மானியோக், எண்ணைப் பனை முதலிய மரங்கள் ஐரோப்பியர்கள் மேற்கிந்தியத் தீவுகளிலிருந்தும் வேறு பல உஷ்ண நாடுகளிலிருந்தும் கொணர்ந்து ஆப்பிரிக்காவில் பயிரிட்டவைதான். ஆனால் ஈரம், உஷ்ணம் இரண்டும் காரணமாக, பழத்தை இங்கே சேமித்து வைக்க முடியாது. பறிக்கப் பட்டவுடனேயே பழங்கள் அழுகத் தொடங்கிவிடுகின்றன.

என் நோயாளிகளுக்குத் தேவையான வாழைப் பழத்துக்கு என் தோட்டம் போதாமல் பக்கத்துக் கிராமங்களைத் தான் நம்பியிருக்க வேண்டியதாக இருக்கிறது. உண்மையில் நான் பயிர் செய்து கிடைக்கும் வாழைப் பழங்களுக்கு ஆகிறதை விடக் குறைவான செலவிலேயே சுதேசிகளிடமிருந்து என்னால் வாழைப்பழம் வாங்க முடிகிறது. நான் தண்ணீர் இறைக்க வேண்டியதாக இருக்கிறது; சுதேசிகள் தண்ணீர்க் கரையிலேயே தங்கள் வாழைத் தோட்டங்களைப் பயிர் செய்கிறார்கள். ஆனால், சுதேசிகள் மற்ற பழ மரங்களை வளர்ப்பதில்லை; ஏனென்றால், அவர்கள் ஒரு இடத்திலேயே நிரந்தரமாக வசிப்பதில்லை; பழ மரங்களைப் பயிரிட்டு அவை பயன் தரும் வரையில் அவர்கள் ஒரு இடத்திலே தங்குவதில்லை.

வாழைப் பழம் கூடச் சேமிக்க முடியாது என்பதனால் அதுவும் கிடைக்காத காலத்திற்கென்று நான் ஏராளமாக அரிசி சேகரித்து வைத்துக்கொள்ள வேண்டியதாக இருக்கிறது.

முதலில் புது இடத்தில் ஆஸ்பத்திரியைக் கட்டாமல் பழைய கட்டடங்களைப் புதுப்பிப்பதில் காலம் செலவழித்தேன் என்பதும் ஒரு விதத்தில் லாபகரமாகவே இருந்தது. மிகவும் உபயோகமான கட்டட அனுபவம் கிடைத்தது எனக்கு. இந்தக் கட்டட நிர்மாணத்தில் முழுவதும் என்னுடன் இருந்து கடைசிவரை வேலை செய்தவன் ஒரே ஒரு தச்சன் தான். அவன் பெயர் மோனென்ஸாலி. அவன் இல்லாவிட்டால் என்னால் இந்த வேலையைப் பூர்த்தி செய்திருக்க முடியாது. கடைசி சில மாதங்களில் ஸ்விட்ஸர்லாந்திலிருந்து வந்த ஒரு இளந்தச்சனும் எனக்கு உதவி செய்தான்.

இந்த இரண்டாவது தடவையும் இரண்டு வருஷங்களில் ஆப்பிரிக்காவை விட்டு ஐரோப்பா திரும்புவது என்கிற என் எண்ணம் கைகூடவில்லை. வேலைகள் ஏராளமாக இருந்ததால் நான் மூன்றரை வருஷங்கள் இருந்தேன். மாலை நேரங்களில், நாள் பூராவும் அங்கும் இங்கும் போய் வெய்யிலில் நின்ற களைப்பால் நான் எழுத உட்கார முடியவில்லை; அலுப்புத்தான் மிஞ்சியது. மனம் வேலை செய்ய மறுத்தது. பியானோ வாசிப்பது தவிர வேறு எதற்கும் எனக்கு உற்சாகம் இருப்பதில்லை. புனித. பால் நூல் முடியவில்லை. ஆனால் இசையிலே முன்னேறினேன் என்றுதான் சொல்லவேண்டும்.

ஆப்பிரிக்காவில் இந்த இரண்டாவது தடவை நான் தங்கிச் செய்த வேலைகளின் விவரம் '*லாம்பரீனில் காட்டு ஆஸ்பத்திரி*' என்னும் நூலில் அடங்கியிருக்கிறது. வேலைக்கு மத்தியிலே எழுதிய பல குறிப்புகள், கட்டுரைகள் அடங்கிய நூல் அது. நண்பர்களும் உதவி செய்தவர்களும் அறிந்து கொள்ளவேண்டும் என்பதற்காக எழுதிய விவரங்கள் அவை.

ஆஸ்பத்திரிக்குத் தேவையான பொருள்களைத் தேடி, ஆவன செய்ய எனக்கு ஐரோப்பாவில் இந்தக் காலத்தில் உதவி செய்தவர்கள் என்று ஸ்டிராஸ்போர்கில் எம்மி மார்டின், பேஸலில் டாக்டர் ஹான்ஸ் பாயெர், என் மைத்துனர் ஆல்பெர்ட் வாய்ட் இவர்களுடன் மற்றும் பலரையும் சொல்லவேண்டும். இவர்களுடைய உதவியில்லாமல், விரிவடைந்துவிட்ட என் வேலைகள் நடந்தேறியிராது என்றுதான் சொல்லவேண்டும்.

புதுக் கட்டடங்கள் பாதி கட்டி முடிந்தன. 1927, ஜனவரி 21-ல், பழைய ஆஸ்பத்திரியிலிருந்து புதுக் கட்டடத்துக்கு என் நோயாளிகளை மாற்றினோம். கடைசிப் பயணத்தின் போது என் பைத்தியக்கார நோயாளிகளை என்னுடன் அழைத்துச் சென்றேன். அவர்களுடைய

காவலாளிகள், புது இடத்தில் அறைகளின் தரை மரத்தாலானது என்று சொல்லி அந்த நோயாளிகளை அழைத்து வந்தனர். பழைய அறைகளின் தரைகள் ஈரக்களிமண்ணாலானவை தான்.

அன்று மாலை நான் ஆஸ்பத்திரியைச் சுற்றி வந்தபோது ஒவ்வொரு நோயாளியும் 'இது நல்ல வீடு, டாக்டர், நல்ல வீடு' என்று சொன்னார்கள். ஆப்பிரிக்காவில் என் வேலை தொடங்கி இப்போது தான் முதல் தடவை என் நோயாளிகள் மனிதர்களுக்கேற்ற மாதிரி விடுதிகள் பெற்றனர்.

1927 ஏப்ரலில் புதிதாக அங்கு வந்து சேர்ந்திருந்த ரஸ்ஸல் என்கிற அம்மையாரிடம் சுற்றுவட்டத்தில் காடு திருத்தும் வேலையை ஒப்பித்தேன். அந்த அம்மையார் சொல்வதை என்ன காரணத்தாலோ சுதேசிகள் கேட்டுக் கீழ்ப்படிந்தனர். தோட்டம் அமைக்கும் வேலையும் மும்முரமாயிற்று. சுதேசிகள் அநேகமாக வெள்ளை ஸ்திரீகள் இடுகிற உத்தரவுகளுக்குக் கீழ்ப்படிகிற மாதிரி வெள்ளை ஆண்களை மதிப்பதில்லை என்பதை நான் அப்போது அறிந்துகொண்டேன்.

அதே வருஷம் நடுக்கோடைக்கு முன் ஆஸ்பத்திரியில் பல பகுதிகளை நான் கட்டி முடித்தேன். அப்போது என் ஆஸ்பத்திரியில் 200 நோயாளிகள் தங்க இடம் இருந்தது. அவர்களுடன் வந்தவர்களுக்கும் தங்க இடம் இருந்தது. சமீபகாலத்தில் 140 முதல் 160 நோயாளிகள் வந்து போய்க் கொண்டிருந்தனர். வயிற்றுப் போக்கு நோயாளிகளுக்கென்று ஒதுக்கி வைக்கக் கட்டடம் கூடத் தயாராக இருந்தது. மனநோயால் பீடிக்கப்பட்டவர்களுக்கென்று தனிக்கட்டடம் லண்டன் கில்ட் ஹவுஸ் மத சபையார் தந்த நிதி மூலம், அவர்களில் ஒருவரான காலஞ்சென்ற அம்ப்ரோஸ் பாமெராய் - கிராக் என்பவர் ஞாபகார்த்தமாகக் கட்டப்பட்டது.

ஆஸ்பத்திரியின் உள் விவகாரங்கள் சரிவர நடப்பதற்கான ஏற்பாடுகளை எல்லாம் செய்து, என் தோழர்களிடம் ஆஸ்பத்திரியை ஒப்புவித்துவிட்டு, நான் வீடு திரும்ப நினைக்க முடிந்தது. ஜூலை 21-ந் தேதியன்று தான் லாம்பரீனிலிருந்து கிளம்பினேன். 1924 கோடையில் வந்து ஆஸ்பத்திரியில் உழைத்த மாதில்டே காட்மனும் டாக்டர் லாடர்பெர்கின் சகோதரியும் என்னுடன் வந்தனர். லாம்பரீனில் எம்மா ஹாஸ்நெக்ட் பின் தங்கினாள். ஆனால் அதிக நாள் ஆவதற்கு முன் ஆஸ்பத்திரி வேலையில் உதவி செய்யப் பல நர்ஸுகள் வந்து சேர்ந்தனர்.

14

ஐரோப்பாவில் இரண்டு வருஷங்கள்: மூன்றாவது தடவை ஆப்பிரிக்காவில்

ஐரோப்பாவில் நான் இருந்த இரண்டு வருஷங்களில் பெரும் பகுதியும் பிரசங்கங்கள் செய்யவும் சுர வாத்திய இசைக் கச்சேரிகள் செய்யவும் பிரயாணம் செய்வதில் கழிந்தது. 1927 இலையுதிர் காலமும் மாரிக்காலமும் நான் ஸ்வீடனிலும் டென்மார்க்கிலும் கழித்தேன். 1928-ல் வஸந்தத்தையும் கோடை ஆரம்பத்தையும் நான் ஹாலந்து, இங்கிலாந்து தேசங்களில் கழித்தேன். இலையுதிர் காலமும் மாரியும் ஸ்விட்ஸர்லாந்து, ஜெர்மனி, செக்கோஸ் லோவாகியா தேசங்களில் கழிந்தது. 1929-ம் ஆண்டில் ஜெர்மனியில் சுர வாத்தியம் வாசிக்க பல தடவைகள் அங்கும் இங்கும் போனேன். பிரயாணம் எதுவும் செய்யாத போது என் குழந்தையுடனும் மனைவியுடனும் கறுப்பு வனத்தில் கனிக்ஸ்பெல்டு எனும் சுகவாச ஸ்தலத்திலோ அல்லது ஸ்டிராஸ்போர்கிலோ வசித்தேன்.

லாம்பரீனிலிருந்து டாக்டர்களும் நர்ஸுகளும் எதிர்பார்த்ததை விடச் சீக்கிரமாக ஐரோப்பா திரும்ப வேண்டிய அவசியம் நேர்ந்தது. அவர்களுக்குப் பதிலாக டாக்டர்களையும் நர்ஸுகளையும் தேடி யனுப்பும் காரியத்தை நான் மேற்கொள்ள வேண்டியதாக இருந்தது. அது அதிக காலமும் பிடித்தது; தொந்தரவும் தந்தது; வேலையும் கொண்டது; கவலையும் தந்தது. லாம்பரீனிலிருந்து திரும்பியவர்கள் எனக்குத் தொந்தரவு தருவதற்காகத் திரும்பவில்லை. அந்த உஷ்ணத்தைத் தாங்கமாட்டாமல் உடல் நலமிழந்தோ அல்லது அவசரக் குடும்ப அலுவல்களாலோ அவர்கள் திரும்ப வேண்டியதாக இருந்தது. புதுமருத்துவர்களாக டாக்டர் மண்ட்லர், டாக்டர் ஹெடிகர், டாக்டர் ஸ்டால்டர், டாக்டர் குமாரி ஷ்நாபெல் என்பவர்களை நான் தேர்ந்தெடுத்தேன். இவர்கள் எல்லோருமே ஸ்விட்ஸர்லாந்துக்காரர்கள். அக்டோபர் 1929-ல் லாம்பரீனுக்குப் போகும் வழியிலே கப்பலில் டாக்டர் எரிக் டால்கென் என்பவர் மாரடைப்பினால் இறந்தது பற்றி நாங்கள் எல்லோருமே துயரத்தில் ஆழ்ந்தோம்; பெரிய பாஸாம் துறைமுகத்திலே அவர் இறந்து போனார். அவரும் ஸ்விட்ஸர்லாந்து தேசத்தவர்தான்.

ஐரோப்பாவில் எனக்கு அகப்பட்ட ஓய்வு நேரத்தையெல்லாம் நான் *'புனித. பாலின் ரகசிய சித்தாந்தம்'* என்கிற என் நூலை அச்சிடத் தயார் செய்வதில் செலவிட்டேன். மூன்றாவது தடவையும் அந்தக் கையெழுத்துப் பிரதியை என்னுடன் ஆப்பிரிக்காவுக்கு எடுத்துச் செல்ல நான் விரும்ப வில்லை. விஷயமும் போதுமான அளவிற்கு எனக்குத் தெளிவாக இருந்தது. ஒவ்வொரு அத்தியாயமாகப் பூரண உருப்பெற்று வந்தது.

அந்த நூலின் கடைசி அத்தியாயத்தை நான் டிசம்பர் 1929-ல் எழுதி முடித்தேன். போர்டோவிலிருந்து லோபெஸ் முனை போகும் கப்பலில் இருந்தேன் அப்போது என்னையும் என் மனைவியையும் டாக்டர் ஆன்னா ஷ்மிட்ஸையும் மாரீ ஸெக்ரிடான் என்பவளையும் ஏற்றிக்கொண்டு லாம்பரீனுக்குச் சென்று கொண்டிருந்த ஆற்றுப் படகிலே அதன் முகவுரையை எழுதி முடித்தேன்.

இந்த மூன்றாவது தடவை வந்து சேர்ந்தபோதும் துரதிருஷ்ட வசமாக எனக்கு கட்டட வேலை காத்திருந்தது. நான் வந்து சேர்ந்த போது ஒரு வயிற்றுப் போக்குக் கொள்ளை ஓயும் தருவாயில் இருந்தது. ஆஸ்பத்திரியில் அந்த நோயைச் சமாளிக்க இடம் போதவில்லை. ஆகவே, பைத்தியக்காரர் விடுதியையும் இந்த நோயாளிகளுக்கு அளித்துவிட்டு, பைத்தியக்காரர்களுக்கு என்று தனிக்கட்டடம் கட்ட வேண்டியது அவசியமாயிற்று. புதிதாகக் கட்டிய பைத்தியக்காரர் அறைகள், முந்திய அனுபவங்கள் அடிப் படையில், பலமாகவும் காற்றோட்டமாகவும் வெளிச்சம் உள்ளவை யாகவும் நன்கு நிர்மாணிக்கப்பட்டன. அதற்குப் பிறகும் பல கட்டடங்கள் தேவையாயின. திருடர்கள் புகமுடியாத ஒரு சாமான் அறை, மற்றும் மிகவும் மோசமான நோயாளிகளுக்கென்று தனி அறைகள், ஆஸ்பத்திரியின் சுதேசி வேலைக்காரர்களுக்குத் தங்க இடம் என்று பல கட்டிடங்களை மேற்கொள்ள வேண்டியதாக இருந்தது. சுதேசித் தச்சன் மோனென்ஸாலியின் உதவியுடன் இந்த வேலைகளை மேற்கொண்டு பன்னிரண்டு மாதங்களில் முடித்தேன். அதோடு ஆஸ்பத்திரி வேலையையும் பார்த்துக் கொண்டேன். மழைத் தண்ணீரைச் சேகரித்து வைக்கத் தொட்டிகள் அதே சமயம் சிமெண்டால் கட்டப்பட்டன. பொது அறையாகவும் சாப்பாட்டு அறையாகவும் எங்களுக்கெல்லாம் உபயோகப்பட ஒரு பெரிய கூடமும் சிமெண்டினால் கட்டப்பட்டது.

சீதோஷ்ணம் தாங்கமாட்டாமல், உடல் நலமிழந்து என் மனைவி 1930 ஈஸ்டரின் போது ஐரோப்பா திரும்ப வேண்டியிருந்தது. கோடையில் மெய்லாண்டர் என்ற ஒரு புது அல்ஸேஸிய டாக்டர் வந்து சேர்ந்தார்.

பல நூறு மைல்கள் விஸ்தீரணத்துக்கு இப்போது சுதேசிகளுக்கு எங்கள் ஆஸ்பத்திரியைப் பற்றித் தெரியும். பல வாரங்கள் பிரயாணம் செய்து ஆபரேஷன் செய்து கொள்ள நோயாளிகள் வருகிறார்கள். ஐரோப்பாவிலுள்ள நண்பர்களின் உதவியால் மிகவும் நவீனமான ஆயுதங்களுடன் உள்ள ஒரு ஆபரேஷன் அறை எங்கள் ஆஸ்பத்திரியில் நிர்மாணமாகியிருக்கிறது. தேவையான மருந்துகள் எல்லாம் தயாராக இருக்கின்றன. மிகவும் அருமையான விலையுயர்ந்த மருந்துகள் கூடப் போதுமானவை இருக்கின்றன. உஷ்ணப் பிரதேசத்து வியாதிகள் எதையும் சமாளிக்க நாங்கள் தயாராகவே இருக்கிறோம். தாங்களே தங்கள் உணவை வாங்கிக் கொள்ள மாட்டாத ஏழைகளுக்கு உண்ணப் போதுமானது கொடுக்கவும் எங்களிடம் உணவுப் பொருள் சேமிப்பு கைவசம் இருக்கிறது. ஆகவே லாம்பரீனில் மருத்துவம் செய்வது இப்போது நேர்த்தியான, திருப்தியான விஷயமாகவே இருக்கிறது. அது மட்டுமல்ல; போதுமான டாக்டர்களும் நர்ஸுகளும் இருக்கிறார்கள். அவர்கள் சேவை காரணமாக, நாங்கள் உயிரைக் கொடுத்து, அலுப்பு மேலிடும் வரை வேலை செய்வது அவசியமில்லாதிருக்கிறது. இப்படிப்பட்ட ஒரு சேவையும் வேலையும் சாத்தியமாகும்படிச் செய்த ஆஸ்பத்திரி நண்பர்களுக்கு எப்படி நான் நன்றி கூறி மாளும்!

இன்னமும் ஆஸ்பத்திரியில் கடினமான வேலை இருக்கத்தான் இருக்கிறது. ஆனால் முன் போல உயிர்போக உழைப்பது அவசிய மில்லை. ஆகவே, மாலை நேரங்களில் அறிவு, ஆற்றல் தொழில்களில் இன்பத்துடன் ஈடுபடுவது எனக்குச் சாத்தியமாக இருக்கிறது. பல நாட்கள் இந்த மாலை வேலையை இடை இடையே நிறுத்திவிட வேண்டியதாக இருக்கிறது இன்னமும் என்பது உண்மைதான் ஆபரேஷன் கேஸ்கள் பற்றியும் சில நோயாளிகள் பற்றியும் எனக்குக் கவலை வந்துவிடும் - வேறு எந்த விதமான அறிவு வேலைக்கும் நான் லாயக்கற்றவனாகிவிடுவேன். அதேபோல எளிய வர்ணனையாக, வெறும் சித்திரமாகத் தொடங்கிய இந்த நூலை, என் வாழ்வையும் காரியங்களையும் விளக்கும் இந்நூலை, நான் இந்தத் தடவை ஆப்பிரிக்காவில் இருக்கும்போது செய்யும் முதல் இலக்கிய வேலையாக மேற்கொண்டேன். அது மாதக் கணக்காக வளர்ந்து கொண்டே போகிறது.

15
முடிவுரை

இரண்டு தெளிவான சிந்தனைகள் என் வாழ்விலே நிழல் போல விழுகின்றன. உலகம் அர்த்தம் புரிந்து கொள்ள முடியாதபடி மர்மமானது; துயரமும் கஷ்டமும் நிறைந்தது என்பது ஒரு சிந்தனை. மனித குலத்தின் ஆன்மீகம் குறைந்த, ஒரு பாழான காலத்திலே நான் பிறந்துவிட்டேன் என்பது இரண்டாவது சிந்தனை, இந்த இரண்டும் எனக்கு மிகவும் தெளிவாகவே இருக்கின்றன. நான் சிந்தனை செய்து அடைந்த நல்லது தீயது அடிப்படையில், உலக வாழ்க்கை ஏற்பின் மூலம் ஏற்பட்ட வாழ்க்கையில் மரியாதை என்னும் கொள்கையை நன்கு அறிந்தேன். இந்தக்கொள்கையிலே கால் ஊன்றி நிற்கிறேன் நான்; இந்தக் கொள்கையினால் என் பாதை தெளிவானது.

மனிதர்களின் ஆன்மிக ஆழமின்மையைப் போக்கடிக்கவும், அவர்களை நல்லது தீயது அடிப்படையில் இயக்கவும், நான் முயற்சி செய்கிறேன். முக்கியமாக மனிதர்களைச் சிந்திக்கத் தூண்டுவது என் ஆதார வேலையாக இருக்கிறது.

இன்றையக் காலத்தின் போக்கிற்கும் எனக்கும் ஒத்துவரவில்லை. ஏனெனில், காலத்தின் போக்கு மனிதர்களைச் சிந்திக்காதிருக்கவே தூண்டுகிறது. இதற்குக் காரணங்கள் பல சொல்லலாம். முக்கியமாக சிந்தனை என்பது அதனுடைய தவிர்க்க முடியாத முடிவை எட்டித் தொடவில்லை இன்னமும் என்பதைச் சொல்லலாம். பல தடவைகளில் சிந்தனை நல்லது தீயது அடிப்படையில் அறிவுக்குத் திருப்திகரமான ஒரு உலக நோக்கை ஸ்தாபித்துவிட்டது போல இருந்தது உண்மை தான். ஆனால் அந்தத் திருப்தி போதவில்லை, நீடிக்கவில்லை. உண்மையில் சிந்தனை வெற்றி பெறவில்லை.

தமது வாழ்வுக்குத் தக்க அர்த்தமும் நோக்கும் அடக்கமும் தரக் கூடிய வகையில் இன்றைய உலகப் பிரச்சினைகளுடன் நமது சொந்தப் பிரச்சினைகளைப் பிணைத்து, சிந்தனையால் நமது கேள்விகளுக்கு உத்தரம் தரமுடியுமா என்று சந்தேகப்பட வேண்டியிருக்கிறது.

இன்று சிந்தனையை ஓடவிடுவதில்லை என்பது மட்டுமில்லை; சிந்தனையில் ஒரு அவநம்பிக்கையே குடிகொண்டிருக்கிறது மக்கள் இடையே என்று சொல்லலாம். அரசியல், சமூக, மத ஸ்தாபனங்கள்

எல்லாம் தனிமனிதனைத் தீவிரமாகச் சிந்திக்கத் தூண்டாமல், தங்கள் சிந்தனைகளின் முடிவுகளை அப்படியே ஏற்றுக் கொள்ளும்படித் தூண்டுகின்றன. தனியாகச் சிந்தித்துத் தன் ஆன்மீக சுதந்திரத்தையும் காப்பாற்றிக் கொள்பவனால் அசௌகரியங்களும் இடைஞ்சல்களும் விளைகின்றன என்று இன்றைய ஸ்தாபனங்கள் நினைக்கின்றன. இப்படிப்பட்ட ஒருவன் தங்களிஷ்டப்படி தங்களுக்குக் கீழ்ப்படிய மாட்டான் என்று இந்த ஸ்தாபனங்கள் பயப்படுகின்றன. இன்றுள்ள ஸ்தாபனங்கள் எல்லாமே தங்கள் பலத்துக்குத் தங்கள் ஆன்மீக உண்மையையோ, சிந்தனைகளையோ நம்பவில்லை; எண்ணிக்கை யிலும், ஐக்கிய மனோபாவத்திலும் பிறவற்றை ஏற்றுக்கொள்ளாமை என்ற தத்துவத்திலும் நம்பிக்கை கொண்டவையாக இருக்கின்றன.

ஆகவே, காலத்தின் போக்குப்படி சிந்தனையால் உலகநோக்கை சரிவர ஸ்தாபித்துச் செயலாற்ற முடியாது என்பது சந்தோஷப்பட வேண்டிய விஷயமாகவே தோன்றுகிறது. அபூர்வமாகவேனும் இதுவரை சிந்தனை சாதித்திருப்பதைக் கூட யாரும் மதிப்பதில்லை. இன்று வரை ஆன்மீக வளர்ச்சி என்பது சாத்தியமாகி ஏற்பட் டிருப்பதே ஓரளவு மனித சிந்தனையால் தான் என்று யாரும் ஏற்றுக் கொள்வதில்லை. இதுவரை சாத்தியமாகாததையும் எதிர்காலத்தில் சிந்தனை சாதித்துவிடலாம் என்றும் யாரும் நம்புவதில்லை, இது காலத்தின் போக்கு. முடிந்தவைகளிலெல்லாம் தனிமனிதனின் சிந்தனையை கௌரவப்படுத்திச் செயலாற்ற முடியாமல் செய்வது தான் இன்றைய ஸ்தாபனங்களின் நோக்கமாக இருக்கிறது. 'யாரிடம் எதுவும் இல்லையோ, அவனிடமிருந்து இருப்பதும் பறிக்கப்பட்டு விடும்' என்கிற ரீதியிலே இயங்குகின்றன தற்கால ஸ்தாபனங்கள்.

தன் வாழ்நாள் பூராவும் தன்னம்பிக்கையுடன் சிந்திப்பதற்குள்ள சக்தியைப் பறிகொடுப்பவனாக வாழ்கிறான் இன்றைய மனிதன். அவன் கேள்விப்படுவது, வாசிப்பது எல்லாமே ஒரு ஆன்மீக அடிமைத்தனத்தையே அவனுக்கு வற்புறுத்திப் போதிக்கின்றன. அவன் சந்திக்கிற மற்ற மனிதர்களும் அதையே வற்புறுத்துகிறார்கள். அவன் சேரும் கட்சிகளும் சங்கங்களும் அதையே அவனுக்கு அறிவுறுத்துகின்றன. அவனுடைய வாழ்வின் சமய சந்தர்ப்பங்களை எல்லாம் இந்த அடிமைத்தனம்தான் ஊடுருவி நிற்கிறது.

அவன் மேல் உரிமை செலுத்தும் ஸ்தாபனங்களின் சிந்தனை களையும் கொள்கைகளையும் அவன் ஏற்றுக்கொண்டே தீர வேண்டும் என்று, நாலாபக்கத்திலும் பல வழிகளிலும் அவனுக்கு அறிவுறுத்தப்படுகிறது. அவன் தானே தன்னை அறியமுடியாமல் செய்துவிடுகிறது இந்தக் காலத்தின் போக்கு. 'இதை வாங்கு, அதை

வாங்கு' என்று பணம் செலவழித்து, விளம்பரம் செய்து மக்கள் வற்புறுத்தப்படுகிற மாதிரியே, சிந்தனைகளும் கொள்கைகளும் மனிதன் மேல் திணிக்கப்படுகின்றன - அவனைச் சிந்திக்க விடாமல் செய்கின்றன.

இதெல்லாம் காரணமாக, காலப்போக்கின் இயக்கத்தால், தன் சொந்த சிந்தனை பற்றி மனிதனுக்கு அவநம்பிக்கை ஏற்பட்டு விடுகிறது. இப்படியில்லாவிட்டால், அதிகாரிகள் சொல்லுகிற உண்மைகளை ஏற்றுக்கொள்ள அவனுக்கு மனப்பக்குவம் வராது. தீவிர பலதரப்பட்ட தினசரி இழுப்புக்களுக்கும் வேகங்களுக்கும் வேலைகளுக்கும் ஆளாகி அலுப்புற்றிருக்கும் இன்றைய மனிதனால், நவீன சிந்தனைக்குத் தேவையான சக்தியை உற்பத்தி செய்து கொள்ள முடிவதில்லை. அவன் விதியாகிவிட்ட லோகாயதச் சங்கிலிகளும் அவனைப் போதுமான அளவுக்குப் பிணைத்து விடுகின்றன. இதற்கு மேல் சிந்தனை எதுவும் அவசியமில்லை என்று அவன் முடிவு கட்டிக் கொள்கிறான்.

அவன் தன்னம்பிக்கை இழப்பதற்கு இன்னொரு காரணமும் உண்டு. ஏற்கனவே மலை போலக் குவிந்து, தினமும் பெரிதாகிக் கொண்டிருக்கும் இன்றைய அறிவு வேறு அவனைத் திணறச் செய்கிறது. தினசரி அளிக்கப்படும் புது அறிவுகளை, புதுக் கண்டு பிடிப்புகளை ஏற்றுக் கொள்ள அவன் மனதில் போதிய இட மில்லை. புரியாத விஷயங்களையும் அவன் உண்மையென்று ஏற்றுக் கொள்ள வேண்டியதாக இருக்கிறது. இதே போலத்தான் ஆன்மீக உண்மையும். அதிலும் பிறர் சொல்வதை உண்மை என்று ஏற்றுக் கொள்ளலாம் என்று சுலபமாகவே நம்பிவிடுகிறான் அவன். இந்தக் காலத்தின் போக்கு இப்படி நம்மைக் கட்டிப்போட்டுக் காலத்துக்கு அடிமையாக்கி விடுகிறது.

நம்பிக்கையின்மை என்கிற பயிர் முளைகட்டிவிட்டது. இன்றைய மனிதன் ஆன்மீகத் தன்னம்பிக்கையைப் பூராவுமே இழந்துவிட்டான். ஏதோ தன்னம்பிக்கையுடன் இயங்குவது போலக் காணப்பட்டாலும், உள்ளூர ஆட்சி செலுத்துவது நம்பிக்கையற்றதொரு தன்மை தான். பௌதிக, லோகாயத விஷயங்களில் ராட்சஸனாகி விட்ட மனிதன் ஆன்மீக வளர்ச்சியில் கூனிக் குறுகி விட்டான்; சிந்திக்கச் சக்தியற்ற அடிமையாகிவிட்டான். ஆன்மீகப் பாலையில் விழுந்து விட்ட இன்றைய மனிதன் எவ்வளவு விஞ்ஞான உண்மைகள் கண்டு என்ன பலன்! சொந்த சிந்தனை அவசியம் என்பதை மறந்து புறக்கணிக்கிற அளவுக்கு மனிதன் தன் ஆன்மீக பலத்தை இன்று இழந்துவிட்டான்.

பகுத்தறிவு, சுதந்திரமான சொந்த சிந்தனை என்று சொல்லக் கூடிய எதையும் அசட்டுத்தனம், மதிப்பில்லாதது, பத்தாம்பசலிக் கொள்கை, இன்று உகக்காதது என்று கருதுகிற காலம் இது. பதினெட்டாம் நூற்றாண்டிலே, தவிர்க்க முடியாத, அசைக்க முடியாத, மனித உரிமைகள் என்று ஏற்பட்டு ஏற்றுக்கொள்ளப் பட்டதையும் கூட எள்ளி நகையாடுகிற காலம் இது. இந்தக் காலத்தில் பகுத்தறிவில், சுதந்திரமான சிந்தனையில், பூரணமாக நம்பிக்கை வைப்பவன் நான் என்பதை ஏற்றுக்கொள்கிறேன். ஏற்றுக் கொள்வது மட்டுமல்ல, பகுத்தறிவின் காலம் முடிந்து விட்டது என்கிற எண்ணமும் மனித சிந்தனை அனாவசியம் என்கிற எண்ணமும் தவறு என்றும் நான் வற்புறுத்துகிறேன். பகுத்தறிவு, கனவுக் கொள்கைகளுக்கும், பின்னர் ஒரு அரசியல் ஸ்தாபனக் கொள்கைக்கும் இடம் தந்துவிட்டதனால் அது மக்கி மறைந்து விட்டது என்று ஏற்பட்டுவிடாது. இன்றைய ஸ்தாபனக் கொள்கை கள் பௌதீக ஆன்மீகத் துறைகளிலே ஆட்சி செலுத்துகின்றன என்பதனால் சிந்தனையின் அவசியம் மறைந்துவிட்டதாகாது. இந்தக் கூட்டு ஸ்தாபன, கூட் டுச் சிந்தனை முறை பௌதீக, ஆன்மீக விஷயங்களில் சேற்றில் அழுந்தித் திண்டாடும் போது, பகுத்தறிவின் அவசியம் தானாகவே தெரிய வரும். புதிதாக சுதந்திர சிந்தனை செயல்படாவிட்டால் மனித குலம் உய்ய வழி ஏற்படாது என்பது நாளடைவில் தெளிவாகும்.

தனிமனிதன் சிந்திக்க மறுப்பதென்பது ஆன்மீக ஓட்டாண்டித் தனத்தை வற்புறுத்துவதாகும். தானே சிந்தித்து உண்மையை அறியலாம் என்கிற நம்பிக்கையை இழந்துவிட்டவனைத் தான் நம்பாதவன் என்று சொல்ல வேண்டும் - சந்தேகவாதி என்று சொல்ல வேண்டும். இப்படி நமது தலைமுறையையும் காலத்தையும் நம்பிக்கை இழக்கச் செய்கிறவர்களை என்னவென்று சொல்வது? தானாகக் சிந்தித்து உண்மையைக் காண இயலாது, ஒரு ஸ்தாபன ரீதியாக, மேலிருந்து தரப்படும் உண்மையை ஏற்றுக் கொள்வது தான் நல்லது என்று இவர்கள் எண்ணுகிறார்களே - இதை என்ன வென்று சொல்வது? பிரசாரத்துக்கும் கட்டுப்பாட்டுக்கும் அடிமை யாகத் தயாராக இருக்கிறார்கள் இவர்கள்.

ஆனால் அவர்கள் புள்ளி விவரங்கள், கணக்குகள் தவறு. நம்பிக்கையின்மை என்கிற வெள்ளத்தை ஒரு தரம் ஏறவிட்டு விட்டால், தடுப்பது அரிது. தானாகக் கண்டுகொள்ள முடியாத உண்மைக்குப் பதில் பிறர் கண்டு, ஸ்தாபன ரீதியாகச் சொல்கிற உண்மையை ஏற்றுக் கொள்வது என்பது சிலரால் தான் முடியும்.

ஸ்தாபன ரீதியான உண்மையையும் ஏற்றுக் கொள்ள இயலாதவர் களாக, நம்பிக்கையற்றவர்களாகத்தான் பெரும்பாலானவர்கள் இருந்துவிடுவார்கள். உண்மை உணர்ச்சியே மரத்துவிடும் அவர்களுக்கு. உண்மை அவசியம் என்பதே மறந்துவிடும். சிந்தனையற்ற வாழ்விலே உண்மையின் உதவியில்லாமலே அவர்கள் வாழப் பழகிக்கொண்டு அதில் ஆனந்தம் காண்பார்கள். இங்கும் அங்கும் ஓடி ஓடி, இது சரி அது சரி என்று நிரந்தரமல்லாத சிந்தனைகளுடன் வாழ்க்கை நடத்துவார்கள் அவர்கள்.

ஸ்தாபன ரீதியான, மேலிருந்து கட்டாயப்படுத்தப்பட்ட உண்மையை வரித்தால் அந்த உண்மை ஆன்மீக, நல்லது தீயது அடிப்படையில் எழுந்ததுதான் என்றாலும் கூட - அத்துடன் நம்பிக்கையின்மை முடிந்துவிட்டது என்று ஏற்படாது. போர்வை போட்டு நம்பிக்கையின்மையை மறைத்த மாதிரியாகுமே தவிர, வேறு அல்ல. தானாக எவ்வித உண்மையையும் சிந்தித்துக் கண்டு கொள்ள முடியாது என்கிற இயற்கைக்கு விரோதமான கொள்கையில் மனிதன் அந்தக் கொள்கைக்குப் பலியாகிவிடுவான். நம்பிக்கை யில்லாமை என்கிற சதுப்பு அஸ்திவாரத்திலே உண்மை என்கிற கட்டடத்தை நிர்மாணிக்க முடியாது. நமது ஆன்மீக வாழ்வு இன்று வீணாகிப் போய் உளுத்திருப்பதற்குக் காரணம், நம்பிக்கையின்மை தான். உலகிலே பொய் மலிந்து கிடக்கிறது, உண்மைகள் மறக்கப் பட்டன. உண்மைக்கான அவசியமும் கூட மறந்து விட்டது. உண்மையைக் கூட ஸ்தாபன ரீதியில் ஏற்கலாம் என்கிற பாறையிலே, மனிதனின் இன்றைய வாழ்க்கைக் கப்பல் மோதி சுக்கு நூறாக உடையத் தயாராக இருக்கிறது.

அவநம்பிக்கை அடிப்படையில் ஏற்றுக் கொள்ளப்பட்ட, தனி மனிதனின் சிந்தனையில் எழாத உண்மையில் ஆன்மீகமான சக்தி கிடையாது. புற உண்மையாகி அது செயலற்றுச் சக்தியற்ற உண்மையாகி விட்டது என்று சொல்லலாம். மனிதனின் வாழ்வை அது இயக்கலாம்; ஆனால் அது மனிதனின் ரத்தத்தோடு ஊறிய உண்மை யல்ல. உயிருள்ள உண்மை என்பது மனிதன் தானே சிந்தித்துத் தானே அறிந்து கொண்டது தான்.

மரம் வருஷா வருஷம் அதே பழத்தைத்தான் தருகிறது அதே பழம்தான் என்றாலும் ஒவ்வொரு வருஷமும் அது புதுப்பழம் தானே! அப்படியே எவ்வளவு பழைய சிந்தனையானாலும் ஒவ்வொரு மனிதனின் மனத்திலும் அது புதிதாகப் பிறக்க வேண்டும். ஆனால் நமது காலப் போக்கு எப்படியிருக்கிறது? பட்டுப்போன மரமாகிய நம்பிக்கையின்மையின் கிளைகளிலே உண்மை என்கிற பழங்களை

நூலால் கட்டித் தொங்கவிட்டு, 'ஆஹா, பழம்' என்கிறோம்!

நாமே உண்மையைச் சிந்தித்துக் கண்டுகொள்ளலாம் என்று இருந்தால் தான், புற உண்மைகளையும் நாம் பூரணமாக ஏற்றுக் கொள்ள இயலும். அடிமைப்படாத சிந்தனை, ஆழ்ந்த சிந்தனை யானால், யாரையும் கட்டுப்படுத்தும் - புறத்தளைகள் தேவை யில்லை அதற்கு. உண்மை என்று ஏற்றுக் கொள்வதோடு, அறிவாகவும் அவற்றை அறியக் கூடும் சக்தி தனி மனிதனுக்கு உண்டு.

உண்மையை நோக்கிச் செல்லும் மனோவேகம் எவ்வளவு அவசியமோ, அவ்வளவு அவசியம் நேர்மையை நாடும் மனோ வேகமும். நேர்மை உள்ள மனிதர்களுக்குத்தான் உண்மை கைகூடி வரும்; இந்த உண்மைதான் ஆன்மீக பலம் கொண்டதாக இருக்கும். நேர்மை தான் ஆன்மீக வாழ்வின் அஸ்திவாரம்.

சிந்தனையைப் புறக்கணித்து அவநம்பிக்கையில் உழலும் நமது தலைமுறை நேர்மை உணர்ச்சியையும், அதனுடன் உண்மை உணர்ச்சியையும் இழந்துவிட்டது. மறுபடியும் தனிமனிதனின் சிந்தனையைத் தூண்டியேதான் அதைச் சரியான பாதையில் செல்ல வைக்க முடியும். எனக்கு இந்த நிச்சயம் ஏற்பட்டுவிட்டபடியால், நான் காலத்தின் போக்கை எதிர்க்கிறேன். சிந்தனைச் சுடரை மறுபடியும் கொளுத்திவிடுவதில் என் பொறுப்பை ஏற்று நடக்க நான் தயாராக இருக்கிறேன்.

நம்பிக்கையின் மையுடன் போராடி வெல்லுவதற்கு வாழ்வில் மரியாதை, கௌரவம் என்கிற சிந்தனை சக்தி வாய்ந்தது என்று நான் சொல்வேன். ஏனென்றால் இந்தச் சிந்தனை அடிப்படைச் சிந்தனை; ஆதாரச் சிந்தனை. அடிப்படைச் சிந்தனை என்பது எது என்று கேட்டால், அடிப்படையான பிரச்சினைகளைக் கிளப்பிவிடுகிற சிந்தனை தான் என்று சொல்லலாம். மனிதனுக்கும் பிரபஞ்சத்துக்கும் உள்ள உறவுமுறைகளையும் வாழ்க்கையின் அர்த்தத்தையும் நல்ல தின் தன்மையையும் பற்றிச் சிந்திக்கத் தூண்டுவது எதுவுமே அடிப் படைச் சிந்தனை தான். சுலபமாக ஒவ்வொருவனுக்கும் உணர்ச்சி பூர்வத்தில் ஏற்படக் கூடிய பிரச்சினைகள் இவை. சிந்தனையைக் கிளறி, ஆழமாக்கி, விஸ்தரிக்கும் பிரச்சினைகள் இவை.

சகிப்புக் கொள்கை என்கிற 'ஸ்டாயிக்' சிந்தனையில் இந்த அடிப்படையான உண்மை இடம் பெறுகிறது. மாணவனாகத் தத்துவ தரிசனங்களைப் படித்த நாட்களிலேயே, என் மனத்தை இதிலிருந்து திருப்புவது சற்றுச் சிரமமாகத்தான் இருந்தது. முக்கியமாக அதற்குப் பின் வந்த எதிர்மாறான கொள்கைகளின்

சரித்திரத்தைப் படிப்பதே எனக்குப் பிடிக்காத விஷயமாக இருந் தது. 'ஸ்டாயிக்' சிந்தனையின் பலாபலன்கள் எனக்குத் திருப்தி தர வில்லை என்பதும் உண்மைதான். ஆனாலும் இந்த எளிய அடிப்படை யான சிந்தனை தான் சரியான சிந்தனை வழி என்று எனக்குத் தெளிவாக இருந்தது. அதை ஜனங்கள் துறந்து வேறு வழிகளில் சென்றனர் என்பது ஆச்சரியமாக இருந்தது. அதன் மேன்மை, அது நேரே தன் ஆதார்சத்தை நோக்கி நடந்து எட்டியது என்பதுதான். தவிரவும் அது எல்லோருக்கும் சுலபமாகப் புரியக்கூடிய ஒரு சித்தாந்தம். எளியது எனினும் ஆழமானது. உண்மை என்று உணர்ந்ததைப் பூரணமாகப் பயன்படுத்துகிறது அது. அந்த உண்மை முழுத்திருப்தி தராத உண்மையானாலும் கூட அதைப் பயன் படுத்துகிறது. உண்மையான உள்ளுணர்வு பெற்றது அது. சிந்தனை களைத் தொடர்ந்து செல்ல மனிதர்களைத் தூண்டுகிறது அச் சித்தாந்தம்; பொறுப்பைப் பூரணமாக உணர்ந்து ஏற்றுக்கொள்ளச் செய்கிறது. சகிப்புச் சித்தாந்தம் ('ஸ்டாயிக்' சித்தாந்தத்தின் அடிப்படை சிந்தனை) உண்மையானது. மனிதன் உலகத்தினுடன் தன் உறவை ஆன்மீகமானதாகச் செய்து கொள்ளவேண்டும். அந்த ஆன்மீக உறவினால் உலகுடன் ஒன்ற வேண்டும் என்பதுதான் அந்த அடிப்படைச் சிந்தனை. சாரத்தில் அது ஒரு இயற்கைச் சித்தாந்தம் - ரகசியமான மாயவாத சித்தாந்தம் - வாழ்விலே ஒரு தெளிவாகாத அர்த்தத்தை ஏற்றுக்கொள்ளச் செய்யும் சித்தாந்தம்.

'ஸ்டாயிக்' சிந்தனை போலவே லாவ்ட்ஸேயின் சிந்தனையும் அடிப்படையானது என்று நான் அவருடைய '*டாவ்-டே-கிங்*'கைப் படித்தபோது அறிந்துகொண்டேன். லாவட்ஸேக்கும் முக்கியமான விஷயம் இதுதான். மனிதன் தன் சிந்தனையால், எளிய உருவில், உலகுடன் தனக்குள்ள ஆன்மீக உறவை அறிந்து அதனுடன் ஒன்ற வேண்டும் என்பதுதான் லாவ்ட்ஸேயின் சித்தாந்தமும்.

கிரேக்க சகிப்புத்தத்துவத்திற்கும் சீன சகிப்புத்தத்துவத்திற்கும் ஒரு முக்கியமான உறவு இருக்கிறது. கிரேக்க தத்துவம் தெளிவான, தர்க்க ரீதியான அறிவுச் சிந்தனை. சீன சிந்தனை நுணுக்கமான உணர்வுச் சிந்தனை - ஆனாலும் மிகவும் ஆழ்ந்தது.

கிடைத்த பிடியை இந்த அடிப்படைச் சித்தாந்தம், ஐரோப்பியத் தத்துவத்திலோ ஐரோப்பாவுக்கு வெளியேயுள்ள தத்துவத்திலோ, அதிக நாள் காப்பாற்றிக்கொள்ள முடியவில்லை. அடிப்படை யல்லாத பல சிந்தனைகள் ஆளத் தொடங்கிவிட்டன நாளடைவில். ஏன் தோற்றது இது? அதன் நடைமுறைப் பலன்கள் மனிதர்களுக்குத் திருப்தி அளிக்கவில்லை. அதனால் நல்லது என்கிற அடிப்படை

யிலும், ஆன்மீக அனுபவத்திலும் மனிதனின் வாழ்வு அவன் மன வேகத்துக்கு ஒரு அர்த்தம் கண்டு சொல்ல முடியவில்லை. ஆகவே தான் கிரேக்க 'ஸ்டாயிக்' சித்தாந்தம், தியாகம் என்கிற ஆதர்சத்தைத் தாண்டவில்லை. லாவ்ட்ஸே செயலற்றுப் போதல் என்கிற, நம் போன்ற ஐரோப்பியர்களுக்கு விசித்திரமாகத் தோன்றுகிற, ஒரு ஆதர்சத்தைத் தாண்டிப் போகமுடியவில்லை.

தத்துவ தரிசனங்களின் சரித்திரம் ஒரு விஷயத்தை நமக்குத் தெளிவாக்குகிறது. நல்லது தீயது அடிப்படையில் உலக வாழ்க்கை ஏற்பு என்கிற தத்துவம் மனிதனுக்கு இயற்கையாகவுள்ளது. சுபாவமானதுதான் என்றாலும் அதை எளிய, அடிப்படையான, நேர்முகமான சிந்தனைகளால் அறிந்து ஏற்றுக் கொள்ள மனிதனால் இயலவில்லை. மனிதன் தனக்கும் பிரபஞ்சத்துக்கும் உள்ள உறவு முறைகளைப் போட்டுக் குழப்பிக் கொள்கிறான். எப்படியோ ஒரு படி தப்பி விடுகிறது. சுற்றி வளைத்து வருகிற வழிகளும் சிந்தனைகளும் திருப்தி தருகிற மாதிரி இருக்கின்றன. அடிப்படையான சிந்தனை களுக்குப் பக்கத்தில் அடிப்படைச் சிந்தனைகளை மறந்த பல தத்துவ தரிசனங்கள் பல உருவங்களில் தோன்றுகின்றன. ஆனால், அவை யும் சூசகமாக, மனித லட்சியத்தைக் குறிப்பிடவே முயலுகின்றன. சிலசமயம், இந்தச் சிந்தனைக் கூட்டத்திலே, அடிப்படைச் சிந்தனைகள் மறைந்து விடுகின்றன.

இந்தச் சுற்றி வளைத்த சித்தாந்தங்களில் இரண்டு ரகம் உண்டு. ஒன்று எபிக்டெடஸ், மார்க்கஸ் அரீலியஸ் போன்ற பிற்கால 'ஸ்டாயிக்' சிந்தனை, பதினெட்டாம் நூற்றாண்டின் பகுத்தறிவு இயக்கத்திலும் சீனாவில் குரு குங், குரு மெங், குரு மிட் முதலிய சிந்தனையாளர்களின் சித்தாந்தங்களிலும் காணலாம். உலகில் உள்ள நல்லது தீயது அடிப்படைச் செயல் நோக்கம், ஒரு சாதகமாக முன்னேறுகிறது என்று இவர்கள் தீர்மானித்து ஏற்றுக் கொண்டனர். மனிதனுக்கும் பிரபஞ்சத்துக்கும் உள்ள உறவு முறைகளை இவர்கள் சரித்திர ரீதியாகப் பின்னோக்கிக் கணித்து, நல்லது நோக்கி நகரும் ஒரு உலக மனப்போக்கை, வேகம் உண்டு என்று ஏற்றுக்கொண் டார்கள். இதற்கு நேர்மாறான கொள்கை உடையவைகள் - பிராம்மண சித்தாந்தம், புத்த சித்தாந்தம், மொத்தத்தில் இந்திய சித்தாந்தங்கள் எல்லாம். மற்றும் ஷோபன்ஹார் முதலியவர்கள், வாழ்க்கை என்பது காலத்திலும் சூழ்நிலையிலும் ஓடுகிறது - ஒரு விதமான நோக்கமும் அற்றது - இந்த ஓட்டத்தை தடைப்படுத்துவதே மனித லட்சியம் என்கிற கொள்கையுடையவர்கள். மனிதன் செய்யக்கூடிய புத்திசாலித்தனமான செய்கை என்னவென்றால்

உலகுக்கும் வாழ்வுக்கும் ஒத்துச் செயலாற்றுவது தான் என்று இவர்கள் முடிவு கட்டினார்கள்.

இந்த இரண்டு சித்தாந்தங்களும் கூட அடிப்படையான சிந்தனை களில் எழுந்தவை தான். ஆனால் இவற்றுடன் முக்கியமாக ஐரோப்பா வில் தோன்றியது ஒரு சித்தாந்தம், இப்படி அடிப்படையில் தொடங் காமல், இந்தச் சித்தாந்தம் மனிதனுக்கும் பிரபஞ்சத்துக்கும் உள்ள உறவு முறைகளை மறந்தேவிட்டது. அறிவு என்பதன் அடிப்படை, குணாதிசயங்கள், தர்க்க வேகம், இயற்கை அறிவு, மனத்தத்துவம், மக்கள் தத்துவம் என்று பல கூறுகளாகப் பிரித்து, அலசிப் பார்த்தது இந்தச் சித்தாந்தம். அறிவே அறிவின் முடிவு அல்லது அறிவைப் பாகு படுத்தி உரிய முறையில் படிப்பது தான் லட்சியம் என்று தொடங் கியது இச்சித்தாந்தம். பிரபஞ்சத்தையும் அதனுடன் தன் உறவையும் பற்றிச் சிந்திக்க மனிதனைத் தூண்டாமல் இச் சித்தாந்தம் விஞ்ஞான ரீதியான, அறிவு முடிவுகள் சிலவற்றைக் கண்டுபிடித்துக்கொண்டு, மனிதன் அதன்படி தன் உறவுமுறைகளை உலகுடன் ஒழுங்கு படுத்திக்கொண்டால் போதும் என்று வற்புறுத்தியது. உலகில் உள்ளவன் மாதிரி வாழாமல், உலகிற்கு வெளியேயிருந்து கொண்டு அதன் பாடங்களைப் படித்துக் கொண்டவன் போல மனிதனை வாழத் தூண்டியது இந்தச் சித்தாந்தம்.

சுபாவமான ஒரு அடிப்படை நோக்குடன் தொடங்காமல், செயற்கையாகத் தானாக ஏற்படுத்திக்கொண்ட ஒரு நோக்குடன் தொடங்குவதால், இந்த ஐரோப்பிய தத்துவ தரிசனத்தில் ஒற்றுமையோ, ஒரு ஆழ்மையோ காணப்படவில்லை. அமைதி யில்லாததாகவும் செயற்கையானதாகவும் மையமற்றதாகவும் நொறுங்கிப் போனதாகவும் காணப்படுகிறது இச் சித்தாந்தம். அதே சமயம் இன்னொன்றும் சொல்ல வேண்டும். அதிகமாகப் பரவியும், பல துறைகள் உள்ளதாயும் இருக்கிற தத்துவ தரிசனம் இதுவே. ஒன்றோடொன்று மோதி, பல துணுக்குகளாக உள்ள இந்த அறிவுச் சித்தாந்தம் பல வகைகளிலும் இன்று வளம் பெற்றிருக்கிறது. உலக நோக்கை விஞ்ஞான ரீதியில் எல்லாக் கோணங்களிலிருந்தும் பார்க்க இதற்குள்ள வசதி வேறு எந்தச் சித்தாந்தத்துக்கும் இல்லை. அனுபவ சாத்தியமானதாகவும் தோன்றுகிறது இது - ஏனென்றால், இயற்கை, சரித்திரம், நல்லது, தீயது எல்லாவற்றையும் பற்றி விரிவாக ஆராய்ந்து, விஞ்ஞான ரீதியில் முடிவுகள் கட்ட இந்தச் சித்தாந் தத்தில் வசதியிருக்கிறது.

எதிர்காலத்தின் தத்துவ தரிசனத்தின் அடிப்படை ஐரோப்பிய தத்துவ தரிசனங்களையும் ஐரோப்பாவுக்குச் சொந்தமல்லாத தத்துவ

தரிசனங்களையும் சேர்த்து வைப்பதால் மட்டும் ஏற்படாது. அடிப்படை உண்மையில் தொடங்காத சித்தாந்தங்களை யெல்லாம் ஒழுங்கு படுத்துவதுதான் சரியான வழி என்று எனக்குத் தோன்றுகிறது.

'மிஸ்டிஸிஸம்' என்கிற ரகசிய உணர்ச்சித் தத்துவம் இன்றைய அறிவு வாழ்க்கையிலிருந்து ஒதுங்கி நிற்கிறது. ரகசிய உணர்ச்சித் தத்துவத்தைத் தர்க்க ரீதியில் சிந்தித்து ஸ்தாபிக்க முடியாது - உணர்ச்சி வேகத்தில் உணர வேண்டும்; கற்பனையால் சாத்தியமாக வேண்டும் அது. ஒருவிதத்தில் இத்தத்துவத்தின் பழங்கால சிந்தனைகள் சுற்றி வளைத்து லட்சியத்தை எட்டும் வழிகளைத் தான் பின்பற்று கின்றன. இன்று அறிவுத் துறைகளையே அடிப்படையாகக்கொண்டு வாழ நாம் முயற்சிப்பதால், ஆன்மீகமான ஒரு நிலையை நாம் அடைய முடியாதிருக்கிறது. ஆனால், அறிவுத் துறைச் சித்தாந் தங்களும் திருப்தியளிப்பவையாக இல்லை. மேற்சொன்ன 'மிஸ்டிஸிஸம்' என்கிற சித்தாந்தமும் தம்மளவில் திருப்தி தருவன அல்ல. அவற்றின் நல்லது தீயது அடக்கம் போதுமானதாக இல்லை. உள்ளே போக வழிசெய்து தருகிற 'மிஸ்டிஸிஸம்' நமக்கு உயிருள்ள குணாகுண தத்துவத்தை வடிகட்டித் தரவில்லை. ஆன்மீக அடிப் படையில் பிரபஞ்சத்துக்கும் தனி மனிதனுக்கும் உள்ள உறவு முறையில் நல்லது தீயது அடிப்படையை ஆதாரமாகக் கொண்டு, மனிதனை உள்நோக்கி இயங்கவைக்கும் உலக நோக்குத்தான் உண்மையை அடிப்படையாகக் கொண்டது, உண்மையானது, அவசியமானது என்று சொல்லவேண்டும்.

இன்று காலத்தின் போக்கால் ஏற்பட்டுள்ள சிந்தனையின்மையை யும் சிந்தனை அலட்சியத்தையும் அகற்ற, ரகசிய உணர்ச்சி தத்துவமும் பயன்படாது - அடிப்படைத் தத்துவங்களை ஏற்காத ஐரோப்பிய அறிவுச் சித்தாந்தமும் பயன்படாது. மனிதனுக்கு இயற்கையாகவுள்ள அடிப்படைச் சிந்தனா சக்தியைத் தூண்டி மேலேறச் செய்யும் சிந்தனைதான், நம்பிக்கையிழந்த மனிதனை மீண்டும் மனிதனாக்க முடியும். தர்க்க ரீதியில் அறிவுத் துறைகளில் கண்டுவிட்ட முடிவுகளை எடுத்துச் சொல்கிற தத்துவங்கள் மனிதனைச் சிந்திக்கத் தூண்டச் சக்தியற்றவை; சொந்த சிந்தனைக்குப் பதில், வேறு சிந்தனை முடிவுகளைத் தந்து விஷயத்தைக் குழப்புகின் றனவே தவிர வேறு அல்ல. தனிச் சிந்தனை பலம் குறைந்து பலஹீனப் பட்டுக் குழப்பம் விளைவிக்கவே இந்த அறிவு முடிவுகள் பயன்படும். வெளி உண்மையை ஏற்று, நம்பிக்கையின்மை உண்டாவது தவிர வேறு அல்ல என்பதை நாம் உணரவேண்டும். இப்படி எழுந்த நம்பிக்கையின்மை அஸ்திவாரத்தில் தான் ஜெர்மன்

சிந்தனை எழுந்து பரவி, பின்னர் ஜெர்மானிய மக்களின் நம்பிக்கை யின்மைச் சித்தாந்தத்துக்கு அடிகோலிற்று.

மீண்டும் மனிதர்களை நம்பிக்கையுள்ளவர்களாக, சிந்திப்பவர்களாக ஆக்க வேண்டும். அவர்களே சிந்திக்கும்படி தூண்டப்பட்டு, வாழ்க்கைக்கு வேண்டிய கருத்துக்களை அவர்கள் தானாகவே அடையச் செய்யவேண்டும். வாழ்வுக்கு மரியாதை, கௌரவம் என்கிற தத்துவத்திலே தொடங்குகிற சிந்தனை அடிப்படையான சிந்தனை; அடிப்படையான, ஆதாரமான சிந்தனைகளின் தொடக் கத்தை அங்கு காணலாம். இதனால் பூமிக்கடியில் கண்மறைவாக ஓடிக்கொண்டிருந்த ஆறு பூமிக்கு மேல் ஓடத்தொடங்குகிறது என்று சொல்லலாம்.

அடிப்படையான சிந்தனை இப்போது உலக வாழ்வு ஏற்புக் கொள்கையை எட்டிவிட்டது என்றும், இத்தனை நாள் பலிக்காதது இனிப் பலிக்கும் என்றும் நான் சொன்னால், அது வீண் ஏமாற்று அல்ல - தன்னைத்தானே ஏமாற்றிக்கொள்ளும் வித்தையும் அல்ல, இப்போது எல்லாச் சிந்தனையுமே நடைமுறை அடிப்படையில் நடைபெறுவதுதான் என்கிற கொள்கையை ஒட்டிய நினைப்பு இது.

உலக நடப்புப் பூராவும் ஒன்றுசேர்ந்து ஒரு செயலாகச் சிந்தனை உலகை அறிய முயன்றது ஒரு காலத்தில். மொத்த உலக நடப்புடன் தனிமனிதன் செயலற்றுப் போவதைத் தவிர வேறு என்ன உறவைக் கொண்டாடமுடியும் ? தியாகம் செய்து, தானாக ஒதுங்கி நின்று ஒரு ஆன்மீக உறவை ஏற்படுத்திக் கொள்கிறான். உலகம் பூராவையும் சேர்த்து நோக்கும்போது தன் காரியங்களுக்குத் தனி அர்த்தமும் நோக்கமும் இருப்பதாகச் சொல்லிக்கொள்வது சாத்தியமாக இருக்கவில்லை. தன்னைப் போட்டு அமுக்கி விடுகிறது உலக நடப்பு என்கிற மொத்தமான ஏதோ ஒன்று என்றுதான் தனிமனிதன் எண்ண முடியும். உலக வாழ்வு ஏற்பும், நல்லது தீயது அடிப்படையில் இயங் குவது என்பதும் அவனுக்குச் சாத்தியமில்லாது போய்விடுகின்றன.

எப்படியோ அடிப்படைச் சிந்தனைகளின் உதவியால் உயிரற்ற, அபூர்த்தியான உலக நடப்பைத் தாண்டி, தன் சிந்தனையையும் வாழ்வையும் சீர்படுத்திக்கொள்ள மனிதன் முயலுகிறான். கடலை நோக்கி ஓடும் ஒரு ஆறு மலைகளால் தடுக்கப்படுகிறது; வெள்ளம் பக்கத்துப் பள்ளத்தாக்குகளில் பரவி ஓடுகிறது. எப்படியாவது சுற்றி வளைத்தாவது கடலையடைய முயற்சிக்கிறது வெள்ளம். பல நூற்றாண்டுகளுக்குப் பிறகு, தடுத்து நிறுத்திய அணையை மீறி உடைத்துக்கொண்டு பாய்ந்து ஓடுகிறது ஆறு.

உலகில் உள்ளது நடப்பு என்பவை மட்டுமல்ல. அதிலே உயிர் இருக்கிறது; வாழ்க்கை இருக்கிறது. அந்த வாழ்வுக்கும், உயிருக்கும் என்னைப் பற்றிய வரையில் நான் ஓர் உறவு பூண்டவனாக இருந்து தானேயாக வேண்டும்? செயலாற்றாத உறவுமட்டும் போதாது - செயல்படுகிற உறவு முறையாகவும் இருக்கவேண்டும் இது வாழ்வு என்பதற்கு சேவை செய்ய என் வாழ்க்கையை அர்ப்பணித்து விட்ட நான் செயல்படுகிறேன். இந்தச் செயல் இப்போது அர்த்தமும் ஒரு ஆதர்சமும் கூடியதாகி விடுகிறது. ஏன்? அது உலக வாழ்வு என்பதை நோக்கி, அதன் சேவையில் ஈடுபட்டது என்பதனால்.

ஒரு தடவை சாதித்துவிட்டால் இது சுலபமான, மிகவும் எளிய தொரு காரியம் தான். உயிரற்ற உலக நடப்பு என்கிற ஒரு மொத்தத்துக்குப் பதில் உயிருள்ள உலக வாழ்வு எனும் ஒரு தத்துவத்தை ஏற்றுக்கொள்வது சுலபம் போலத் தோன்றினாலும், பல காலம் இந்தச் சிந்தனை வளர்ந்து வளம் பெற வேண்டியதாக இருந்தது. அதற்குப் பிறகு தான் அது சாத்தியமாயிற்று. கடலுக் கடியில் எழுந்த குன்றின் மேல் படிந்த 'சாக்' (சுண்ணாம்பு) புழுதியை மழை அடித்துக் கொண்டு போன பிறகு தான் அது குன்று என்று தெரிகிறது. அது போல உலக நோக்கு என்கிற பிரச்னையில் நடைமுறை சிந்தனை என்பது எத்தனையோ நடக்காத, நடை முறைக் கொவ்வாத சிந்தனைகளுக்கடியில் தான் காணக் கிடக்கிறது.

மனிதனுக்கும் உலக வாழ்வுக்கும் உள்ள உறவு என்ன என்கிற நடைமுறைக் கேள்விக்கு நடைமுறைப் பதில் அளிக்க, வாழ்வில் மரியாதை, கௌரவம் என்கிற கொள்கை தயாராக இருக்கிறது. வாழ்வது எல்லாம் தன்னைப் போலவே வாழும் மனோவேகம் பெற்றவற்றின் தோற்றம் என்பது தான் உலகம் பற்றி மனிதன் அறியக் கூடியது. இந்த உலகுடன் மனிதனுக்குச் செயலற்ற உறவும் செய லாற்றும் உறவும் உண்டு. வாழ்க்கை எல்லாவற்றிலும் நடப்பதற் கெல்லாம் அவன் அடிமைப்பட்டவன்; அதே போல, அந்த வாழ்க்கை மொத்தத்தை எட்டிய அளவில் தடுக்கவும், மேலே செயலைச் செலுத்தவும் அழிக்கவும் காப்பாற்றவும் தனிமனிதனுக்குச் சக்தி உண்டு.

தன் வாழ்க்கைக்கு அர்த்தம் தருவதற்குச் சாத்தியமான வழி ஒன்று உண்டு - தனக்கும் உலகுக்கும் உள்ள இயற்கை உறவு முறையை ஆன்மீகமானதாக உயர்த்துவது தான் அந்த வழி. செயலாற்றாமல், தியாகத்தால் ஒதுங்கி நிற்பதால் ஒரு ஆன்மீக உறவு ஏற்படுத்திக் கொள்ளலாம் அவன். உண்மைத் தியாகம், ஒதுங்கி நிற்கும் உணர்ச்சி என்பது இதுதான் - உலக நடப்பிலே தன்

அடிமைத்தனத்தை உணர்ந்து, உள்ளூர ஒரு சுதந்திரம் பெற்று, வெளிநடப்புகளாலும் அதிருஷ்ட சமயசந்தர்ப்பங்களாலும் பாதிக்கப் படாதிருப்பதே தியாகம். உள் சுதந்திரம் என்றால் என்ன? கடின மானது எதையும் சமாளித்துக் கொள்ளும் சக்தியைப் பெற்று, கடினமானது எதையும் ஆன்மீக அனுபவமாக மாற்றி அனுபவிக்கும் திறமை பெறுவதையே உள் சுதந்திரம் என்று சொல்ல வேண்டும். வெளியிலுள்ளது எதையும் கண்டு மிரளாமல், அமைதியிழக்காமல், பரிசுத்தமாக இருப்பதே உள் சுதந்திரம். தியாகம், பரிநிர்வாணம் என்பது ஆன்மீகமாகவும் நல்லது தீயது அடிப்படையிலும் தன் வாழ்வு ஏற்பை வற்புறுத்துவது தான். பரித்தியாக நிலையை அனுபவித்து அறிந்து தாண்டியவன் தான் உலக வாழ்வு ஏற்பைப் பூரணமாக உணரக்கூடியவன் என்று சொல்ல வேண்டும்.

உலகுடன் செயல்படும் உறவு என்ன ? மனிதன் தனக்காக மட்டும் வாழாமல், தான் எட்டக்கூடிய அறிவிலுள்ள எல்லா வாழ்க்கைக்கும் பயன் தரும்படியாக, தானும் அந்த வாழ்க்கையுடன் ஒன்று என்று உணர்ந்து வாழ்வதுதான். உலக அனுபவம் எல்லாம் அவனுக்கு சொந்த அனுபவமாகிவிடும். தன்னாலான உதவிகளை அவன் எப்போதும் செய்வான். வாழ்வைக் காப்பாற்றி முன்னேற்றுவது எதுவானாலும் அதில் ஒரு ஆனந்தத்தைக் காண்பான் அவன். உலகில் நிறைந்துள்ள வாழ்க்கைக்கும் தன் வாழ்க்கைக்கும் உள்ள உறவுமுறைகளைக் கணித்துக் கொண்டு, தன் வாழ்க்கையையும் உலக வாழ்வையும் பிணைக்கும் வாழ்வு ஏற்பு, வாழ்வு மரியாதை என்னும் கொள்கையை ஏற்றுக்கொண்டு, நல்லது தீயது அடிப் படையில் உலக நோக்கை அமைத்து வாழத் தொடங்கினால், வாழ்க்கை ஓரளவுக்குக் கடினமாகும் என்பது உண்மைதான். தனக்காக மட்டும் வாழ்வதை விட இவ்வாழ்வு சிரமமானதுதான். அதே சமயம் இந்த வாழ்வும் அர்த்தம் நிறைந்ததாகவும் அழகான தாகவும் ஆனந்தம் கூடியதாகவும் இருக்கும் என்று சொல்ல வேண்டும். வெறும் வாழ்க்கை என்பதாக இல்லாமல் வாழ்க்கை அனுபவமாகிவிடும் அது.

உயிரையும் உலகத்தையும் பற்றிச் சிந்திக்கத் தொடங்கினால் அது நேரடியாக, தவிர்க்கமுடியாதபடி வாழ்க்கைக் கௌரவத்திலும் மரியாதையிலும் கொண்டுபோய் விடுகிறது. வேறு முடிவுக்கு வரவே முடியாது. இப்படிச் சிந்திக்கத் தொடங்கியவன் சுய காரியப் புலியாக, வெறும் வாழ்க்கை நடத்த விரும்பினால், தானே தன் சிந்தனைகளையும் லட்சியங்களையும் தியாகம் செய்துவிட்டு, சிந்திக்க மறுத்து, மனத்தையும் மரக்கச் செய்துதான் வாழலாம்.

சிந்திக்க முற்பட்டவனுக்கு வாழ்க்கையில் கௌரவம் தவிர வேறு எந்தக் கொள்கையும் சாத்தியமல்ல.

நம்பிக்கையின்மை வழியிலோ, அல்லது நல்லது தீயது என்கிற ஆதர்ச நோக்கத்தை மீறிய வழியிலோ தான் சிந்திப்பதாக யாராவது சொன்னால் அது தவறாகும். சிந்திக்காத ஒரு நிலையில் சிந்திப்பதாக நினைத்து ஏமாறுகிறான் அவன். வாழ்க்கையையும் உலகத்தையும் தனி மனிதனின் உறவுகளையும் பற்றிச் சிந்திக்க மறுப்பது எப்படிச் சிந்தனையாகும்?

வாழ்க்கையில் மரியாதை என்பதிலே தியாகம் அடங்கியுள்ளது. உலக, வாழ்க்கை ஏற்பு, நல்லது தீயது அடிப்படை இவையும் உலக நோக்கில் அடங்கியவை. இம்மூன்றுமே பரஸ்பரம் சிந்தனையின் பலனாக உறவு பூண்டவை.

தனித்தனியாக இந்த மூன்று அம்சங்களுக்கும் முக்கியத்துவம் தந்த உலக நோக்குகள் இன்றுவரை இல்லாது போகவில்லை. மூன்றுக்கும் சேர்த்து முக்கியத்துவம் தந்த உலக நோக்கு ஏற்பட வில்லை. இந்த உலகநோக்கு சாத்தியமாவது வாழ்க்கை மதிப்பு, மரியாதை என்கிற அடிப்படையில்தான். வாழ்க்கை உலக ஏற்பும் தியாக புத்தியும், நல்லது தீயது அடிப்படையின் வேறு கோணங்களே யாகும் - எதிரொலிகளேயாகும்.

நடைமுறைக் காரியங்களின் அடிப்படையில் எழுந்த சிந்தனை யாதலால், வாழ்க்கை மதிப்புக் கொள்கையின் நல்லது, தீயது அடிப் படை நடைமுறையில் பயனளிக்கிறது. மனிதனை தினசரிக் காரியங் களில் ஈடுபட்டு உண்மையைக் காணத் தூண்டுகிறது.

உயிரற்றது, பொதுவானது, ஆகவே முக்கியமல்லாதது என்று முதலில் வாழ்க்கை மதிப்பு என்கிற கொள்கையைப் பற்றித் தோன்றலாம். ஆனால் ஆதர்சத்தைத் தெளிவாக்கி, உயிர்த் தத்து வத்தை செயல்பட வைக்கும் கொள்கை யென்று இதை அறிந்து விட்டால் அதற்குப் பிறகு கவலைப்பட வேண்டியதில்லை. பிரபஞ்சத் தைத் தழுவும் அன்பேதான் வாழ்க்கை மதிப்பு என்னும் நல்லது, தீயது அடிப்படைக் கொள்கை. அதுவே ஏசுவின் அடிப்படை; சிந்தனைக்கு மிகவும் அவசியம் என்று இன்று ஏற்றுக்கொள்ளப் பட்டது.

இந்தக் கொள்கை உயிருக்கு சுபாவமாக உள்ளதைக் காட்டிலும் அதிக மதிப்புத் தருவதாக ஆட்சேபம் கிளப்புகிறார்கள். ஆனால் மனிதனின் இயற்கை உயிருக்குள்தான் ஆன்மீக உயிர் இயங்குகிறது. வாழ்க்கையில் மதிப்பு என்பது இயற்கை உயிருக்கும் ஆன்மீக உயிருக்கும் பொதுவானதுதான். ஏசுவின் கதையில் ஆட்டின் ஆன்மா

மட்டும் அல்ல, ஆடு முழுமையுமே காப்பாற்றப்படுகிறது என்பது தான் விசேஷம். இயற்கை உயிரிடம் மதிப்பு அதிகரிக்க அதிகரிக்க, ஆன்மீக உயிரிடம் மதிப்பும் அதிகரிக்கிறது என்பது தான் உண்மை.

மேல் கீழ் என்றோ, உயர்ந்தது தாழ்ந்தது என்றோ வித்தியாசங்களை வாழ்க்கை மதிப்பு என்கிற கொள்கை பாராட்டுவதில்லை என்றும், அது சுபாவத்துக்கு விரோதமானது என்றும் ஆட்சேபிக்கிறார்கள். கீழ் மேல், உயர்ந்தது தாழ்ந்தது என்று ஒரு வரையறையை ஏற்காத தற்குக் காரணம் உண்டு.

மனிதன் எதை வைத்து உயிர்களில், எது மேல், எது கீழ், வாழ்க்கையில் எது சிறந்தது, எது தாழ்ந்தது என்று சொல்வது? தன் மத்திப் புள்ளியிலிருந்து தன்னைப் பற்றிய வரையில் மனிதன் சொல்லலாம். ஆனால் பிரபஞ்ச வாழ்க்கையில் உயிர்களில், எது மேல், எது கீழ்? இப்படிப் பார்த்தால் உதவாத வாழ்க்கை , உதவுவது என்று வேறுபாடுகள் வரலாம். உதவாததை ஒழிப்பது தவறில்லை என்று வரும். ஆதிச் சுதேசிகளும் பூச்சிகளும் மனிதனுக்கு உதவாத வர்கள் என்றும் கட்சி கட்டலாம். நல்லது, தீயது அடிப்படையை உணர்ந்தவனுக்கு எல்லா உயிரும் சமம்தான் - புனிதமானது தான் மனிதன் நோக்கிலிருந்து தாழ்ந்தது என்று தோன்றுவதும் கூட உயர்ந்தது தான் - அத்தியாவசியமானது தான். இரண்டில் ஏதாவ தொன்றைத் தான் காப்பாற்ற முடியும் என்கிற மாதிரிப் பிரச்சினை ஏற்பட்டால், அந்த சந்தர்ப்பத்தில், அந்த சமயத்துக்கேற்றபடித் தீர்மானிக்கலாம். ஆனால் அப்படித் தீர்மானிப்பதும் கூட சொந்த விருப்பு வெறுப்புகளைக் கொண்டுதானே தவிர, உண்மையான நல்லது தீயது அடிப்படையில் அல்ல என்றுதான் உணர வேண்டும். அழிக்கப்படும் உயிருக்கான பொறுப்பு தன்னுடையது என்று பூரணமாக அவன் உணர வேண்டும்.

தூக்க வியாதிக்கு மருந்து கிடைத்தது எனக்குச் சந்தோஷம் தான். தவிர்க்க முடியாது பார்த்துக் கொண்டிருக்க வேண்டிய கஷ்டத்தை நிவர்த்திக்க முடிவது பற்றி எனக்குச் சந்தோஷம்தான். ஆனால் அந்த வியாதிகளைத் தரும் கிருமிகளை மைக்கிராஸ்கோப்பில் பார்க்கும் போதெல்லாம் இந்த உயிர்களைக் கொன்று மனிதர்களைக் காப்பாற்ற வேண்டியதாக இருக்கிறதே என்று நான் சிந்திப்பதுண்டு. மீன் பிடிக்கும் பருந்து ஒன்றை சுதேசிகள் கையிலிருந்து காப்பாற்று கிறேன் நான். பட்டினி கிடக்காவிட்டால் அது இறந்து விடும். அதற்கு உணவாகத் தருகிற சிறு மீன்களை நான் கொல்ல வேண்டியதாக இருக்கிறது. அதற்கான பொறுப்பு என்னுடையதாகி விட்டதே என்று சிந்திக்கிறேன் நான்.

இப்படிப்பட்ட தர்ம சங்கடத்தில் தான் மனிதன் எப்பொழுதும் அகப்பட்டுக்கொண்டிருக்கிறான். வாழும் மனோவேகம் படைத்த எவனும் பிற உயிரைக் கொன்று தான் வாழ்ந்து தன்னைக் காப்பாற்றிக் கொள்ள முடிகிறது. வாழ்க்கை மதிப்பு என்கிற கொள்கையை ஏற்றவனானால், தவிர்க்க முடியாது போனால் ஒழியக் கொல்ல மாட்டான் அவன் - யோசனை செய்யாமல் கொல்ல மாட்டான். சுதந்தர மனிதனாக உள்ள வரையில் எங் கெங்கே முடியுமோ அங்கெல்லாம் உயிரைக் காக்க உதவி, அவன் அழிவிலிருந்தும் கஷ்டத்திலிருந்தும் அதைக் காப்பாற்றுவான்.

குழந்தைப் பருவ முதலே மிருகங்களைத் துன்புறுத்தக் கூடாது. என்கிற கொள்கை உள்ளவன் நான். இப்போது வாழ்க்கை மதிப்பு என்கிற கொள்கை, மிருகங்களையும் மதிக்க என்னைத் தூண்டுகிறது என்பது எனக்கு ஆனந்தத்தைத் தருகிறது. சிந்திக்கத் தெரிந்த ஒவ்வொரு மனிதனின் கடமையும் அதுதான் - அது வெறும் கோழைத்தனம் அல்ல என்று எனக்குப் புரிகிறது. இதுவரை நல்லது தீயது அடிப்படையில் மனிதர்கள், மிருகங்கள் இவற்றின் உறவுகள் இப்படித் தீர்மானிக்கப்பட்டதில்லை - தெரியவராது என்று எண்ணி னார்கள். மனிதன் மனிதனுடன் உறவாடுவதற்கு மட்டுமல்ல, உயிருள்ள எதனுடனும் உறவாட, நல்லது தீயது அடிப்படையில் வாழ்க்கை மதிப்பு எனும் கொள்கை உதவும் என்று நிச்சயமாகி விட்டது.

மிருகங்களைத் துன்புறுத்தும் விளையாட்டுக்களை மனித குலம் அனுமதிக்காத நாள் என்று வரும்!

சிந்தனையில் தோன்றுகிற இந்த நல்லது தீயது அடிப்படை தர்க்க ரீதியில் கட்டுப்படாதது. உற்சாகம் நிறைந்தது. கோடிட்டு எதையும் காட்டுவதில்லை அது. எட்டியவரை உன் காரியங்களை நீயே சிந்தித்துச் செய்ய வழிவகுக்கிறது அது.

ஆழ்ந்த எந்த உலக நோக்கும் கூடார்த்தமானது தான். ஏனென்றால், மனிதனை எல்லையற்றதுடன் ஆன்மீகமாகப் பிணைக்கிறது அது. வாழ்க்கை மதிப்பு எனும் உலகநோக்கும் மர்ம மானது தான் - ஆன்மீகமானது தான் - எல்லையற்றதுடன் பிணைக்கப் பட்டதுதான். இதன் ஆதாரம் தர்க்க ரீதியான சிந்தனை. தர்க்க ரீதியான சிந்தனை எதுவும் தர்க்கத்துக்கு எட்டாத ஒரு ரகசிய மிஸ்டிஸிஸத்தில் தான் முடிய முடியும். வாழ நமக்குள்ள மனவேகம் தன்னையும் உலகையும் பற்றி எண்ணும்போது, உலகின் வாழ்க்கை வேகம் பூராவையும் தானே தனக்குள் அனுபவித்து விடுகிறது. செயலிலும் அந்த வாழ்க்கை மனோவேகத்தை மதிக்கத்

தூண்டுகிறது. வாழ்க்கை, உயிர், உலகம் எல்லாம் தர்க்க சாஸ்திரத் துக்குள் அடங்கிவிட மறுக்கும் உண்மைகள்.

உலகில் வாழ்வதற்கு உள்ள முடிவில்லாத மனோவேகம் நமக்கு சிருஷ்டி மனோவேகமாகக் காட்சி தருகிறது. இதில் இருண்ட, கஷ்டம் தரக்கூடிய பல புதிர்கள் அடங்கியுள. நாமே இந்த மனோ வேகத்தை அன்பு மனோவேகமாக அறிகிறோம். வாழ்க்கை வேகத்தின் தர்ம சங்கடத்தை அன்பு மனோவேகம் தீர்த்து வைக்கிறது. நம்மைப் பற்றிய வரையில், வாழ்க்கை மதிப்பு எனும் உலக நோக்குக்கு மதத் தத்துவத்தின் குணம் உண்டு. இதை நம்பி, இதைக் கடைப்பிடித்து வாழ்பவன், ஆதாரமான ஒரு புனித வாழ்வு வாழ்பவன் ஆவான். அன்பு என்கிற மத அடிப்படையினாலும், உள் நோக்கும் சுபாவத்தினாலும் வாழ்க்கை மதிப்பு எனும் உலக நோக்கு கிறிஸ்தவக் கொள்கைகளுடன் உறவு பெறுகிறது. ஆகவே கிறிஸ்த வமும் மனித சிந்தனையும் ஒரு புது உறவுடன் இனிச் சந்திக்கலாம் என்று நம்ப இடம் உண்டு - அப்படிச் சந்திக்கும்போது மனிதனின் ஆன்மீக வாழ்வு வளம் பெறும். பதினெட்டாம் நூற்றாண்டில் பகுத்தறிவுக் காலத்தில் கிறிஸ்தவமும் சிந்தனையும் ஒரு புத்துறவு பெற்றுச் செயல்பட்டதுண்டு. சிந்தனை தானாக ஒரு உலக நோக்கை அப்போது சிருஷ்டிக்கவில்லை - கிறிஸ்தவத்தினிடமிருந்து அந்த நோக்கைக் கடன் வாங்கிக் கொண்டது அது. பின்னர் இந்த உறவு தானாகவே அற்றுப்போய் விட்டது.

இப்போது வாழ்க்கை மதிப்பு எனும் உலக நோக்கு தோன்றி கிறிஸ்தவத்துடன் உறவு பூணுகிறது. நல்லது, தீயது அடிப்படையில் மதத் தத்துவங்களுடன் இவ்வுலக நோக்கு இணைந்து செயல்படுமா என்பது தான் இப்போது பிரச்சினை. கிறிஸ்தவத்துக்குச் சிந்தனை அவசியம். தன் உண்மை நோக்கத்தைப் பெற அது சிந்தனையை எதிர் நோக்குகிறது. கருணை, அன்பு என்கிற தத்துவங்களைக் கிறிஸ்தவம் காப்பாற்றி வந்தது எனினும் பல நூற்றாண்டுகளாக அடிமைத் தனம், சூனியக்காரர்களைக் கட்டி எரித்தல், சித்திரவதை, இன்னும் பலவிதமான மத்திய காலத்துக் கொடுமைகளை அது கண்டித்து அகற்றவில்லை. ஆனால் அறிவு ஒளி பெற்ற காலத்திலே இது தவறு என்று கிறிஸ்தவம் உணர்ந்தது - நல்லதற்காகப் போரிட்டது. ஆகவே சிந்தனையை விட மேல் என்று மதம் தற்பெருமை கொள்ளாதிருக்க வேண்டும்.

பகுத்தறிவுக் காலத்திலே கிறிஸ்தவம் எப்படி வலுவில்லாமல் சத்தில்லாது போய்விட்டது என்று சொல்லுவதில் பலர் திருப்திப் படுகிறார்கள். ஆனால் இந்தச் சத்தில்லாத கிறிஸ்தவமும் அந்த

நாட்களில் மனிதனுக்கு எப்படி உதவி, சேவை செய்தது என்பதை நாம் ஆராய்ந்து அறிந்து கொள்ள வேண்டும். இன்று சித்திர வதையை, நியாயவாதிகளும் போலீஸும் மீண்டும் பல நாடுகளில் அமுலுக்குக் கொணர்ந்து விட்டார்கள். அது சரி என்று கூடச் சொல்லுகிறார்கள். இப்படி ஒவ்வொரு மணி நேரமும் மனிதனுக்கு ஏற்படும் கஷ்டம் சொல்லி முடியாது. கிறிஸ்தவம் என்கிற மதம் பெயரளவில் கூட இந்தச் சித்திரவதைத் தத்துவத்தைக் கண்டிப்ப தில்லை. இன்று ஆட்சி செலுத்தும் அசட்டு நம்பிக்கைகளை மாற்றவும் கிறிஸ்தவம் செயல்படுவதில்லை. பதினெட்டாம் நூற்றாண்டில் கிறிஸ்தவம் இப்படி இல்லை; பல தவறுகளைத் திருத்த முயன்றது அது. அந்தப் பகுத்தறிவு காலத்தில், அதைச் சத்தில்லாதது என்று சொல்லிப் பயன் ஏது? இன்று தான் சக்தியில்லை கிறிஸ்தவத்துக்கு, காலத்தின் போக்கை எதிர்த்துச் செல்ல.

தனக்குச் சக்தியில்லை என்பதை மறைப்பதற்காக தன் ஆலய ஸ்தாபனத்தைப் பலப்படுத்திக்கொண்டு அசைக்க முடியாததாக ஆகி விட்டதாக கிறிஸ்தவம் பெருமைப்பட்டுக் கொள்கிறது. வெற்றி யையும் சரித்திரத்தையும் நம்பி பலமான ஸ்தாபனமாகக் கிறிஸ்தவம் செயலாற்ற முற்படுகிறது. ஆனால் ஸ்தாபனம் உலகில் உறுதிப்பட உறுதிப்பட, அதன் ஆன்மீக பலம் குன்றுகிறது.

சிந்தனையின் இடத்தைக் கிறிஸ்தவம் பிடித்துக்கொள்ளக் கூடாது. சிந்தனையை ஆதாரமாகக் கொண்டு செயலாற்ற வேண்டும். சிந்தனை யில்லாமையையும் நம்பிக்கையின்மையையும் வெற்றிகொள்ள அதனால் தனியாக முடியாது. அடிப்படையான சிந்தனை மூலம் ஏற்படுகிற ஆன்மீகமான புனிதத்தன்மை தான் காலத்தைச் சீர்படுத்த முடியும்.

ஈரம் ஊறிய நிலத்திலே பாயும் தண்ணீர் வீணாகிப் போய் விடாது. அதே போல கிறிஸ்தவம் சிந்தனை ஊறிய நிலத்திலே பாய வேண்டும் சிந்தனையிலிருந்து மதத்தை எட்டுவது சாத்தியம் என்று மனிதர்கள் காண்கிற இடத்தில் ஆன்மீக சக்தி வளரும். மதத்திலும் கிறிஸ்தவத்திலும் என் நம்பிக்கையைக் காப்பாற்றிக் கொள்ள எனக்கு உதவியது என் சிந்தனைதான்.

தலைமுறை தத்துவமாக வந்த மத உண்மை முன், சிந்திக்கத் தெரிந்தவன் சுதந்தரமாக நிற்பான். அந்த மத உண்மை அவன் விஷயத்தில் அதிகப் பலனும் அனுபவமும் தரும். அடிப்படை உண்மைகள் சிந்திப்பவனுக்குச் சுலபமாகவே கை வரும்; கை தரும்.

கிறிஸ்தவத்தின் அடிப்படை - ஏசுவால் சொல்லப்பட்டு மனித சிந்தனையால் ஏற்றுக் கொள்ளப்பட்டது - என்னவென்றால் அன்பு

என்பது ஒன்றினால் தான் நாம் கடவுளை அடைய முடியும். உயிருள்ள எந்தக் கடவுளறிவும் இந்த அடிப்படையில் தான் எழுகிறது. கடவுளை நாம் நமது வாழ்விலே அன்பு நோக்கி நமக்குள்ள மனோ வேகமாக அறிகிறோம்.

எல்லையற்றதிலிருந்து நம்மை எட்டும் கிரணம் அன்பு தான் என்று அறிந்த எவனும், புலனுக்கும் அப்பாற்பட்ட உணர்ச்சிகளை மதம் தனக்குத் தரவேண்டும் என்று கேட்கமாட்டான். அறிவுக்கு அப்பாற்பட்டதை அறியச் சக்தியைக் கேட்பதற்குப் பதில் அவன் உலகில் தீயதின் அர்த்தம் என்ன? கடவுளிடம் சிருஷ்டிக்கும் வேகமும் அன்பு வேகமும் எப்படி ஒன்றாக இருக்கின்றன? ஆன்மீக வாழ்வும் பௌதிக வாழ்வும் எப்படிப் பிணைக்கப்பட்டிருக் கின்றன! ஒன்றையொன்று ஒட்டித் தழுவி நிற்கின்றன? நம் வாழ்வு எப்படி ஒரே சமயத்தில் அநித்தியமாயும் நித்தியமாயும் இருக்கிறது? - என்பது போன்ற கேள்விகளில் ஈடுபடுவான். இவற்றிற்குப் பதில் கிடையாது என்றாலும் கவலைப்படமாட்டான் அவன். ஆன்மீக வாழ்வுக்கு அன்பே கடவுள் என்கிற கொள்கை மட்டும் போதுமானது.

'அன்பு தோல்வியுறாது... ஆனால் அறிவு அழிந்துவிடும்' என்று புனித. பால் சொன்னார்.

புனிதத் தன்மை ஆழ ஆழ, அது புலன்களுக்கு அப்பாற்பட்ட அறிவை அறியத் துடித்து நிற்கிறது. மலை மேல் ஏறிச்செல்வதற்குப் பதில், சுற்றி வளைந்து அடிவாரத்தோடு செல்லும் பாதை போன்றது அன்பு. சிந்தனையின் அடிப்படையில் நிலைத்த கிறிஸ்தவம் மனிதன் மனத்தில் தன்னுடைய ஆதி பாவத்தை எண்ணிப் பயப்படச் செய்ய முடியுமா என்று கேட்கலாம். பாவத்தை பற்றிப் பேசியதால் மட்டும் பயம் இருக்கிறது என்று ஏற்படாது. மலை மேல் செய்த உபதேசத்தில் இந்தப் பாவ உணர்ச்சி எங்கே இருக்கிறது? பாவத்திலிருந்து விடுதலை வேண்டும் என்கிற உணர்ச்சியும் உள்ளத் தூய்மையும், அவற்றை ஏசு அன்பில், ஆனந்தத்தில் அடக்கியிருப்பதும் போது மானது. மனிதனை மன்னிப்புக் கேட்கத் தூண்டவும், என்றும் மனிதன் மனத்தில் நினைக்கவும் போதுமானது.

கிறிஸ்தவம் எந்தக் காரணத்தைக் கொண்டாவது மத சம்பந்த மான, நல்லது தீயது சிந்தனை அடிப்படையில் எந்த வியாக்கியானத்தை யும் ஏற்றுக்கொள்ள மறுத்தால், அது கிறிஸ்தவத்துக்கும் கெடுதல், மனித குலத்துக்கும் கெடுதல் என்றுதான் சொல்ல வேண்டும். கிறிஸ்தவத்தின் இன்றைய தேவை இதுதான் - அதில் ஏசுவின் ஆன்மா நிரம்பி வழிய வேண்டும். ஏசுவின் நினைப்பிலே, அது உள் நோக்கிப் பாய்ந்து, அன்பு வெள்ளம் பெருகச் செய்யும் மதமாக மாற

வேண்டும். இப்படி வந்தால்தான் அது இன்றைய மனிதனின் ஆன்மீக வாழ்க்கையைப் பூரணமாகப் பொங்கச் செய்ய முடியும். இந்தப் பத்தொன்பது நூற்றாண்டுகளாகக் கிறிஸ்தவம் என்கிற பெயரில் உலாவி வந்தது வெறும் ஆரம்பமே தவிர வேறு அல்ல. எத்தனையோ பலஹீனங்கள், தவறுகள் நிறைந்து இருந்த கிறிஸ்தவம் அது. ஏசுவின் ஆன்மாவிலிருந்து வந்த கிறிஸ்தவம் அல்ல அது. அது இனிமேல்தான் அப்படி மாறவேண்டும்.

எனக்குக் கிறிஸ்தவத்திடம் ஆழ்ந்த பிரியம் உண்டென்பதனால் நான் அதற்கு உண்மையுடனும் பக்தியுடனும் பாடுபடுகிறேன். கோணலான, உடைந்துவிடக்கூடிய கிறிஸ்தவக் கொள்கைகளின் உதவி கொண்டு போராட நான் முன் வரவில்லை. உண்மையில் அதன் சாதனையைப் புரிந்து கொண்டு, சிந்தனையுடன் செய்யக் கூடியதைச் செய்ய நான் கிறிஸ்தவத்தை அழைக்கிறேன்.

அடிப்படையான ஒரு சிந்தனை எழுந்து, நல்லது தீயது அடிப் படையில் வாழ்க்கை மதிப்பு உயர்ந்து, அதன் மூலம் கிறிஸ்தவமும் மனித சிந்தனையும் நெருங்க வேண்டும், நெருங்கக் கூடும் என்றே நான் நம்புகிறேன். நான் எதிர்காலத்தில் நம்பிக்கையுள்ளவனா, நம்பிக்கையற்றவனா என்கிற கேள்விக்கு இரண்டும் என்று பதில் தருகிறேன். அறிவு என் எதிர்கால நம்பிக்கை வறட்சிக்கு அடி கோலுகிறது; மனோவேகமும் கற்பனையும் நம்பிக்கைக்கு இடம் தருகின்றன.

உலக நடப்பிலே ஆதர்சமோ, நம்பிக்கையோ, லட்சியங்களோ இல்லாமல் போய்விட்டது என்பது நம்பிக்கை வறட்சிக்குக் காரணமாக இருக்கிறது. ஏதோ சில அருமையான சந்தர்ப்பங்களில் மட்டுமே உயிருடனிருப்பதுபற்றி நான் சந்தோஷப்பட நேர்ந்திருக்கிறது. அனுதாபத்துடனும் இரக்கத்துடனும் உலகில் உள்ள கஷ்டங்களை எல்லாம் நான் கவனிக்கிறேன். மனித குலத்தின் கஷ்டங்கள் மட்டு மல்ல, பிரபஞ்சத்தின் கஷ்டங்கள் பூராவுமே என்னைப் பாதிக் கின்றன. இந்தக் கஷ்ட சமூகத்திலிருந்து ஒதுங்கி நிற்க நான் விரும்பியதில்லை. அவரவர்களுக்குரிய கஷ்டச் சுமையை அவர வர்கள் ஏற்றுக் கொள்வதுதான் நியாயம் என்றே நான் நினைக் கிறேன். தன் சுமைமட்டும் அல்ல - உலகத்துச் சுமையிலும் ஒரு பகுதியை தான் சுமக்க வேண்டும் என்று ஒவ்வொருவனும் நினைப்பது தான் சரி. உலகிலுள்ள கெடுதிக்கு எந்த மாதிரி சமாதானம் சொன்னாலும் எனக்குச் சமாதானமாகாது என்றுதான் பள்ளி நாட்களிலிருந்து எனக்கு நினைப்பு. சமாதானங்கள் எல்லாம் ஏமாற்றுக்களாகவே முடிகின்றன; பிறர் கஷ்டச் சுமையை ஒதுக்கித்

தள்ளுவதற்காகவே இந்தச் சமாதானங்கள் தோன்றுகின்றன. லீப்னிட்ஸ் போன்ற ஒரு சிந்தனையாளர், உலகம் கெட்டது தான் என்றாலும் இந்தச் சந்தர்ப்பத்தில் இதுவே சிறந்தது என்கிற ஒரு பரிதாபகரமான முடிவுக்கு வந்தது சரியென்று எனக்குத் தோன்றவில்லை.

ஆனால் உலகிலுள்ள கஷ்டங்களைப் பற்றிச் சிந்தித்துக் கொண்டு, துயரப்பட்டுக் கொண்டு, ஓய்ந்து உட்கார்ந்துவிடவும் நான் விரும்பியதில்லை. அவரவர்கள் சக்திக்கேற்ற அளவில் உலகில் உள்ள துயரில் ஒரு சிறிதேனும் சரிப்படுத்த முயலவேண்டும் என்பதே என் கொள்கை. நாளடைவில் இந்தப் பிரச்சினை பற்றி அவரவர்கள் அவரவர்களுக்குச் சரியென்று தோன்றிய முடிவுப்படியே செய் வார்கள். ஆனால் உலகிலுள்ள துயரைக் குறைக்க அவரவர்கள் பாடுபட்டே தீரவேண்டும் என்கிற முடிவுக்கு வந்தேன் நான்.

இன்று மனித குலம் இருக்கும் சந்தர்ப்ப விசேஷங்களை நோக்கும் போது, எனக்கு நம்பிக்கைக்கு இடம் இருப்பதாகத் தெரியவில்லை. நிலைமை அவ்வளவு மோசமாக இல்லை என்று என்னால் எண்ண முடியவில்லை. ஆனால் இப்படியே போனால் பாதை ஒரு புது தினுசான 'மத்திய காலத்தில்' நம்மைக் கொண்டு போய்ச் சேர்த்துவிடும் என்று தான் எண்ணுகிறேன். மனிதகுலம் சிந்தனையையும் அதன் மூலம் வரும் லட்சியங்களையும் புறக் கணித்துவிட்டு ஆன்மீக பௌதிகத் துயரங்களில் உழலுகிறது. மனிதகுலம் ஒரு பாதாளப் படுகுழியின் ஓரத்தில் இருப்பதாகவே எனக்குத் தோன்றுகிறது. ஆனாலும் பூராவும் நம்பிக்கைக்கு இடமில்லாமலும் போய்விடவில்லை. குழந்தைப் பருவத்திலிருந்தே நான் நம்பிக்கையை இழந்துவிடாமல் காப்பாற்றி வந்திருக்கிறேன். உண்மையில் அசாத்திய நம்பிக்கை எனக்கு. சமய சந்தர்ப்பங்களை மீறுகிற அளவுக்கு உண்மைக்குச் சக்தியுண்டு. மனதும் ஆன்மாவும் காட்டுகின்ற வழி செல்லும் மனித குலம் கடைசி வரை தவறான பாதையிலேயே இருந்துவிடாது என்றுதான் நான் நம்புகிறேன்.

உலகம் பாழ் அடையாவண்ணம் தடுக்க, சிந்தனையில் நம்பிக்கை யுள்ள பெரியவர்கள் தேவை. தங்களிடமிருந்து ஆன்மீக சக்தியின் உண்மை வேகம் எழ இவர்கள் செயல்பட்டார்களானால், மனித குலம் காப்பாற்றப்பட்டுவிடும் என்றே எனக்குத் தோன்றுகிறது. மனித குலத்துக்கு மனத்திலும் ஆன்மாவிலும் ஒரு புது உற்சாகம் தோன்றப் பெரியவர்கள் பாடுபட வேண்டும். எனக்கு உண்மையின் சக்தியிலும் ஆன்மாவின் சக்தியிலும் நம்பிக்கையிருப்பதால், மனிதகுலத்தின் எதிர்காலத்திலும் நம்பிக்கை இருக்கிறது. நல்லது தீயது அடிப்படையில், வாழ்வு, உலக ஏற்புக் கொள்கையில் ஒரு

நம்பிக்கை அடங்கிக் கிடக்கிறது. அது மனோவேகமும் நம்பிக்கை யும் தருவது. இன்றுள்ள நிலைமை எவ்வளவுதான் மோசமானாலும் அதை நேருக்கு நேர் நோக்கப் பயப்பட வேண்டியதில்லை.

என் வாழ்க்கையிலே கவலை, கஷ்டம், துயரம் எல்லாம் போதுமான அளவுக்கு இருந்திருக்கின்றன. திடசித்தம் அற்றவனாக இருந்தால் நான் எத்தனையோ தடவைகள் மனம் முறிந்து, உடல் முறிந்து போயிருக்கக் கூடும். வருஷக் கணக்காக அலுப்பு, பொறுப்பு என்னும் சுமைகள் என்னை வாட்டியிருக்கின்றன. என் வாழ்க்கை எனக்குரியதாக இருந்ததில்லை; என் மனைவியுடனும் குழந்தை யுடனும் கூட நான் காலம் செலவழிக்க விரும்பினாலும் முடிந்த தில்லை.

ஆனால் என் வாழ்விலே, இன்பங்களும் ஆசிகளும் இல்லாமல் இல்லை. கருணையின் சேவையிலே நான் பாடுபடுகிறேன். என் வேலை வெற்றிகரமாக நடக்கிறது. மற்றவர்கள் என்னிடம் அன்பும் இரக்கமும் ஏராளமாகக் காட்டுகிறார்கள். என்னிடம் பிரியமுள்ள, பக்தியுள்ள உதவியாளர்கள் இருக்கிறார்கள். என் வேலைகளைத் தங்களுடையதாகப் பாவித்து அவர்கள் செய்கிறார்கள். எனக்கு உடல் திடமிருப்பதால் நிறையவே வேலை செய்ய முடிகிறது. என் மனோபாவம் சாதாரணமாக ஒரே மாதிரியாக இருக்கிறது. என் சக்திகள் நிதானமாகவும் அமைதியாகவும் என்னை இயக்குகின்றன. தவிரவும், கடைசியாகச் சொல்லப் போனால், எந்த சந்தோஷம் எப்படி என்னை வந்தடைந்தாலும் நான் அதற்கு நன்றி கூறக் கடமைப்பட்டவன் என்பதையும் உணருகிறேன்.

எத்தனையோ பேருக்குச் சுதந்திரமே இல்லாதிருக்கும் போது எனக்குப் பிரியமான வேலையைச் செய்ய எனக்குச் சுதந்திரம் இருக்கிறது என்பதை நான் நன்றியுடன் உணருகிறேன். என் வேலையில் பாதி பௌதிகமானது தான் என்றாலும் சில சமயம் ஆன்மீக அறிவு வேலைகளிலும் ஈடுபட முடிகிறதே என்பது எனக்குச் சந்தோஷம் தருகிற விஷயம்தான். என் வேலைக்குத் தக்க வழிகளில் என் வாழ்க்கை வசதிகள் அமைந்திருப்பதையும் என் சுகிருத பலனாகவே நான் அங்கீகரிக்கிறேன். அதற்குத் தகுந்தவனாக நான் இருக்க வேண்டுமே என்பது தான் என் கவலை.

என் மனத்தில் திட்டமிட்டிருக்கிற வேலையில் எவ்வளவை நான் செய்து முடிக்க முடியும்? என் தலை மயிர் நரைக்கத் தொடங்கி விட்டது. வயதாகிவிட்டதனாலும் உழைப்பினாலும், என் உடல் தளர்ந்து கொண்டிருக்கிறது.

உடல் வேலையாகிலும் மனவேலையாகிலும் சிரமப்படாமல், கவலைப்படாமல் ஈடுபட முடிந்த அந்தப் பழைய நாட்களை நன்றியுடன் எண்ணிப் பார்க்கிறேன் நான். அமைதியுடனும் தாழ்மையுடனும் எதிர்காலத்தை நோக்குகிறேன். தியாகம் செய்ய வேண்டிய அவசியம் வந்துவிட்டாலும் அதற்காக பயந்துவிட மாட்டேன் நான்.

வேலை செய்பவர்களோ, கஷ்டப்படுபவர்களோ, யாரானாலும் சரி, நமது கடமை நமது சக்திகளைக் காப்பாற்றிக் கொள்வதுதான். செயல்பட்டுப் போராடி, வெற்றி கொண்டுதான் அறிவுக்கு அப்பாற் பட்ட அந்த அமைதியைக் காணவேண்டும்.

லாம்பரீன்,
மார்ச் 7, 1931.

பின்னுரை (1932-1949)

எவெரெட் ஸ்கில்லிங்ஸ் எழுதியது இரண்டாவது உலக யுத்தத்துக்கு முன்

ஆப்பிரிக்காவில் மூன்றாவது தடவை வாசம் செய்த காலம் முடிகிற போது,1931 முடியும் தருவாயில், ஆல்பர்ட் சுவைட்சருக்கு பிராங்க் போர்ட் நகரிலிருந்து ஒரு அழைப்பு வந்தது - கேதேயின் நூறாவது மறைவு தினப் பிரசங்கத்தை அவர் செய்ய வேண்டும் என்று. அப்பொழுது தான் அவர் தன் சுய சரிதத்தை எழுதி முடித்திருந்தார். லாம்பரீனில் அவரிடம் கேதேயின் நூல்கள் பூராவும் இருந்தன. பிரசங்கத்துக்கு உடனே தயார் செய்துகொள்ளத் தொடங்கி விட்டார் அவர். ஜனவரியில் ஐரோப்பாவுக்குக் கிளம்பு முன்னரே அதன் போக்கைத் தீர்மானித்துக் கொண்டார். அவருடன் ஐரோப்பா திரும்பிய நான்கு நர்ஸுகளில் ஒருத்தியான ஆக்ஸ்போர்டைச் சேர்ந்த மார்கரெட் டெனெக் என்பவள் ஞாபகப்படுத்திக் கொண்டு சொல்லியது போல, எல்லோரும் பிரயாணத்தின் போது மிகவும் உற்சாகமாக இருந்தார்கள். பிரயாணம் மிகவும் ஆனந்தமாக இருந்தது. ஆஸ்பத்திரியிலும் திட்டப்படி பலகாரியங்கள் செய்து முடிந்திருந்தன; புதுக்கட்டிடங்கள், பாதைகள் எல்லாம் எதிர்பார்த்த

படி தயாராகிவிட்டன. கப்பலிலும் டாக்டரின் காலம் திட்டப் படியே செலவிடப்பட்டது. தகுதியான நேரத்தை எழுதுவதில் செலவிட்டார். மாலை நேரங்களில் உல்லாஸமாகப் பொழுது போக்கினார். சங்கீதம் உண்டு; தவிர டாக்டருக்கு ஆங்கிலப் பாடங்களும் உண்டு. 'அதுவும் விளையாட்டாகவேதான் நடந்தது' என்று அவருடைய உபாத்தியாயர் சொல்லுகிறார்; 'பிராஸ்ஸா' என்கிற கப்பல் பதினெட்டு நாள் பயணத்துக்குப்பின் போர்டோ துறைமுகத்தை அடையும்போது கேதே பிரசங்கமும் தயாராகிவிட்டது.

பிராங்க்போர்ட் நகரில் கேதே விழா 1932, மார்ச் 22 அன்று கொண்டாடப்பட்டது. கேதே இறந்த அதே நேரத்தில் தொடங்கி, சுவைட்சர் பேசினார். தேசிய சோக நாடகம் ஒன்றை எதிர்பார்த்து நின்ற ஆண்களையும் பெண்களையும் பார்த்துப் பேசினார் அவர். ஒரு தீர்க்கதரிசியின் உள் அறிவுடன் அந்த சோக கட்டத்தின் காரணங்களைத் தெளிவாக்கிப் பேசினார் அவர். நாட்டுக்கு மட்டுமா சோக கட்டம் அது? உலகுக்கே சோக கட்டம் வந்து கொண்டிருந்தது. அதை உணர்ந்து பேசினார். சுவைட்சரின் நண்பரும் தொழிலில் சகபாடியுமான சி.இ.பி. ரஸ்ஸல் என்னும் மாது எழுதுகிறார் 'அந்த சந்தர்ப்பம் எவ்வளவு மகிமை வாய்ந்தது!.. கேதேயின் பிறந்த நகரத்துப் பெரிய சங்கீதக் கொட்டகையில் இடம் போதாமல் ஜனங்கள் நிறைந்திருந்தனர். ஒரே பிரசங்கி சுவைட்சர் தான். அவருடைய அழுத்தமும் ஆழமும் அவர்களை எப்படிக் கவர்ந்தது? ஒரு அறுபத்தைந்து நிமிஷங்களுக்கு, குண்டூசி விழுந்தால் சப்தம் கேட்கும் என்பார்களே, அந்த மாதிரி நிசப்தமாக இருந்தது. அவர் குரல் மட்டுமே கேட்டது. மறுபடியும் மறுபடியும் இது பயங்கரமான பீதி தரும் காலம் என்று கூறினார் அவர். பாஸ்டு நாடகம் போன்றதொரு நாடகம் இன்று உலக நாடக மேடையிலே மீண்டும் நடை பெற்றுக்கொண்டிருக்கிறது என்று கூறினார் அவர்.'

சுவைட்சரின் பிரசங்கத்திலிருந்து சில பகுதிகளைப் பார்க்க லாமே... : 'ஆயிரம் நாக்குகளுடன் பிலெமானும் பாகிஸூம் வசிக்கும் குடிசை பற்றி எரிகிறது. ஹிம்சையும் கொலையும் நிரம்பிய ஆயிரம் காரியங்களிலே, மிருகத்தனமடைந்து, மரத்துவிட்ட மனித குலம் கொடூரமான விளையாட்டு விளையாடுகிறது. ஆயிரம் விதங்களில் மெபிஸ்டாபிலிஸ் என்கிற அசுரன் மனிதர்களைப் பார்த்துப் பல்லைக் காட்டுகிறான். ஆயிரக் கணக்கான வழிகளிலே மனிதர்கள் தங்கள் சுபாவமான உண்மை நோக்கை மறந்துவிடத் தூண்டப்பட்டிருக்கிறார்கள். பொருளாதார, சமூக மந்திர மாயக் கிழவியின் செயல்களினால் நன்மை ஏற்படும் என்று அவர்கள்

ஆயிரக் கணக்கான வழிகளில் நம்பச் செய்யப்பட்டிருக்கிறார்கள். பொருளாதார, சமூகக் கஷ்டங்களிலிருந்து விடுதலை பெறுவ தென்பது இதனாலெல்லாம் சிரமமாகி இருக்கிறதே தவிரச் சுலபமாகி விடவில்லை!

‘இந்த மந்திர மாயக்கிழவி - அவள் எந்த ரகத்தைச் சேர்ந்தவ ளானால் என்ன - ஒன்றைத்தான் முக்கியமாக வற்புறுத்துகிறாள். தனி மனிதன் தன்னுடைய பௌதிக, ஆன்மீக தனித்தன்மையை மறந்துவிட்டு, ஆன்மீக அமைதி இழந்து வாழவேண்டும் என்றும், கூட்டத்தில் ஒருவனாகவே வாழ வேண்டும் என்றும், ஸ்தாபனம் ஒன்றுக்குக் கட்டுப்பட்டு வாழவேண்டும் என்றும் வற்புறுத்துகிறாள்’.

முடிவில் தனக்கே உரித்தான ஒரு நம்பிக்கையை எழுப்பும் தன்மையுடன் தன் பிரசங்கத்தை முடிக்கிறார் சுவைட்சர். அவர் சொல்லுகிறார் : ‘மாறுதல் என்கிற தத்துவத்துக்கு சரித்திரத்தில் உள்ளது எல்லாமே பலியாகத்தான் வேண்டும் என்பதில்லை. மேலெழுந்தவாரியாகப் பார்க்கிறவர்களுக்கு அப்படித் தோன்ற லாம். அதற்கு நேர்மாறாக சில லட்சியங்கள் எந்த சந்தர்ப்பத்திலும் மாறாமல், சமாளித்துக்கொள்ளும் சக்தி வாய்ந்தவையாக இருக்கலாம். சில லட்சியங்கள் ஆழ்ந்து பலமுள்ளவையாகலாம். இப்படிப்பட்ட ஒரு லட்சியம் மனிதனின் தனித்தன்மை என்பது. அதைவிட்டு விட்டால் மனித ஆன்ம வாழ்வே அற்றுப் போய்விடும். பின்னர் நாகரிகம் ஏது? மனிதகுலம்தான் ஏது?..

‘இன்னும் இருபது வருஷங்கள் ஆவதற்கு முன் பிராங்க் போர்டின் மிகப் பெரிய மகனின் இருநூறாவது பிறந்த விழாவைக் கொண்டாடுவீர்கள். அந்த விழாவில் வந்து பேசுகிற பிரசங்கி இந்த விழாவைச் சூழ்ந்துள்ள இருள் அப்போது நீங்கத் தொடங்கி விட்டது என்றும், உண்மை உணர்வுடன் உண்மையை அறிந்து கொள்ளும் குலம் ஒன்று பிறந்துவிட்டது என்றும், பௌதிக, சமூகத் தேவைகளை அடக்கி வெல்ல அந்தக் குலம் முயன்று வெற்றிகாண ஆரம்பித்துவிட்டது என்றும், இது எல்லாம் சாத்தியமானது உண்மை லட்சியமாகிய மனிதனின் தனித்தன்மை என்கிற தத்துவத்தினால் தான் என்றும் சொன்னாரானால் அது போதும்!’

பிப்பரவரி 1932 முதல் மார்ச் 1933 வரை சுவைட்சர் ஐரோப்பா வில் தங்கினார். கேதே விழாப் பிரசங்கத்தைத் தவிர, இன்னும் பல பிரசங்கங்களும் இசைக் கச்சேரிகளும் ஹாலந்து, இங்கிலாந்து, ஸ்வீடன், ஜெர்மனி, ஸ்விட்ஸர்லாந்து முதலிய தேசங்களில் நடத்தினார் அவர். பியெர் வான் பாஸென் எழுதியிருப்பதைக் கேளுங்கள் : ‘ஹாலந்தில் ஐட்பென் நகரில் நானிருக்கும் போது ஒரு

தரம் டாக்டர் சுவைட்சர் கிறிஸ்துமஸ் தினப் பிரசங்கம் செய்ய அங்கு வந்தார். அவர் திங்கள் அன்று வந்தார்; கிறிஸ்துமஸ் சனிக் கிழமையன்று. வாரம் பூராவும் அந்தப் பெரிய மனிதரை நாங்கள் யாரும் பார்க்கவில்லை. கடைசியாக ஒரு நாள் கோயிலைத் தாண்டிப் போகும்போது, சுர வாத்திய வாசிப்புச் சப்தம் கேட்டது. டாக்டர் சுவைட்சர் மேலெல்லாம் ஒரே அழுக்கும் தூசியுமாக ஆலயத்தின் மச்சிலிருந்து இறங்கி வந்தார். சுர வாத்தியத்தின் குழாய்களைச் சுத்தம் செய்வதில் ஒரு வாரம் பூராவும் ஈடுபட்டிருந்தார் அவர். கிறிஸ்துமஸ் அன்று அவர் மதப்பிரசங்கம் மட்டும் செய்யவில்லை; வந்திருந்தவர்கள் ஆச்சரியப்படும்படி சுர வாத்தியம் வாசித்தார். ''நம் பழைய சுரவாத்தியமா இது!'' என்று ஜனங்கள் ஆச்சரியப்பட்டனர். ஸ்வீடனில் அப்ஸாலாவிலும் ஒருதரம் இப்படித் தான் நடந்தது என்று ஆர்ச்பிஷப் ஸோடர்ப்ளூம் என்னிடம் சொன்னார். ஆனால் அங்கே சுர வாத்தியத்தைச் சுத்தம் செய்ய அவருக்கு இரண்டு மாதங்களாயிற்றாம்.''

சுவைட்சர் அதிக நாள் தங்கிச் சுற்றியது இங்கிலாந்தில்தான். ஜூன் 1932-ல் தொடங்கி பல வாரங்கள் தொடர்ச்சியாக அவர் பிரசங்கங்கள் செய்தார்; சுர வாத்திய இசைக் கச்சேரிகள் செய்தார். நண்பர்களைச் சந்தித்தார். இங்கிலாந்தில் பல பாகங்களுக்கும் போனார். வெஸ்ட்மின்ஸ்டர் புனித. மார்கரெட் ஆலயத்திலிருந்து ரேடியோவில் பேசினார்; ஒலிப்பதிவுகள் செய்ய அனுமதி தந்தார். மாட் ராய்டன் கில்டு ஹவுஸிலும் மதப் பிரசங்கம் செய்தார். முதல் தடவையாக ஸ்காட்லாந்து போனார். அதில் அவருக்குப் பிரத்தியேக உற்சாகம். ஏனென்றால் அவர் தாயார் ஸர் வால்டர் ஸ்காட்டிடம் இருந்த பக்தி காரணமாக ஸ்காட்லாந்து போய்ப் பார்க்க வேண்டும் என்று ஆசைப்பட்டதுண்டு. அவள் போக முடியவில்லை.

பிரிட்டனில் இந்தத் தடவை சுவைட்சருக்கு நான்கு கௌரவப் பட்டங்கள் கிடைத்தன. ஆக்ஸ்போர்டில் மத டாக்டர், எடின்பரோவில் மத டாக்டர், சங்கீத டாக்டர் (இரண்டும் அவர் இல்லாத போது முந்திய வருஷமே அளிக்கப்பட்டவை; இப்போது நேரில் பெற்றுக் கொண்டார்), ஸெண்ட் ஆண்ட்ரூஸில் சட்ட டாக்டர். ஸெண்ட் ஆண்ட்ரூஸ் சர்வகலாசாலையில் ரெக்டாராக ஜெனரல் ஸ்மட்ஸுக்குப் பின் அபேட்சகராக நிற்க அவரைத் தூண்டினார்கள் - ஆனால் தனக்கு ஆங்கில அறிவு போதாது என்று அவர் மறுத்து விட்டார். லிவிங்ஸ்டன் மருத்துவப் பயிற்சியும் பட்டமும் பெற்றது கிளாஸ்கோ நகரில்தான் - அது காரணமாக சுவைட்சரை கிளாஸ்கோவில் நகர விருந்து வைத்துக் கௌரவித்தனர்.

வாலிபத்தில் சுவைட்சர் சுற்றுப் பிரயாணம் செய்யும்போதும் பதினாறு மணி நேரம் திட்டமிட்டு வேலை செய்வார். வேகமாகவும் அலுப்பில்லாமலும் உழைப்பார் அவர். சக்தியும் திடமும் இருந்தது - தூக்கமும் உணவும் அவருக்கு அதிகம் தேவையில்லை. ஒரு சமயம் இரவு நாலு மணி வரையில் அவர் வேலை செய்துகொண் டிருந் ததைக் கண்ட ஒரு நண்பர், 'ஒரு மெழுகுவத்தியை இரண்டு புறமும் ஏற்றிப் பார்க்கக்கூடாது. சீக்கிரம் எரிந்து விடும்' என்றாராம். அதற்கு சுவைட்சர், 'இரண்டு பக்கமும் ஏற்றலாம், மெழுகுவத்தி நீளமாக இருக்க வேண்டும், அவ்வளவுதான்' என்றாராம்.

பிரயாணங்களில் அவர் தன்னுடன் இரண்டு பெரிய துணிப் பைகள் எடுத்துப் போவார். அவருடைய கடிதங்களுக்காக அவை. அவ்வப்போது கவனிக்காவிட்டால் ஏராளமாகச் சேர்ந்துவிடும். ஒரு கடிதத்தை எடுத்துப் பதில் எழுதிவிட்டு மறு பையில் போட்டு விடுவார் - அதில் பதில் எழுதிய கடிதங்கள் மட்டுமே இருக்கும்.

சுர வாத்தியக் கச்சேரி செய்யுமுன் எட்டு மணி நேரம் அவர் பயிற்சி செய்வதுண்டு. அவரும் அவருக்கு உதவுபவரும் எந்த முடியை எப்படி அழுத்தவேண்டும் என்று பார்த்துக் குறித்துக் கொள்வார்கள். ஒரு சுர வாத்தியம் மாதிரி இன்னொன்று இராது என்பதனால் இது அவசியம். எந்த முடி எங்கு அழுத்துவது என்று இசைத்தாளில் குறித்துக் கொண்டுதான் வாசிப்பார் சுவைட்சர்.

ஒரு அமெரிக்க நண்பருக்கு எழுதிய கடிதத்தில் தான் பிரசங்கம் செய்யக் கையாளுகிற முறையைப் பற்றி அவர் எழுதியிருக்கிறார் : 'பிரசங்கத்தைப் பூராவும் எழுதிக் கொண்டுவிடுவேன். எழுதிய படியே வார்த்தை பிசகாமல் பேசிவிடுவேன். மொழிபெயர்ப்பவர் எழுதுவதைப் படித்துக் கொள்வார். என்னுடைய பிரசங்கத்தையும் ஒருதரம் கேட்டுக் கொள்வார். வார்த்தை வார்த்தையாக, வாக்கியம் வாக்கியமாக, முன்னமே அறிந்து கொண்டு விடுவதால் மொழி பெயர்ப்பவர் என் பிரசங்கத்தின் போது திணற வேண்டியதில்லை. எனக்கு மனப்பாடமான மாதிரியே, என் பிரசங்கம் அவருக்கும் மனப் பாடமாக இருக்கும். இரண்டு மொழிகளில் நடக்கும் பிரசங்கமாக இருக்குமே தவிர, மொழிபெயர்ப்பாகத் தோன்றாது. எனக்கும் மொழிபெயர்ப்பவருக்கும் இதனால் சற்று சிரமம்தான். இதனால் அந்நியர்களையும் கூட சிரமப்படுத்தாமல் என்னால் பேச முடிகிறது.'

இங்கிலாந்திலிருந்து திரும்பியபின் குன்ஸ்பாக்கில் அவரைத் தேடிப் பலர் வந்தார்கள். ஆனால் ஆப்பிரிக்காவுக்குக் கிளம்பும் வரையில் (மார்ச் 1933) அவர் இந்திய, சீன தத்துவதரிசனங்களைப் பற்றிப் படிப்பதிலும் எழுதுவதிலும் ஈடுபட்டார். குன்ஸ்பாக்கில்

உள்ள விருந்தாளி மாளிகை தான் ஐரோப்பாவில் டாக்டர் சுவைட்சரின் தலைமைக் காரியாலயம். அங்கு அவர் காரியதரிசி எம்மி மார்டின் பல அலுவல்களையும் கவனிக்கிறாள். சுவைட்சரின் காரியங்களிலே இவளுடைய ஈடுபாடும், அவற்றைக் கவனிப் பதிலே இவளுக்குள்ள திறமையையும் சொல்லி மாளாது. மருந்து கள், மற்றும் தேவைப்படுகிற சாமான்களை வாங்குவதற்காக வியா பார ஸ்தாபனங்களுக்கு கடிதங்கள் எழுதுகிறாள். ஆஸ்பத்திரிக்கு உதவக்கூடிய நண்பர்களுக்கு, உலகில் பல பாகங்களுக்குக் கடிதங்கள் எழுதுகிறாள்; அவருடன் சேவை செய்யும் பாக்கியத்தை வேண்டி உலகின் பல பாகங்களிலிருந்தும் கடிதம் எழுதுகிற ஆண் பெண்களுக்கும் அங்கிருந்துதான் பதில்கள் அனுப்பப்படுகின்றன. இப்படிச் சேவை செய்ய முன் வருபவர்களில் பலரும் தங்கள் சேவையினால் ஆப்பிரிக்கர்களுக்குப் பலன் இருந்தாலும், இல்லா விட்டாலும் சுவைட்சரின் சேர்க்கையால் தங்களுக்கு நிச்சயம் பலனுண்டு என்று நம்புகிறவர்கள். லாம்பரீனிலிருந்து ஓய்வு எடுத்துக்கொண்டு வருகிற டாக்டர்களும் நர்ஸுகளும் இங்குதான் சில நாட்களோ, பல நாட்களோ தங்கிச் செல்லுவார்கள். லாம்பரீனுக்குப் போன முதல் அமெரிக்க நர்ஸின் பெயர் க்ளோரியா கூலிட்ஜ். அவள் பல மாதங் கள் காரியதரிசி எம்மி மார்டினுடன் குன்ஸ்பாக் விருந்தாளிகள் விடுதியில் தங்கி, ஆஸ்பத்திரியில் நடக்கிற வேலைகள் பலவற்றையும் பற்றி விரிவாகத் தெரிந்து கொண்டுதான் ஆப்பிரிக்காவுக்கு, ஜனவரி 1948-ல், கிளம்பினாள்.

ஐரோப்பாவில் இருக்கும் போது குன்ஸ்பாக்கில்தான் சுவைட்சர் தன் எழுத்து வேலையில் பெரும் பகுதியைச் செய்கிறார். ஆனால் எவ்வளவுதான் வேலையிருந்தாலும், தேடி வருகிற விருந்தாளிகளை அவர் வரவேற்றுப் பேசாதிருக்கமாட்டார். எதிர்பார்க்கும் விருந்தாளியை ரயில்வே ஸ்டேஷனில் வந்து சந்தித்து அவருடைய மூட்டைகளைத் தானே எடுத்துக்கொண்டோ, வண்டியில் வைத்துத் தள்ளிக் கொண்டோ வருவார். அழகிய அந்தப் பழைய கிராமத்தைச் சுற்றிப் பார்க்கத் தன் விருந்தாளிகளைக் கூட்டிச் செல்வார். இப்படிப்பட்ட நடைகள் வழக்கமாக மாதா கோவிலில் தான் முடியும். விருந்தாளியைப் பக்கத்தில் உட்கார வைத்துக் கொண்டு சுர வாத்தியத்தில் பாக் அல்லது மெண்டல்ஸான் கீதம் வாசித்துக் காண்பிப்பார்.

கோல்பி கல்லூரித் தலைவர் (அப்போது ஹார்வார்டிலிருந்த) ஜே.எஸ். பிக்ஸ்லர் என்பவர் ஐரோப்பா போனபோது சுவைட்சரைச் சந்தித்து லோவெல் பிரசங்கங்கள் செய்ய அவர் பாஸ்டனுக்கு

வருவாரா என்று கேட்கச் சொல்லியிருந்தார் சர்வகலாசாலைத் தலைவர் லோவெல். அப்போது அந்த விருந்தினர் விடுதி கட்டி முடியவில்லை. ஆகவே டாக்டர் பிக்ஸ்லர் கருப்பு வனத்திலுள்ள கனிக்ஸ்பெல்ட் என்னும் இடத்துக்கு அழைக்கப்பட்டார். கனிக்ஸ்பெல்டில் இன்றும் சுவைட்சரின் சிறு வீடு இருக்கிறது. டாக்டர் பிக்ஸ்லர் இது பற்றி எழுதுகிறார் :

'டாக்டர் சுவைட்சரை இரண்டு தடவைகள் சந்தித்தேன். அந்த இரண்டு சந்திப்புகளும் என் வாழ்விலே முக்கியமான மையங்களாக இருக்கின்றன. அவர்பற்றி எனக்கு மூன்று நினைவுகள் மனத்தில் பதிந்திருக்கின்றன. முதலாவது யாட்ஸுக்கு நேரமாகவில்லையா என்று அவர் கேட்டது. யாட்ஸ் என்கிற வார்த்தையே நான் கேள்விப்பட்டதில்லை. இது என்னடா இது என்று தவித்துப் போனேன். பியானோவில் ஜாஸ் என்னும் ஒரு அமெரிக்க இசை வாசிக்க ஆரம்பித்ததும்தான், ஜாஸ் என்று சொன்னார் என்பது புரிந்தது.

'இரண்டாவது நினைவு என்னவென்றால் ஒரு சிறு குறிப்புடன் கட்டி வைத்திருந்த ஒரு கட்டுக் கடிதங்களை அவர் பிரித்துக்கூடப் பார்க்காமல் ஒரு மூலையில் பொறுமையில்லாது விட்டெறிந்தது தான். கடிதங்கள் எழுதி அலுப்புத்தட்டிவிட்டது அவருக்கு. ஆனால் முக்கியமான கடிதங்கள் எழுதுகிற நேரத்தை அவர் முன் பின் தெரியாத இந்த அமெரிக்கருடன் பேசிக் கழிக்கத் தயாராக இருந்தார்.

'மூன்றாவது நினைவு அவர் சொன்ன ஒரு வாக்கியம். அவர் சொன்னார்: ''மதம் சம்பந்தப்பட்ட எந்த மனிதனிடமும் முக்கியமான குணம் என்னவாக இருக்க வேண்டும் தெரியுமோ? அவன் உண்மைக்குப் பூரணமாக வசப்பட்டவனாக இருக்க வேண்டும்.'' இந்த வாக்கியம்பற்றி நான் அடிக்கடி சிந்திப்பதுண்டு. ''சரித்திர புருஷன் ஏசுவைத் தேடி'' என்கிற அவர் நூலில் காணப் படும் உண்மை வேகத்தை இந்த வாக்கியத்துடன் பிணைத்துப் பார்ப்பேன் நான். சில நாள் கழித்து பாக் இசை ஒன்றை எனக்காக வாசிக்கும் போது சிந்தனை என்பதற்கு எப்படி வசப்பட்டிருக்க முடியும் என்பதை அவரே காண்பித்தார். பின்னர் அவர் நியாயத்துக்காகவேதான் ஆப்பிரிக்கா சென்றது என்று சொன்னதும், பாடம் பூர்த்தியாகி விட்டது மாதிரி எனக்குத் தோன்றிற்று.

'டாக்டர் சுவைட்சரைப் பற்றிய வரையில், உண்மை, அழகு, நியாயம் என்பதற்கு வசப்பட்டிருப்பது தான் அடிப்படை. ''என் இஷ்டம் இருக்கட்டும் - எல்லாம் உன் இஷ்டப்படி நடக்கட்டும்,

கடவுளே'' என்கிற வாக்கியத்துக்கே அர்த்தம் இது தான் என்று எனக்குத் தோன்றிற்று.'

நாஜிகள் முடிவாக முறியடிக்கப்படுவதற்குச் சற்று முன்னர் அமெரிக்காவிலிருந்த ஒரு நண்பருக்கு சுவைட்சர் எழுதிய கடிதத்தில் பின்வரும் வாக்கியங்கள் காணப்படுகின்றன. 'அல்ஸேஸிலிருந்து எனக்கு ஒரு தந்தி வந்தது. அதில் குன்ஸ்பாக்கில் என் வீடு மன்ஸ்டர் பள்ளத்தாக்கில் விழுந்த குண்டுகளால் எவ்வித சேதமும் அடையாமல் இருக்கிறது என்று தெரிவித்திருக்கிறார்கள், மன்ஸ்டர் (குன்ஸ்பாக்கிலிருந்து சுமார் 3 மைல்) பூராவுமே அழிந்துவிட்டதாம்...

1933-ல் திருமதி சுவைட்சர் தன் பெண்ணுடன் கனிக்ஸ்பெல்ட் விட்டுக் கிளம்பி லாஸானில் தங்கினார். வேலையும் பிரயாணமும் அனுமதித்தால், ஐரோப்பாவில் இருந்தபோது டாக்டர் தன் பொழுதை லாஸானில்தான் கழித்தார். லாஸானின் சீதோஷ்ணம் பிடித் திருந்தது - பெண்ணுக்கு கல்விக்கு வசதியும் சரிவர இருந்தது. 'லாஸான் நகரத்திலேயே அனுதாபம் நிறைந்து இருக்கிறது, என் நண்பர்கள் பலரும் அங்கிருக்கிறார்கள்' என்று சுவைட்சர் எழுதுகிறார்.

ஆப்பிரிக்காவில் நான்காவது தடவையாகப் போய் இருந்த காலத்தில் நடந்தவையெல்லாம்பற்றித் தன் ஆங்கிலேய நண்பர் களுக்காக ஒரு கட்டுரை எழுதினார் சுவைட்சர். செப்டம்பர் 6,1935-ல் அது 'ஸ்பெக்டேடர்' என்கிற வாரப்பத்திரிகையில் வெளி யாயிற்று. அதன் சுருக்கம் இது :

'ஆஸ்பத்திரியில் சிகிச்சை பெற்ற ஒரு நன்றியுள்ள வெள்ளையர் எங்களுக்கு ஒரு பெரிய மண்ணெண்ணெய் விளக்கை அன்பளிப்பாகக் கொடுத்தார். இருட்டிய பிறகும் கூட அதன் வெளிச்சத்தில் இப்போது ஆபரேஷன்கள் செய்வது சாத்தியமாக இருக்கிறது. ஈதர் என்னும் மயக்க மருந்து தரமுடியாது - ஏனென்றால், ஈதர் தீப் பிடிக்கும். தேவையான பாகத்துக்கு மட்டும் மரப்புத் தருகிற லேசான மயக்கம் தந்து ஆபரேஷன் செய்வோம் இந்த விளக்கு வெளிச்சத் திலே. இன்புளூயென்ஸா நோய் அதிகரித்திருப்பதனால் இந்தக் காலம் பூராவுமே ஆஸ்பத்திரி நிறைந்தேதான் இருந்தது. இந்தக் காலத்தில் ஒரே சமயத்தில் முப்பது நோயாளிகள் ஆபரேஷனுக்காகக் காத்திருப்பதும் உண்டு. (சுதேசிகளுக்கு ஒரு நம்பிக்கை. எந்த வியாதியுமே உடம்பில் இடம் பெறும் புழுக்களால் தான் உண்டாகின்றன. ஆபரேஷன் செய்து புழுவை அகற்றி விட்டால் வியாதி சரியாகிவிடும் என்பது அவர்கள் நம்பிக்கை.) சமீபத்தில் டாக்டர் கோல்ட்ஷ்மிட் ஆபரேஷன் மேஜையில் கிடத்தப் பட்டிருந்த ஒரு கிழவியுடன் பேச்சுக் கொடுத்தால் அவள்

ஆபரேஷனை மறந்து விட்டுச் சந்தோஷமாக இருப்பாளேயென்று ஏதோ பேச்சுக் கொடுத்தார். அப்போது அந்தக் கிழவி ''ஏன் வம்பு பேசுகிறாய், வெட்டி எடு,'' என்றாள்.'

1934-ல், 622 பெரிய ஆபரேஷன்கள் நடந்தன. ஒரு நாள் ஒரு மணியிலிருந்து ஒன்றரை மணிக்குள் வெவ்வேறு திசைகளிலிருந்து மூன்று மூச்சுப் பிடிப்பு விரைவாத நோயாளிகள் வந்தனர். வேலை செய்யாமல், பெண்களை ஏவிவிட்டு உட்கார்ந்திருக்கிற ஆப்பிரிக்க ஆண்களிடையே விரைவாதம் அதிகமாகப் பரவியிருக் கிறது. சாதாரணமாகச் செய்யவேண்டி வரும் ஆபரேஷன்கள், விரை வாதம், யானைக்கால், வயிற்றில் கட்டி இவைதான். புற்று நோயும் குடலில் அதிகப்படியான வளர்ச்சி (அப்பெண்டிஸைடிஸ்)யும் சுதேசிகளிடம் காணப்பட்டதேயில்லை.

1934 பிப்பரவரியில் மீண்டும் ஐரோப்பா சென்றார் சுவைட்சர். வஸந்தத்திலும் கோடையிலும் பெரும்பகுதியை அவர் குண்ஸ் பாக்கிலே கழித்தார். தனது தத்துவத்தின் மூன்றாவது பாகத்தை எழுதிக் கொண்டிருந்தார். மேலும் கிப்போர்டு பிரசங்கங்களையும் தயார் செய்து கொண்டிருந்தார். இப்போது மேல் ரிஸர்வ் சர்வ கலாசாலையில் உள்ள டாக்டர் எர்னஸ்ட் பூடிங் ஒரு விசேஷ சந்தர்ப்பத்தில் சுவைட்சரைச் சந்தித்தார் - பாரிஸ் நகரில் பாஸ்டர் ஸ்தாபனத்தில், டாக்டரின் மேன்மையான குணத்தையும், மருந்துகள் பற்றி அவருடைய மனோபாவத்தையும் விளக்குகிற ஒரு தகவலை அவர் தெரிவிக்கிறார் : 'மஞ்சள் ஜுரத்துக்கு மாற்றாக ஒரு மருந்து கண்டுபிடிப்பதில் பல ஆராய்ச்சியாளர்கள் ஈடுபட்டிருந் தனர். பலிக்கும்போல இருந்த ஒரு மருந்து கிடைத்தது. இந்த மருந்து பற்றித் தகவல் கேட்டுக் கொண்டு அல்ஸேலில் கோல்மார் என்ற இடத்திலிருந்து ஒருவர் டெலிபோனில் பேசினார். ஆப்பிரிக்கா விலிருந்த தன் ஆஸ்பத்திரிக்கு அது வேண்டுமென்றார். அதனால் சில கெடுதிகளும் நேர்ந்தாலும் நேரலாம், இன்னும் பரிசோதிக்க வில்லை என்று அதிகாரிகள் சொன்னதும், தனக்கே அந்த மருந்தை உபயோகித்து அதன் பலாபலன்களைக் காண விரும்பினார் அவர். வயதை விசாரித்தார்கள் - சுமார் அறுபது என்றார். அவரே உப யோகிப்பது சரியல்ல என்று ஆராய்ச்சியாளர்கள் வற்புறுத்தி னார்கள். ஆனால் கோல்மார் டாக்டர் அதைக் காதில் வாங்க வில்லை. மறுநாள் பாரிஸ் வருவதாகவும், தன் உடம்பிலேயே அந்த மருந்தைப் பரிசோதித்துப் பார்த்துவிட்டு, கெட்ட பலன்கள் ஒன்றும் இல்லாவிட்டால் தன் ஆஸ்பத்திரிக்கு வாங்கிக் கொள்வதாகவும் தெரிவித்தார். 'சுதேசிகளுக்கு நல்லதானால் எனக்கும் நல்லதுதான்!'

என்றார் அந்த டாக்டர் டெலிபோனில். இந்த விவாதத்தின் போது தற்செயலாக நான் பாஸ்டர் ஸ்தாபனத்தில் இருந்தேன். கோல்மாரிலிருந்து வருகிற ஆப்பிரிக்கா டாக்டர் சுவைட்சராக இருக்குமோ என்று எனக்கொரு சந்தேகம். அவர் நூல்களை நான் விருப்பத்துடன் படித்ததுண்டு, விசாரித்து சுவைட்சர் தான் என்று அறிந்து கொண்டேன். பிறகு அந்த ஆராய்ச்சியாளர்களுக்கு அந்த மனிதர் யார், எப்படி, எந்த ஆதர்சத்துடன் அவர் என்ன செய்தார் என்று தெரிவித்தேன். மறுநாள் டாக்டர் சுவைட்சர் வந்ததும், அவர் அந்த மருந்தை உபயோகித்துப் பார்ப்பது தவறு என்று ஆராய்ச்சித் தலைவரே எவ்வள வோ சொன்னார். ஆனால் சுவைட்சர் அதைக் காதில் வாங்க மறுத்தார். பாஸ்டர் ஆஸ்பத்திரியிலேயே அவர் இரண்டு நாள் படுத்திருக்கச் சம்மதிப்பதானால் மருந்தை உபயோகித்துப் பார்க்கலாம் என்றார்கள். நல்ல வேளையாக அந்த மருந்துக்குக் கெட்ட பலன்கள் எதுவும் இல்லை. ஆனால் சுவைட்சர் ஆதர்ச நோயாளி அல்ல. அவரால் படுக்கையில் ஒய்ந்து படுத்துக் கிடக்க முடியவில்லை.'

மான்செஸ்டர் கல்லூரியில் ஹிப்பர்ட்டு பிரசங்கங்களை செய்வதற்காக சுவைட்சர் 1934 இலையுதிர் காலத்தில் மறுபடியும் இங்கிலாந்துக்கு விஜயம் செய்தார். '*இன்றைய நாகரிகமும் மதமும்*' என்கிற விஷயம் பற்றி அவர் பிரசங்கம் செய்தார். இந்த நாலு பிரசங்கங்களும் அக்டோபர் 16 முதல் 25-ந் தேதி வரை, ஒன்றுவிட்டொரு நாள் செய்யப்பட்டன. இடை நாட்களில் இதே பேச்சுக்கள் லண்டன் சர்வகலாசாலையிலும் நடைபெற்றன. இந்தப் பிரசங்கங்கள் இன்னும் பிரசுரிக்கப்படவில்லை. ஆனால் ஒரு சரியான சுருக்கம் டாக்டர் சுவைட்சராலேயே தயார் செய்யப் பட்டு, '*கிறிஸ்தவ நூற்றாண்டு*' என்னும் வாரப் பத்திரிகையில் நவம்பர் 21, 28-ந் தேதிகளில் வெளியாயிற்று. இதன் முதல், கடைசி பகுதிகள் பின்வருமாறு :

'இன்றைய ஆன்மீக வாழ்விலே, நாகரிகத்திலே நான் மதத்தின் ஸ்தானத்தைப் பற்றி இங்கு விவாதிக்கப் போகிறேன். ஆகவே முதல் பிரச்சினை இதுதான் - இன்றைய ஆன்மீக வாழ்விலே மதம் சக்தியுள்ள ஒரு சாதனம்தானா? இல்லை என்று உங்களுக்காகவும் எனக்காகவும் முதலிலேயே கூறிவிடுகிறேன்... ஆனால், பலருக்கு மதத்தைப் பற்றி ஒரு ஏக்கம், ஒரு அவசியம், தேவை ஏற்பட்டிருக் கிறது என்பது உண்மைதான். இதை ஏற்றுக் கொள்கிறேன். இருந்தாலும் இன்றைய வாழ்விலே மதம் ஒரு சக்தியாக இல்லை. ருஜு என்ன என்கிறீர்களோ? யுத்தம்...

'நாம் இருட்டிலே அலைகிறோம். ஆனால் எல்லோருமே வெளிச்சத்தை நோக்கி நடப்பதாகத்தான் நம்புகிறோம். அந்த வெளிச்சம் மதமும், நல்லது தீயது அடிப்படையில் சிந்தனைகளும், மனிதன் வாழ்விலே மீண்டும் ஆட்சி செலுத்தும்போது வந்துவிடும் என்று நம்புகிறோம். இதை நம்பி, இதற்காக உழைக்க, சேவை செய்ய, நாம் தயாராக இருக்கிறோம். நம் வாழ்வில் நல்லது தீயது அடிப்படைகளை ஏற்று நடந்தால் நாளடைவில் மற்றவர்களும் ஏற்றுக் கொள்வார்கள்; லட்சியங்கள் ஒளிகாட்டித் திகழும் என்று நம்புகிறோம். சிந்தனையால் அந்த ஒளியை எட்டி அடைந்துவிடு வோம் என்கிற எண்ணம் இன்று நமக்கு ஆறுதலளிக்கிறது.'

நவம்பரில் சுவைட்சர் எடின்பரோ சென்றார் - கிப்போர்டு பிரசங்கங்கள் செய்ய. வாரம் மூன்று பிரசங்கங்களாகப் பத்துப் பிரசங்கங்கள் செய்தார் - *'இயற்கைத் தத்துவமும், இயற்கை நல்லது தீயது அடிப்படையும், அவற்றின் பிரச்சினையும்'* என்பது பற்றி. இந்தியா, சீனா, கிரீஸ், பெர்சியா முதலிய தேசத்துச் சிந்தனைகளை ஆரம்பம் முதல் விவரிக்கிறார் இந்தப் பிரசங்கங்களிலே. இந்திய சிந்தனை பற்றிய அத்தியாயம் வளர்ந்து ஒரு நூலாகவே பிரசுர மாயிற்று. ஜெர்மன் பதிப்பு **1934**-ல் வெளியாயிற்று. இதை பிரென்சு மொழியில் டாக்டர் சுவைட்சரே மொழிபெயர்த்து **1936**-ல் வெளியிட்டார். சி.இ.பி. ரஸ்ஸல் அம்மையாரின் ஆங்கில மொழிபெயர்ப்பு இங்கிலாந்திலும் அமெரிக்காவிலும் **1936**-ல் பிரசுரமாயிற்று. காந்தியின் நண்பரான சார்ல்ஸ் எப். ஆண்ட்ரூஸ் இந்த நூலைத் தயாரிப்பதில், அதுவும் முக்கியமாகத் தற்காலச் சிந்தனைப் போக்கை விவரிப்பதில், உதவினார். சில பகுதிகளை பேராசிரியர் விண்டர்நிட்ஸிடம் அனுப்பி அவர் அபிப்பிராயத் தையும் கேட்டு அறிந்துகொண்டார் சுவைட்சர். இதே போல ஒரு பிரபல சீன சிந்தனை ஆராய்ச்சியாளரின் விமரிசனம் பெற்ற பின் சீனத்துச் சிந்தனை பற்றிய பகுதிகளும் ஒரு நூலாக வெளிவரும் என்று சுவைட்சர் சொல்லியிருக்கிறார்.

'இந்த இரண்டு, கிப்போர்டு, ஹிப்பர்ட்டு பிரசங்கங்களும் ஒன்றையொன்று தழுவிய விஷயங்களைப் பற்றியவை. *''நாகரிகத் தின் தத்துவம்''* என்கிற நூலில் அவர் வெளியிட்ட கொள்கையின் சரித்திர விவரணம்தான் இந்தப் பிரசங்கங்களில் அடங்கியுள்ளது.'

சுவைட்சர் எடின்பரோவிலிருந்த போது, லாப்ரடாரிலிருந்து ஸர் வில்பிரெட் க்ரென் பெல் எடின்பரோ வந்து சேர்ந்தார். ஒரு நண்பர் இருவரையும் சந்திக்க ஏற்பாடு செய்தார். 'நாங்கள் இருவரும் சந்தித்த வுடனேயே எங்கள் ஆஸ்பத்திரி நிர்வாகத்தைப் பற்றிப் பேசத்

தொடங்கிவிட்டோம். ரெய்ன்டியர் என்னும் மிருகங்கள் பருவ காலத்தில் மறைந்து விடுவது அவர் கவலை. என் கவலை ஆடுகள் திருடர்களாலும் பாம்புக் கடியினாலும் நஷ்டமாவது தான். பிறகு இருவருக்குமே சிரிப்பு வந்துவிட்டது. வியாதியஸ்தர்கள் பற்றிக் கவலைப்பட்ட டாக்டர்கள் மாதிரியா பேசினோம் நாங்கள்? ஆடு மாடு களைப் பற்றிக் கவலைப்படும் குடியானவர்கள் மாதிரிப் பேசினோம்.'

விருந்தாளிகள் புத்தகத்தில் கையெழுத்திட்டபோது தன் பக்கத்தில் நின்ற க்ரென்பெல் எவ்வளவு சிறியவராக இருக்கிறார் என்று பார்த்து ஹாஸ்யமாக சுவைட்சர் தன் கையெழுத்துக்குக் கீழே 'நீர் யானை இங்கு வெள்ளைக் கரடியைச் சந்தோஷமாகச் சந்தித்தது' என்று எழுதினார்.

1935 ஜனவரி 14-ந் தேதியன்று சுவைட்சரின் அறுபதாவது பிறந்த நாளைக் கொண்டாடி ஸ்டிராஸ்போர்க் நகரம் அவர் பெயரை ஒரு பூங்காவுக்கு இட்டது. பிப்பரவரி முடிவில் சுவைட்சர் மீண்டும் லாம்பரீன் போனார். ஆனால் ஏழு மாதங்கள் தான் தங்கினார். ஏனென்றால், இரண்டாவது தடவையும் கிப்போர்டு பிரசங்கங் களை நவம்பரில் செய்ய ஏற்றுக் கொண்டிருந்தார் அவர். இந்தத் தடவை பன்னிரண்டு பிரசங்கங்கள் செய்தார்.

1949 வரை கணக்குப் பார்த்தால், அதுதான் சுவைட்சரின் கடைசி இங்கிலாந்து விஜயம். இரண்டு மாதங்கள் இடைவிடாமல் பிரசங்கங்களும் கச்சேரிகளும் செய்தார் அவர். சுவைட்சர் இது பற்றி, 'இந்தப் பயணத்தில் பெரும் பகுதியும் என் நண்பரும் மொழிபெயர்ப்பாளருமான சி.டி. காம்பியன் என்னுடன் இருந்தார். நாங்கள் சேர்ந்திருந்தது அதுதான் கடைசித் தடவை. ஆப்பிரிக்கா போய், சில வருஷங்களுக்குப் பிறகு, அவர் இறந்து விட்ட செய்தி எனக்கு எட்டியது' என்று எழுதியிருக்கிறார்.

சுவைட்சரை இங்கிலாந்தில் பலரும் நேசிக்கிறார்கள் என்பதற் குப் போதுமான ருஜு இருக்கிறது. லீட்ஸில் அவரை விருந்தாளி யாக ஏற்று உபசரித்தவர் எழுதுகிறார் : 'எங்களுடைய சிறிய குடிலில் அவர் வந்து தங்குவது பற்றி முதலில் எங்களுக்குப் பயமாகவே இருந்தது. ஆனால் அவர் வீட்டிற்குள் வந்தவுடனேயே எங்கள் பயமெல்லாம் போய்விட்டது. அவருடன் நல்லெண்ணமும் சந்தோஷமும் வந்தன. இப்போது கூட நான் என் ஏழு வயதுப் பெண்ணை மடியில் வைத்துக்கொண்டு அவளுக்காகப் பியானோ வாசித்து, அவள் சிறிய விரல்களைப் பியானோமேல் நகர்த்தி வாசிக்க அவர் சொல்லித் தந்ததை என் மனக்கண்ணின் முன் பார்க்க முடிகிறது.'

ஆல்பர்ட் சுவைட்சரின் சுயசரிதம் 191

பீடர்பரோவில் டீனுக்கு சுவைட்சரின் வருகை நன்கு ஞாபக மிருக்கிறது. 'குறுகிய காலத்திலே எவ்வளவு காரியங்களைச் செய்து முடித்தார் அவர்! சுறுசுறுப்பாகப் பல் டாக்டரிடம் போனார்; ஆலயத்துச் சுர வாத்தியம் வாசித்தார்; பல கடிதங்கள் எழுதினார்; மொழிபெயர்ப்பாளர் உதவியுடன் ஒரு பிரசங்கமும் நிகழ்த்தினார். சபையோர்தான் அவர் வார்த்தைகளைக் கேட்டு எப்படி மயங்கி மகிழ்ந்தார்கள்! மொழிபெயர்த்த பேச்சு மாதிரியேயில்லை அது. அவரே எங்கள் பாஷையில் பேசுவதுபோல இருந்தது.'

காண்டர்பரியில் டீன் ஹ்யூலட் ஜான்ஸன் எழுதுகிறார் : 'நிச்சயமாக, டாக்டர் சுவைட்சரின் வருகை ஞாபகத்தில் இருத்த வேண்டிய சம்பவங்களில் ஒன்று. என் முன் அறையில் **150, 200** நபர்களைச் சந்தித்துப் பேசினார் அவர்- அவருடைய தனித்தன்மை அவர் சொன்னது எல்லாவற்றிலும் பிரகாசித்தது. அவரும் டாக்டர் க்ரென் பெல்லும் நானும், ஐப்பானியக் கிறிஸ்தவரான காகாவாவும், முந்திய வருஷம் வெள்ளம் வந்த சமயத்தில் சீனா போக வேண்டும் என்று ஒரு திட்டம் போடப்பட்டிருந்தது. ஆனால் அத்திட்டம் நிறைவேறவில்லை. நான் மட்டும்தான் போனேன். டாக்டர் சுவைட்சர் எனக்குக் கடிதம் எழுதினார் - அவருக்கு வர இஷ்டம் தான் என்றும், ஆனால் ஆப்பிரிக்காவிலே வேலை ஏராளமாக இருந்தது என்றும், பழக்கப்பட்ட வண்டிக் காலிலேயே மாடு பூட்டப்பட விரும்புவதாகவும் எழுதினார். புது வண்டியில் கட்டினால் கிழட்டு மாடு எப்படி ஓடுமோ என்று எழுதினார்...

இப்படி வேடிக்கை விந்தியாஸமாக, ஒரு நம்பிக்கையுடன் அழுத்தத்துடன், உயிருடன், அவர் வேலை செய்வதால்தான் ஒரு பெரிய உருவமாக நாம் அவரை மதிக்க முடிகிறது. இந்த மாதிரி ராட்சஸ சக்தி பெற்ற உருவம் வேறு எதையும் கண்டதில்லை என்று சொல்லத் தோன்றுகிறது. ஒரு விதத்தில் அவரும் க்ரென் பெல்லும் ஒருவருக்கொருவர் அனுசரணையானவர்கள். ஆனால் சுவைட்சருக்கு அதிகப்படியாகப் பல சக்திகள் இருந்தன. ஆழ்ந்த ஆராய்ச்சித் திறமும் பரந்த படிப்பும் உள்ளவர் அவர். ஆனால் அதை லேசாகவும் லாகவமாகவும் தாங்கிக்கொண்டார் அவர். இந்த மனிதரின் மனிதத் தன்மை எல்லாவற்றிற்கும் மேலாக ஒளிவீசியது!'

லாம்பரீனுக்கு டாக்டர்களும் நர்ஸுகளும் ஏராளமாக அளித்த, சுவைட்சருக்குப் பிரியமான ஸ்விட்ஸர்லாந்து தேசத்திலே, **1936** வஸந்தத்தில், பல பிரசங்கங்களும் கச்சேரிகளும் செய்தார் அவர். அந்த வருஷத்தில் பாக்கிப் பகுதியை அவர் குன்ஸ்பாக்கில் எழுதுவதில் கழித்தார். அவருடைய இந்திய சிந்தனை நூலை பிரென்சு

மொழியில் மொழிபெயர்த்தார். தவிரவும் நாகரிகத்தின் தத்துவம் என்கிற நூலின் மூன்றாவது பாகமாக, 'வாழ்க்கையில் மதிப்பு' என்னும் நூலைத் தயார் செய்தார். அக்டோபரில் ஸ்டிராஸ்போர்க் நகரில் புனித. அரீலியா ஆலயத்து சுரவாத்தியத்தில் வாசித்து ஒலிப் பதிவுகள் கொடுத்தார் - லண்டன் கொலம்பியா கம்பெனிக்காக.

ஜனவரி முடிவில் ஆறாவது தடவையாக ஆப்பிரிக்காவுக்குத் திரும்பினார். தன்னுடன் மூன்றாவது பாகம் கையெழுத்துப் பிரதி யையும் எடுத்துச் சென்றார். அதை முடித்துச் சீக்கிரமே வெளியிட்டு விடலாம் என்று நம்பினார் அவர். ஆனால் ஆஸ்பத்திரியில் வேலை ஏராளமாக இருந்ததால், எழுதுவதற்கு அவகாசம் சிறிதும் அகப்பட வில்லை. இருந்தும் 1938-ல் ஒரு சிறு நூல் எழுதி வெளியிட்டார். 'ஆப்பிரிக்கக் குறிப்புகள்' எனும் இந்நூலில் அவர் ஆப்பிரிக்கச் சுதேசிகளின் வாழ்க்கை லட்சியங்கள் முதலியன பற்றி எழுதினார். 1938-ல் இதன் ஜெர்மன் பதிப்பு வந்தது. 1941-ல் பிரெஞ்சுப் பதிப்பு வெளி வந்தது; 1938-ல் ஆங்கிலப் பதிப்பும், 1939-ல் அமெரிக்காவில் ஒரு பதிப்பும் வெளியாயின.

1937-ல் சுவைட்சர் ஆஸ்பத்திரிக்கு அருகில் வற்றாத ஊற்று ஒன்றைக் கண்டு பிடித்தார். அதை டாரதி மானெரிங் என்பவளின் நினைவுச் சின்னமாகச் சித்தப்படுத்தினார். லாம்பரீன் ஆஸ்பத்திரி யின் சேவைகளை முதலிலிருந்து ஆதரித்துவந்த டாக்டர் மாட் ராய்டனின் கில்ட் ஹவுஸ் கோஷ்டியின் காரியதரிசியாக ஒரு காலத்தில் இருந்தவள் இந்த அம்மணி. சுவைட்சர் அது சம்பந்தமாக ராய்டனுக்குப் பின்வருமாறு எழுதினார் :

நித்தியமான ஊற்று ஒன்றை அதிருஷ்டவசமாகக் கண்டேன். சுவர்கள் சரியாமல் இருப்பதற்காக நானும் ஹாஸ்நெட்டுமாகச் செய்த 750 பெரிய சிமென்டுக் கற்களை வைத்துச் சுவர்களை நேர்செய்தோம்.'

1938-ல், லாம்பரீன் ஆஸ்பத்திரியின் இருபத்தைந்தாவது ஆண்டு விழாவைக் கொண்டாடுவதற்காக, ஓகோவே பிராந்தியத்தின் ஐரோப்பியர்கள் கூடி டாக்டர் சுவைட்சருக்கு ஒரு எக்ஸ் ரே இயந்திரம் வாங்குவதற்காக தொண்ணூறாயிரம் பிராங்குகள் நிதி யளித்தார்கள். ஆனால் அந்த இயந்திரத்துக்குப் பதில் அவசியமான மருந்துகள் வாங்க அவர்களுடைய அனுமதியைப் பெற்றுக் கொண்டார் டாக்டர். அது மிகவும் முன்னேற்பாட்டுடன் செய்து கொண்ட காரியமாயிற்று.

யுத்த வருஷங்களும் பிறகும்

மறுபடியும் ஒரு உலக யுத்தம் வந்து சுவைட்சர் தம்பதிகளைப் பாதித்தது. 1937-க்கு முன்னமே யுத்தம் தவிர்க்க முடியாது, வந்தே தீரும் என்று அவர்களுக்குத் தெளிவாகி விட்டது. எப்போது வருமோ, ஆஸ்பத்திரிக்கு ஐரோப்பிய உதவி கிடைக்காது போய் விடுமோ என்று கவலைப்பட்டனர். ஆகவே 1937-ல் ஒரு தரம், 1938-ல் ஒரு தரம், திருமதி சுவைட்சர் பிரசங்கங்கள் செய்து பணம் திரட்டவும், பழைய நண்பர்களைப் பார்த்து புது நண்பர்கள் தேடவும் அமெரிக்காவுக்கு வந்தாள். அவளுடன் அவள் பெண் ரெனாவும் வந்தாள்.

1937 பிப்பரவரி முதல் தேதியன்று, டாக்டர் சுவைட்சர் மறுபடி போர்டோ வந்தார். ஓய்வு தேவையாக இருந்ததால் அவர் நேரே குன்ஸ்பாக் போனார். யுத்தபீதி ஐரோப்பா மேல் மேகம்போலக் கவிழ்ந்திருந்தது. தன் பெட்டிகளைக் கூட அவர் திறக்கவில்லை. உடனேயே போர்டோ திரும்பி தன் ஆயுளில் முப்பது வருஷங் களைக் கவர்ந்துவிட்ட ஆப்பிரிக்கர்களுக்கே உழைப்பது என்று வந்த கப்பலிலேயே ஆப்பிரிக்காவுக்குப் போய்விட்டார். இந்தத் தடவை அவர் மனைவி அவருடன் வரவில்லை.

யுத்தம் ஆரம்பித்த சில நாட்களுக்கெல்லாம் டாக்டர் சுவைட்சர் தன் அமெரிக்க நண்பர் ஒருவருக்குப் பின்வருமாறு எழுதினார் :

'இந்த யுத்தத்தால் ஏற்பட்ட பிரச்சினைகள் பற்றி சுதேசிகள் மிகவும் குழம்பியிருக்கிறார்கள். வெள்ளையர்கள், அன்பு மதம் என்று ஏசுவைப் பற்றிச் சொல்லிக்கொண்டு வந்தவர்கள், இப்போது ஒருவரை ஒருவர் கொலை செய்வதில் ஈடுபட்டிருக்கிறார்களே, இது ஏன் என்று அவர்களுக்குப் புரியவில்லை. ஏசுவின் உத்தரவுகள் காற்றோடு போய்விட்டனவா? அவர்கள் எங்களைக் கேட்கும் போது நாங்கள் என்ன பதில் தரமுடியும்? சிந்திக்கத் தெரிந்தவர்கள் கேட்டால் நான் பிரச்சினையை மழுப்பாமல், ஏதோ பயங்கரமான, புரியாத ஒன்றின் முன் இருப்பதாக ஒப்புக்கொண்டுவிடுவேன். இயற்கையின் குழந்தைகளான இவர்கள் கண் முன் நல்லது தீயது அடிப்படையில், மத ஆதாரம் வெள்ளையனுக்கு இனி எப்படிப் பயனளிக்கும் என்று சொல்ல முடியாது. இதன் விளைவுகள் மிகவும் நாசகரமானவை என்றே நான் நினைக்கிறேன்.'

இந்த யுத்த நாட்களில் லாம்பரீனில் நடந்ததெல்லாம் பற்றி டாக்டர் சுவைட்சர் ஒரு சிறு நூலாக எழுதி 1947 ஜனவரியில் அமெரிக்கா வில் பிரசுரித்தார். அதிலிருந்து சில குறிப்புகள் பின் வருபவை :

'1939, மார்ச் 3-ந் தேதியன்று ஒரு சிறு நீராவிக் கப்பலில் நான் ஓகோவே ஆற்றுக்குள் பிரவேசித்தேன். உள்ளம் நடுங்க மறுபடி நான் கிளம்புமுன் என்னென்னவெல்லாம் நடக்கப் போகிறதோ என்று நான் என்னையே கேட்டுக்கொண்டேன். அடுத்த மாதங் களில் கையிலிருந்த பணத்தையெல்லாம் தேவையான மருந்துகள் வாங்க உபயோகித்தேன். பலவற்றை ஆப்பிரிக்காவிலே வாங்கினேன். ஐரோப்பாவிலிருந்து அனுப்பச் சொல்லியிருந்தவையும் அதிருஷ்ட வசமாக சண்டை ஆரம்பிக்கு முன் வந்து சேர்ந்து விட்டன.

'செப்டம்பரில் வந்திருந்த நோயாளிகளில் பெரும் பகுதியினரை வீட்டுக்குத் திருப்பி அனுப்பினோம். இப்போது முதல் சாமான், மருந்து முதலியவற்றில் செட்டாக இருக்க வேண்டும்; மிகமிக அவசியமானால் ஒழிய ஆபரேஷன் செய்வதில்லை என்று தீர்மானித்தோம். அதிகமாக வியாதியற்றவர்களையும் மூட்டை கட்டியனுப்பினோம். இவர்களைத் திருப்பியனுப்பிய நாட்கள் மிகவும் துயரம் தந்த நாட்கள் தான். எது எப்படியானாலும் எங்களுடன் இருக்க வேண்டும் என்று விரும்பியவர்களையும் நாங்கள் அனுப்பிவிட வேண்டியதாக இருந்தது. வீடு திரும்ப வேண்டியவர்களில் பலர் படகால் செல்லலாம்; ஆனால் பலர் காட்டுவழிகளிலே கடினமான பாதைகளிலே செல்லவேண்டும். கடைசியில் ஒரு வழியாக அவர்கள் போய்ச் சேர்ந்தார்கள்; உள்ள முருக்கும் காட்சிகளும் ஓய்ந்தன.

'மார்ச்சில் *ப்ராஸ்ஸா* என்னும் கப்பல் எதிரியின் குண்டு வீச்சால் கடலுக்கு இரையாயிற்று. எத்தனையோ தடவைகள் போர்டோ வுக்கும் ஆப்பிரிக்கத் துறைமுகங்களுக்கும் இடையே சென்று வந்த இந்தக் கப்பலுக்கு திடீரென்று ஏற்பட்ட விபத்தில் யாரும் காப்பாற்றப்படவில்லை. கடைசியாக அனுப்பப்பட்ட எங்கள் மருந்துகள் முதலியவையும் அந்தக் கப்பலுடன் கடலில் ஆழ்ந்தன.

1940 முடிவில் விச்சி அரசாங்கத் துருப்புகளும் டி காலின் துருப்பு களும் லாம்பரீனைக் கைப்பற்றப் போர் செய்தன. எங்கள் ஆஸ்பத்திரி கிராமத்திலிருந்து இரண்டரை மைல் தூரத்தில் இருக்கிறது. இடையில் அறுநூறு கெஜ அகலமுள்ள ஆறும் ஓடுகிறது. இரு தரப்பினரும் ஆஸ்பத்திரிக்கு எவ்வித சேதமும் விளைவிக்கக் கூடாது என்று உத்தரவு பெற்றிருந்ததால் ஆஸ்பத்திரிக்கு ஆபத்தில்லை. வெள்ளையர்களும் சுதேசிகளும் அங்கு வந்து அடைக்கலம்

புகுந்தனர். மரச் சுவருக்குப்பின் இரும்புத் தகடுகளை அடித்து, தப்பித் தவறிவந்த குண்டுகளிடமிருந்து நாங்கள் தப்ப வழிசெய்து கொண்டோம்.

1940 இலையுதிர் காலம் முதல் அந்தப் பிரதேசத்திலே நேச நாடுகளுடன் உறவு கொண்ட ஒரு சர்க்கார் ஏற்பட்டது. பிரான்சும் ஐரோப்பா கண்டமும், தபாலில் கூட எட்டமுடியாத பிரதேசங்களாகிவிட்டன. ஆனால் இங்கிலாந்துடனும் அமெரிக்காவுடனும், இங்கிலாந்து மூலம் ஸ்வீடனுடனும் போக்குவரத்து இருந்தது. எனினும் தபால் நிலைமை சரியாக வெகு காலம் பிடித்தது. கொஞ்ச நாள் தேவையானவற்றை ஆப்பிரிக்காவில் வாங்குவதும் சாத்தியமாக இருந்தது. பல வியாபாரிகள் எனக்கு ஏராளமான அரிசி லாபகரமான விலையில் தர முன் வந்தார்கள். எப்படியாவது விற்றுவிட அவர்களுக்குக் கவலை; பூச்சி வந்து வீணாகிக்கொண் டிருந்தது அது. இடம் இருந்ததால் அதை வாங்கிச் சேமித்து வைத்தேன். மூன்று வருஷங்களுக்கு அது மிகவும் உபயோகப் பட்டது. சுதேசிகள் சாப்பிடத் திண்டாடாமல் இருக்க உதவி செய்தது. அரிசி இங்கு சேமிப்பது அவசியம்; ஏனென்றால் அரிசி அறுவடைகளுக்கு இடையில் சுதேசிகள் சாப்பிடும் வாழையும் மர வள்ளியும் அடிக்கடி சரியாக விளையாமல் போய்விடும். கோடையிலே ஏராளமான மழை பெய்துவிட்டால் இங்கே பஞ்சநிலை வந்து விடும். பல மாதங்கள் பஞ்சம் நிலைக்கும். நல்ல வேளையாக யுத்த காலத்தில் இந்த மாதிரிப் பஞ்சம் வரவில்லை. ஆனால், யுத்த காலத்தில் பயந்தது இப்போது, 1944-ல், வந்துவிட்டது. ஆனாலும் ஏராளமான சேமிப்பு அரிசி இருந்ததனால் சமாளித்துக் கொள்ள முடிந்தது.

1940 முடிவில் எனக்கு ஒரு இன்பகரமான அதிசயம் காத் திருந்தது. அமெரிக்காவிலிருந்து மருந்துகளும் மற்றும் பல தேவை யான சாமான்களும் அனுப்ப முடியும் என்றும், என்னென்ன வேண்டும் என்றும் கேட்டிருந்தார்கள். ஒரு வருஷம் கழித்துத் தான், மே, 1942-ல், நான் கேட்ட சாமான்கள் வந்து சேர்ந்தன. சமயத்தில் எங்கள் சாமான்கள் திரும்போது வந்தது அதிருஷ்டம்தான். மருந்துகள் மட்டுமல்ல வேறு பல உபயோகமான சாமான்களும் இருந்தன. வந்த பெட்டிகளிலே, பிரித்துப் பார்க்கும் போது மிக அவசியமான சாமான் ஒன்று கண்ணில் பட்டால் சந்தோஷக் கூச்சல் போடத் தோன்றும் எங்களுக்கு. அப்படி வந்த சாமான் களில் ரப்பர் கையுறைகள் மிகவும் தேவையானவை - எனக்கு சரியாகவும் இருந்தன. போதாத உறைகளை அணிந்து கொண்டு பல மாதங் களாக நான் ஆபரேஷன் செய்ய நேர்ந்திருந்தது. சமையல்காரர் களுக்கு புது சமையல் சாமான்களைக் கண்டு ஒரே ஆனந்தம்.

பின்னர் பல தடவைகள் அமெரிக்காவிலிருந்து சாமான்கள் வந்தன. செருப்புகளும், மூக்குக் கண்ணாடிகளும் 1943-ல் வந்து எங்களுக்குப் பெரிதும் உதவின. ஏதோ புதையல் கண்டெடுத்த மாதிரி அவற்றைக் காண எங்களுக்குத் திருப்தியாக இருந்தது.

'1941-ல் வந்த உதவி நிதி ஏதோ சுமாராகப் போதுமானதாக இருந்தது. ஆனால் 1942, 1943-ல் கிடைத்த உதவிகளால் இன்னும் பலரை ஆஸ்பத்திரியில் அனுமதிக்க எங்களுக்கு வசதி ஏற்பட்டது. எனக்கு உதவி செய்த பல நாடுகளிலுள்ள நண்பர்களுக்கு நான் எப்படி நன்றி தெரிவிப்பது? மருத்துவம் அவசியமான எல்லா நோயாளிகளையும் நான் இப்போது ஆஸ்பத்திரியில் அனுமதிக்க முடியும். எங்கள் வேலையில் ஊக்கமூட்டி இப்படி ஆதரித்தவர்களுக்கெல்லாம் என் நன்றி உரியதாகிறது.

மிகவும் உஷ்ணமான அந்த இடத்திலே தங்கி அலுப்பு ஏற ஏற எங்களுக்கு வேலைகளும் அதிகரித்தன. முக்கியமாகப் பல வெள்ளையர்கள் நோய்வாய்ப்பட்டு வந்து சேர்ந்தனர். பல வருஷங்கள் ஒரு கட்டில் காலியில்லாமல் எல்லாவற்றிலும் ஆட்கள் இருந்தனர். இப்படி உடல் நலம் பலருக்குக் கெட்டதற்குக் காரணம் சீதோஷ்ணம் மட்டுமல்ல. உடலில் சுண்ணாம்புச் சத்துப் போதாத காரணமும் தான். நல்ல வேளையாக எங்களிடம் போதுமான ஸ்விஸ், அமெரிக்கச் சுண்ணாம்புச் சத்து மருந்துகள் இருந்தன. சுண்ணாம்புச் சத்து உடலில் சேர உதவும் பிரெஞ்சு பாஸ்பரஸ் மருந்துகளும் இருந்தன. ஈரல், இரும்புச் சத்துள்ள பல மருந்துகளும் இங்கிலாந்து, அமெரிக்கா ஸ்விட்ஸர்லாந்து முதலிய தேசங்களிலிருந்து வந்திருந்தன.

'தூக்க வியாதியுள்ளவர்களின் பொறுப்பை சர்க்கார் எடுத்துக் கொண்டுவிட்டனர். ஆகவே, எங்களிடம் வந்த இப்படிப்பட்ட நோயாளிகளை குடியேற்ற சுகாதார சேவை இலாகாவுக்கு அனுப்பி வைப்பதைத் தவிர எங்களுக்கு வேறு கவலையில்லை. ஆற்றுக்குப் பக்கத்தில் அருகாமையிலேயே இந்த வியாதியஸ்தர்களுக்கென்று ஒரு முகாம் திறக்கப்பட்டிருந்தது. டாக்டர்களும் வெள்ளை உதவி யாளர்களும் இப்போது கிராமம் கிராமமாகப் போய் ரத்த பரிசோதனை செய்து அவசியமான பல வைத்திய சிகிச்சைகளைச் செய்கிறார்கள். ஆனால் வியாதி தற்சமயம் அதிகரித்துக்கொண் டிருப்பதாகத் தெரிகிறதே தவிர குறையவில்லை.

'வழக்கம் போலவே குஷ்டத்தினால் கஷ்டப்படும் சுதேசிகளைப் பற்றி எங்களுக்கு கவலை அதிகமாக இருக்கிறது. இங்கிலாந்தி லிருந்து வந்த மருந்து பயன் தருகிறது - ஆனால் இந்தச் சுதேசி

களுக்குப் பொறுமை கிடையாது. குஷ்டக் காயம் ஆறிவருகிற மாதிரி தெரிந்தவுடனே போய் விடுகிறார்கள். பல வாரங்கள் கழித்து அதிகமாகி விட்டது என்று திரும்பி வருகிறார்கள். முழுவதும் சரியாகும் வரை காத்திருக்கப் பொறுமை இல்லை. சமீபத்தில் மடகாஸ்கரிலிருந்து ஆராய்ச்சியாளர்கள் ஒரு காட்டு இலை கொண்டு மருந்து தயாரித்திருக்கிறார்கள். அதுவும் பலன் அளிக்கிற மாதிரி இருக்கிறது. சிரங்குகளாவது தேறுகின்றன. அமெரிக்காவில் ப்ரோமின் என்று ஒரு மருந்தையும் வெற்றிகரமாக உபயோகிக்கின்றனர்.

'காட்டு ஆஸ்பத்திரி இது என்று நாங்கள் மறந்துவிடாதிருப் பதற்கே போல அடிக்கடி பல சுதேசிகள் காட்டு மிருகங்களால் கடித்துக் காயப்படுத்தப்பட்டு வருகின்றனர். கரையானும் ஏராளமாக இங்கு இருக்கிறது. காட்டுப் பிரதேசத்திலே இப்படி நஷ்டம் விளைவிக்கின்ற கரையான்களைக் கண்டுபிடிப்பதற்குள்ளாகவே ஏராளமான நஷ்டம் விளைந்து விடுகின்றது. எப்படி வந்தன அவை என்று கண்டுபிடிக்க எல்லாவற்றையும் ஒருதரம் புரட்டிப் பார்க்க வேண்டியதாக இருக்கிறது. இந்த கொடுங்கோல் பூச்சிகள் எவ்வளவு நஷ்டத்திற்கும் உழைப்புக்கும் காரணமாகின்றன! இவற்றை எதனாலும் தடுக்க முடியவில்லை. ஆனால் DDT என்னும் மருந்து பலன் தரும்போல இருக்கிறது.

'யானைகளும் வந்து சேதம் விளைவிக்கின்றன. ஆஸ்பத்திரிக்கு வாழைப்பழம் விற்கும் சுதேசிகளின் தோட்டங்களில் புகுந்து யானைகள் துவம்சம் செய்து வருகின்றன. வாழைப்பழம் கிராக்கி யானால் சாப்பாட்டுக்கே சில சமயம் திணறி விடுகிறது. காட்டு மிருகங்கள் எங்களுக்கு எவ்வளவு அருகில் இருக்கின்றன என்பதற்கு ஒரு உதாரணம் சமீபத்தில் கிடைத்தது. சுதேசிகள் ஆஸ்பத்திரி தோட்டத்தை ஆக்கிரமித்துவிடுகிறார்கள் என்பதற்காக வேலி போடுவதில் முனைந்தேன். இப்படி வேலை நடந்துகொண் டிருக்கும் போது பின்னால் மனிதக் குரல்கள் போலக் கேட்கவே, ''இத்தனை பெண்டுகளும் பிள்ளைகளும் இங்கு என்ன செய் கிறார்கள்?'' என்று விசாரித்தேன் கூலியாட்களைப் பார்த்து. சிரித்து கொண்டே அவர்கள், ''பெண்டு பிள்ளைகள் அல்ல, உங்கள் குரலைக் கேட்டுக் கோபம் கொண்ட குரங்குகள்'' என்றார்கள்.

'யுத்தம் வந்ததும் மர வியாபாரம் படுத்துவிட்டது. கூலிக்கு ஆட்கள் தாராளமாகக் கிடைக்கவே எவ்வளவோ நாட்களாகத் தள்ளிப் போட்டுக் கொண்டு வந்த வேலைகளை இந்த சமயத்தில் முடிப்பது என்று தீர்மானித்தேன். காடு திருத்தினேன். மழையிலே ஒரு பக்கம் சரியத் தொடங்கியிருந்தது எங்கள் பெரிய தோட்டம் -

அதைச் சரிப்படுத்தினேன். சுற்றிலும் சுவர் தேவையாக இருந்தது, எழுப்பினேன். கற்கள் பக்கத்தில் கிடைக்காததால் இந்த வேலை சற்றுச் சிரமப்பட்டுத்தான் நடந்தது. எங்கள் ஆஸ்பத்திரிப் பாதை களையும் சுத்தம் செய்து செப்பனிட வேண்டியதாக இருந்தது. மழை பெய்யும்போது சரிவிலே ஓடிவருகிற வெள்ளத்தினால் பாதைகள் வீணாகி விடுகின்றன. அவற்றைக் காப்பாற்றச் சிறு சுவர்கள் எழுப்பி ஜலத்தை அருவியாக ஓட விட்டேன். யுத்த காலத்தில் முதலிரண்டு வருஷங்களில் மாலை நேரம் பூராவையும் நான் கூலியாட்களுடன் கழித்தேன். யாராவது ஐரோப்பியன் மேற்பார்வை பார்த்தால்தான் அவர்கள் சரிவர வேலை செய்வார்கள்!

'யுத்த அவசியத்தினால் 1941-ல் எங்கள் பிராந்தியத்தில் பாதை கள் பல போடப்பட்டன. அதனால் எங்கள் சமூகத்துக்கு லாபம். கேப் டவுனிலிருந்து ஆல்ஜியர்ஸ் செல்லும் ராஜபாட்டை இப்போது லாம்பரீன் வழியாகப் போகிறது. நல்ல பாதைகள் என்று சொல்ல முடியாது தான்; அவற்றில் பிரயாணம் போவது சிரமமே. இருந்தாலும் பழைய நாட்களில் விட இது முன்னேற்றம் என்றுதான் சொல்ல வேண்டும்.

1939 வஸந்தத்திலும் கோடையிலும் இரண்டு டாக்டர்கள் ஸ்விட்ஸர்லாந்து திரும்பினார்கள். ஒருவர் போய்ச் சேர்ந்தவுடன் ராணுவசேவைக்குப் போக நேர்ந்தது. லாம்பரீனின் மருத்துவ சஸ்திர சிகிச்சையைக் கவனிக்க டாக்டர் லாடிஸ்லாஸ் கோல்ட் ஷ்மிட்டும், டாக்டர் ஆன்னா வில்டிகானும் நானும் தான் எஞ்சினோம். டாக்டர் கோல்ட்ஷ்மிட் 1933-ல் வந்து சேர்ந்தவர். ஐரோப்பாவுக்கு விடுமுறைக்குப் போய்விட்டு 1938-ல் திரும்பியிருந் தார். டாக்டர் வில்டிகான் 1935 முதல் 1937 வரை லாம்பரீனில் வேலை செய்தவள். பிறகு யுத்தகாலத்தில் நம்பமுடியாதபடி ரீகாவிலிருந்து போர்டோ வந்து சேர்ந்து, 1940-ல் லாம்பரீன் வந்தாள். டாக்டர் வில்டிகான் வந்ததும் குமாரி ஜெர்ட்ரூட் காக் மூன்றாவது தடவை ஆப்பிரிக்கா வில் வேலைபார்த்துவிட்டு ஸ்விட்ஸர்லாந்து திரும்பினாள்.

'1943-ல் கோல்ட்ஷ்மிட் பலமாதங்கள் ஓய்வு எடுத்துக்கொண்டு விடுமுறையை பெல்ஜியன் காங்கோவில் கழித்தார். அவர் இல்லாத போது மிக நேர்த்தியாக உழைத்த வில்டிகான் 1944-ல் பல மாதங்கள் விடுமுறை எடுத்துக் கொண்டாள். 1944 ஏப்ரில் முதல் கோல்ட்ஷ்மிட் சர்க்கார் தரப்பில் தூங்கும் வியாதி முகாமை மேற் பார்வை பார்க்கும் வேலையை ஏற்றுக் கொண்டார். அதற்குப் பிறகு அவர் எங்களுக்குக் காலையில் ஆபரேஷன் நேரங்களிலும் மாலையில் இரண்டு மூன்றுமணி நேரமும் தான் உபயோகப்பட்டார்.

'*1941* கோடையில் என் மனைவி லாம்பரீன் வந்து சேர்ந்தாள். எப்படியோ அதிசயமாக பிரான்சிலிருந்து கிளம்பி லிஸ்பன் நகரம் வந்து, அங்கிருந்த ஒரு போர்த்துகீசிய கப்பலில் போர்த்துகீசிய குடியேற்ற நாடாகிய அங்கோலா வந்து, பிறகு அங்கிருந்து வந்து சேர்ந்தாள் ஆகஸ்டு 2-ந் தேதியன்று.

'ஆஸ்பத்திரி வேலை யுத்த ஆரம்பத்தில் குறைக்கப்பட்டபோது சில நர்ஸுகள் வேறு இடங்களில் வேலைக்குப் போய்விட்டனர். கடைசியாக நாலு நர்ஸுகள் தான் மிஞ்சினார்கள். ஸ்விட்ஸர்லாந்திலிருந்து குமாரிகள் நோட்ஸ்லியும் முல்லரும், டச்சுக்காரியான குமாரி மேரியா லாஜன்டிக், அல்ஸேஸியாவிலிருந்து குமாரி எம்மா ஹாஸ்நெக்ட் இவர்கள் நால்வருமே எஞ்சியவர்கள். என் மனைவி இவர்களுக்குப் பதிலாக மாறி மாறி ஆஸ்பத்திரியில் நர்ஸ்வேலை செய்ததால், யுத்த ஆரம்ப முதல் ஓய்வில்லாது வேலை பார்த்த இந்த நர்ஸுகளுக்கும் ஓய்வு கிடைத்தது. ஆபரேஷன்கள் முதலியவற்றிலும், மற்றும் அவசியமான காரியங்களைக் கவனிக்கவும் அவள் தயாராக இருந்தாள். என் கையெழுத்துப் பிரதிகளையும், கடிதங்களையும் அவள் தான் கவனித்துக் கொண்டாள். நான் எதிர்பார்த்ததை விடத் திடமாக அவள் சீதோஷ்ணத்தைத் தாங்கிக் கொண்டாள். நாள் பூராவும் உழைத்தாள் அவள். அவள் உதவி பல விதங்களில் மிகவும் அவசியமாகவும் சௌகரியமாகவும் இருந்தது.

'ஜூன் *1943*-ல், ஐந்து வருஷங்களாக எங்களோடு இருந்த குமாரி நோட்ஸ்லி ஸ்விட்ஸர்லாந்துக்குத் திரும்பினாள். ஆறு மாத பயணத்துக்குப் பிறகே அவள் வீடு போய்ச் சேர்ந்தாள். அவளுக்குப் பதிலாக குமாரி காக் வந்து சேர்ந்தாள் - தேவையான அனுமதிப் பத்திரங்களைப் பெற பல மாதங்களாயின அவளுக்கு. வரும்போது ஸ்விட்ஸர்லாந்திலிருந்து பல பெட்டிகள் மருந்துகள் கொணர்ந்தாள் அவள். வந்தவுடன் டச்சு நர்ஸ் மேரியாவுடன் சமையலையும் அவள் பார்த்துக் கொண்டாள்; ஏனென்றால், மேரியாவுக்கு உடல் நலம் இல்லை; ஜாக்கிரதையாக இருக்க வேண்டியிருந்தது.

1944-ல் மேரியாவுக்கு உடம்பு சரியாக இல்லாததால் வேலை செய்ய முடியாமலே போய்விட்டது. எங்களுக்கு மிகவும் திணறிப் போய்விட்டது. காமெரூன் மலைகளிலுள்ள ஆஸ்பத்திரிகளுக்கு அவளை சிகிச்சைக்கு அனுப்பினோம். உடம்பு தேறி அவள் *1945*-ல் பாரிஸ் போனாள் - ஹாலந்து சுதந்தரம் பெற்ற நாட்களில் போய்ச் சேர்ந்தாள் அவள்.

'இப்போது குமாரி காக் ஆஸ்பத்திரி வேலை பூராவையும், குமாரி எம்மா சமையல், வீடு, தோட்டம் முதலிய வேலைகளையும்

பார்த்தனர். நாலு நர்ஸுகளுக்குப் பதில் மூன்று நர்ஸுகள்தான் இருந்தனர். அப்போதுதான் எவ்வளவு களைப்புற்றிருந்தோம் என்பது எங்களுக்கே தெரியவந்தது. உஷ்ணமான பிரதேசத்தினால் மட்டும் ஏற்பட்ட களைப்பு அல்ல அது. ஏகமாக வேலை செய்து அதிக அலுப் புற்றுப் போயிருந்தோம் நாங்கள். தினசரி வேலையைச் சரிவரச் செய்வ தற்காக, ஓயாமல் அலுப்புடன் போராடி வெற்றி பெற வேண்டிய தாக இருந்தது என்று ஒருவருக்கொருவர் சொல்லிக் கொண்டோம்.

'மே 7-ந் தேதி நண்பகலில் யுத்த நிறுத்தச் செய்தி எங்களுக்கு எட்டியது. அவசரமான கடிதங்களை எழுதி இரண்டு மணிக்குள் கப்பலில் சேர்க்க வேண்டுமென்று நான் மேஜையண்டை உட்கார்ந் தேன். என் ஜன்னலண்டை ஒரு வெள்ளை நோயாளி தன் ரேடியோ வுடன் வந்தான். ஐரோப்பாவில் யுத்த நிறுத்தம் ஒப்பந்தமாகி விட்டது என்று கூவினான் அவன். கடிதங்களை முடித்துவிட்டு பிறகு ஆஸ்பத்திரி போய்ப் பல காரியங்களை கவனிக்க வேண்டி யதாக இருந்தது. ஆனால் மாலையில் நான் ஆஸ்பத்திரி பெரிய மணியை அடிக்கச் சொன்னேன். சந்தோஷச்செய்தி எங்கும் தெரிவிக்கப்பட்டது. அதற்குப் பிறகு அலுப்பு மேலிட்டாலும் தோட்டத்தில் போய் காடு திருத்தும் வேலை எந்த மட்டிலிருக்கிறது என்று பார்த்தேன். யுத்த நிறுத்தத்தின் அர்த்தங்களைப்பற்றி எண்ணிப் பார்க்க எனக்கு மாலைநேரம் வரை ஓய்வில்லை. இருட்டில் பனைகள் சல சலக்க, கிறிஸ்துவுக்கு முன் ஆறாவது நூற்றாண்டைச்சேர்ந்த லாவ்ட்ஸேயின் நூலை எடுத்து அதில் யுத்தத்தையும் வெற்றியையும் பற்றி அவன் சொல்லுகிற வாக்கியங்களைப் படித்தேன். 'ஆயுதங்கள் தீங்கு விளைவிக்கும் சாதனங்கள். மேன் மக்கள் அவற்றைக் கையாலும் தொட மாட்டார்கள். வேறு எதுவும் செய்ய முடியாமல் போகும்போது தான் மேன் மக்கள் ஆயுதங்களை எடுப்பார்கள். அமைதியும், சாந்தமும்தான் அவர்களுக்கு மிகவும் உயர்ந்த தத்துவங்கள். வெற்றி பெற்றாலும் அதுபற்றி சந்தோஷிக்கமாட்டார்கள். வெற்றியில் ஆனந்தப்படுபவர் கொலையில் ஆனந்தப்படுபவர் மாதிரிதான். வெற்றிக் கொண்டாட்டங்களில் தலைவன் சாவுக் கருமங்களில் ஈடுபடுவதுபோல ஈடுபடவேண்டும். மனிதர்கள் பலர் கண்ணீர் பெருக்கித்தான் கொண்டாட வேண்டும். யுத்தத்தில் ஜயித்தவன் இதனால் சாவுச் சடங்குகளில் தலைமை வகிப்பவன் போல நடந்து கொண்டு துக்கிக்க வேண்டும்.'

'ஐரோப்பாவில் யுத்தம் முடிந்து விட்டபடியால் புது நர்ஸுகளும் டாக்டர்களும் எங்களுக்கு உதவி செய்ய வருவார்கள் என்று

எண்ணினோம். ஆனால் அது பலிக்கவில்லை. பிரயாணம் தொடங்கு முன் அவர்கள் பல சடங்குகளுக்கு ஆளாக வேண்டியதாக இருந்தது. பல மாதங்கள் ஆயின. குமாரி காட்மன் லிப்ரெவில்லுக்கு பறந்து வந்து, ஏப்ரிலில் லாம்பரீன் வந்து சேர்ந்தாள். உடனேயே வேலையில் சேர்ந்து, எனக்கும் குமாரி ஹாஸ்நெக்ட்டுக்கும் ஓரளவுக்கு ஓய்வு தந்தாள்.

'1945 ஸெப்டம்பரில் மழை நாட்களுக்கு முன் என் மனைவி ஐரோப்பாவுக்குத் திரும்பினாள். ஆகஸ்ட் 1941 முதல் அவள் லாம்பரீனிலேயே இருந்தாள். அதற்குப் பிறகு சீதோஷ்ணம் நன்றாக இருக்கும் சமயங்களில் மட்டுமே அவள் வந்து லாம்பரீனில் தங்குகிறாள் - அதாவது, பிரதி வருஷமும் (1946-லும் 1947-லும்) மே முதல் செப்டம்பர் வரை தங்கினாள்.

'பல நாட்களாக எதிர்பார்த்த 'ப்ராவிடென்ஸ்' என்னும் கப்பல் எங்கள் முகாமிலுள்ள ஐரோப்பியர்களை ஏற்றிக்கொண்டு செல்ல அக்டோபரில் வந்து சேர்ந்தது. உடல் நலம் கெட்ட நூற்றுக் கணக்கான வெள்ளையர்களை அவசர அவசரமாக ஏற்றிக் கொண்டு அது கிளம்பிற்று. இவர்களில் பலரும் எங்கள் ஆஸ்பத்திரியில் படுத் திருந்தவர்கள்.

'யுத்தம் முடிந்ததிலிருந்து விலைவாசிகள் ஏறிக்கொண்டிருந்தன. ஆஸ்பத்திரியை நடத்த முன் போல நாலு பங்கு ஆகும் காலம் வந்து கொண்டிருந்தது. அதற்கு நான் தயாராக வேண்டும். எவ்வளவு செட்டாக இருந்தாலும் கட்டிவராது. வெளியூரிலிருந்து வருகிற சாமான்கள் மட்டுமல்ல - உள்ளூர் வாழையும் மரவள்ளியும் விலை ஏறிவிட்டன. கூலியும் அதிகம் தரவேண்டும். ஐரோப்பாவிலிருந்து வந்து போவதற்கு ஆகும் செலவும் ஏராளமாகிவிட்டது. இதில் எப்படிச் செட்டாக இருப்பது?'

இதுவரை சுவைட்சரின் குறிப்புகளிலிருந்து சொல்லிவிட்டேன். யுத்த காலத்தில் லாம்பரீனில் எட்டு வருஷங்கள் ஓய்வில்லாமல் சேவை செய்த எம்மா ஹாஸ்நெக்ட் சுவைட்சர் கழகத்தாருக்கு 1946-ல் எழுதியதிலிருந்து சில பகுதிகளைத் தருகிறேன்.

'நான் சுவைட்சரின் ஆஸ்பத்திரியில் ஒரு நர்ஸ். லாம்பரீனில் இருபது வருஷங்களுக்கு முன்னரே சேவை செய்ய வந்தவள் நான். சண்டைக் காலத்தில் அருமை டாக்டர் சுவைட்சருடன் இருந்து உழைக்கும் வாய்ப்பு எனக்குக் கிடைத்தது. எங்கள் எல்லோருக்கும் அலுப்பும் களைப்பும் மேலிட்டுத்தான் இருக்கிறது. ஆனால் டாக்டர் தான் எங்கள் எல்லோரையும் விடத் தைரியஸ்தராக

இருக்கிறார். களைப்பின்றி வேலை செய்கிறார். தினசரி வேலை ஆனதும் பியானோ வாசிக்கிறார். இரவில் காட்டின் மத்தியிலே அந்த மௌனத்திலே மிகவும் சிறப்பான இசையை நாங்கள் அனுபவிக்கிறோம். சங்கீத நேரம் ஆறுதல் தந்து, உள்ளூற ஒரு அமைதியைக் கொடுக்கின்றது. வீட்டை விட்டு வெளியேறிய எனக்கு, என் உற்றாரைப் பிரிந்து வந்து இவ்வளவு நாள் இருந்து விட்ட எனக்கு, இந்த இசை எப்படி ஆறுதல் அளிக்கிறது என்று சொல்லிமுடியாது!

'லாம்பரீனின் நண்பர்களை, அதுவும் யுத்தகாலத்தில் அமெரிக்காவிலிருந்து உதவியவர்களை, நாங்கள் மறக்கவே முடியாது. ஆஸ்பத்திரியும் அதில் சேவை செய்பவர்களும் இல்லாதிருந்தால் என்ன ஆயிருக்கும் என்று கற்பனை செய்து பார்க்கமுடியவில்லை. எங்கள் பலம் உள்ள வரையில் இங்கு நீடித்து சேவை செய்ய வேண்டும் என்றே இங்கு சுற்றிலும் காணப்படும் துன்பம் எங்களைத் தூண்டுகிறது.'

இடையில், *1939* மே மத்தியில், மாடம் சுவைட்சரும் அவள் பெண் ரெனாவும் லாம்பரீன் வந்தனர். இதுதான் ஆப்பிரிக்காவுக்கு ரெனாவின் முதல் வருகை. எல்லோருக்கும் ஆனந்தம் தந்த சந்தர்ப்பம் அது. டாக்டர் ஒரு அமெரிக்க நண்பருக்கு எழுதினார் : 'என் ஆஸ்பத்திரியை என் பெண் வந்து பார்க்க முடிந்தது என்பது பற்றி எனக்கு மிகவும் சந்தோஷம். தோட்டத்திலே விளையாடுகிற ஆறு குரங்குகளையும் ஐந்து மான் குட்டிகளையும் பார்த்து அவள் சந்தோஷப்படுகிறாள்.' யுத்தம் ஆரம்பமாகுமுன் அவர்கள் ஐரோப்பா திரும்பிவிட்டனர். பாரிஸில் ரெனா தன் கணவனுடன் இருந்தாள். எக்கொர்ட் எனும் பழைய நண்பர் ஒருவரை - அவர் சுர வாத்தியங்கள் நிர்மாணிப்பவர் - கல்யாணம் செய்துகொண்டிருந்தாள் ரெனா.

1940-ல் பிரென்சு சர்க்கார் வீழ்ந்தபோது திருமதி சுவைட்சர் பாரிஸில் தன் மகளிடம் வந்திருந்தார். தென் பிரான்சில் அந்த சமயத்தில் அவர்களுடைய துயரமான நிலை பற்றி திருமதி எக்கொர்ட் ஒரு அமெரிக்க நண்பருக்கு எழுதிய கடிதத்தில் பின்வருகிறபடிக் குறிப்பிட்டிருக்கிறாள் : 'மற்ற எவ்வளவோ பேரைப் போல நாங்களும் ஜூன் மத்தியில் எங்கள் சாமான்களை எங்கள் சிறிய காரில் ஏற்றிக் கொண்டு பாரிஸை விட்டுக் கிளம்பினோம். என் தாயார், என் புருஷன், என் சிறு பெண், நான் எல்லோரும் ஒரு மாதம் காரிலேயே தெருக்களில் வசித்தோம்; பிரான்சின் பல பாகங்களில் சாப்பிடக் கிடைத்ததைச் சாப்பிட்டோம்; தூங்க முடிந்தபோது தூங்கினோம்.'

லையன்ஸ் நகரில் ஒரு தொழிலும், தங்க இடமும் கண்டுபிடிக்கு முன் எக்கெர்ட்டுக்கு இரண்டாவது குழந்தை பிறந்துவிட்டது. 1941 கோடையில் திருமதி ஷ்வைட்ஸர் லாம்பரீன் போய்விட்டாள். பிறகு எக்கெர்ட்டு தம்பதிகளும் எப்படியோ ஸ்விட்ஸர்லாந்து போய்ச் சேர்ந்தனர். ஜூரிக்கில் பல வருஷங்களாக இருந்த சுரவாத்தியம் செய்யும் ஒரு ஸ்தாபனத்தில் எக்கெர்ட்டுக்கு வேலை கிடைத்தது. பின்னர் அதன் முதலாளிகளில் ஒருவரானார் அவர். இப்போது எக்கெர்ட்டுக்கு நாலு குழந்தைகள் இருக்கின்றன. புது சுவைட்சர் தொகுப்பு ஒன்றை வெளி யிட முன் வந்த பிரசுரகர்த்தர் யார் யாருக்குப் பிரதிகள் அனுப்ப வேண்டும் என்று கேட்டபோது, டாக்டர் சுவைட்சர், 'முதல் நான்கு பிரதிகளை நான் பார்த்திராத என் பேரக் குழந்தைகள் நால்வருக்கும் அனுப்புங்கள்' என்றார்.

யுத்தம் தொடங்கியவுடன் லாம்பரீனில் தொடர்ந்து சேவை செய்வதா, மூடிவிட்டுக் கிளம்பி விடுவதா என்று ஒரு முடிவுக்கு வர வில்லை என்று தன் அமெரிக்க நண்பர்களுக்கு எழுதினார் சுவைட்சர். பிறகு தொடர்ந்து ஆஸ்பத்திரியை நடத்துவது என்று அவர் தீர்மானித்ததும், நண்பர்கள் ஒன்று கூடி உதவி செய்ய வழிகள் வகுத்தனர். இப்படியாக 1939 முடியும் தருவாயில் ஆல்பர்ட் சுவைட்சர் அமெரிக்க பெல்லோஷிப் (கோஷ்டி) என்று ஒரு ஸ்தாபனம் உரு வாயிற்று. பெல்லோஷிப் என்கிற பெயர் 'ஆதிக் காட்டு ஓரத்திலே' என்கிற நூலிலே சுவைட்சர் எழுதியுள்ள கடைசி அத்தியாயத் திலிருந்து உருவான பெயர். 'துயரத்தின் சின்னத்தை உடையவர் களின் நட்புக் கோஷ்டி' என்று அவர் எழுதுகிறார். 'இந்த கோஷ்டி யின் அங்கத்தினர் யார்? அனுபவத்தால் உடலின் வலியும் கஷ்டமும் உணர்ந்தவர்கள் எல்லோரும் எங்கிருப்பினும் ஒரு கோஷ்டியினர் தான். அவர்கள் ஒரு ரகசியமான பிணைப்பால் கட்டுண்டவர்கள். அவர்கள் ஒவ்வொருவருக்கும் மனிதன் எப்படி எப்படிக் கஷ்டப்படும்படி நேரும் என்று தெரியும்; உடல்வலி, கஷ்டம் இவற்றினின்று விடுதலை பெற ஏக்கம் உள்ளவர்கள் அவர்கள்.'

இது பற்றி சுவைட்சருக்குத் தெரிவிக்கப்பட்டதும், அவர் எழுதினார் : 'இப்போது அமெரிக்காவிலிருந்து எனக்கு உதவி வரும் என்று தெரிந்ததும் எனக்கு ஒரு பெரிய சுமை இறங்கிய மாதிரி இருக்கிறது. இது ஒரு அதிசயம் என்று தோன்றுகிறது. எனக்கு. உங்களுக்கெல்லாம் தேவையானபடி நன்றி செலுத்துவது கூட என்னால் முடியாது.' இந்தக் கடிதத்திலே மேலும் தன் வேலையைப் பற்றி அவர் தெரிவித்திருந்தார். ஆலயம், மதஸ்தாபனம், வேறு சமூக ஸ்தாபனம், எதனோடும் தொடர்புள்ள சேவையல்ல அது என்றும்,

நாங்கள் எப்படிப்பட்ட ஸ்தாபனம் நிறுவினாலும் அது மிகவும் எளிமையானதாக இருக்கவேண்டும் என்றும் கேட்டுக்கொண்டார். வலுவான சட்டங்களோ, அமானுஷ்யமான திட்டங்களோ வேண்டாம் என்றார். ஒரு மனிதன் இன்னொரு மனிதனுடன் நெருங்கி உறவாடுகிற மாதிரி இருக்கவேண்டும் ஸ்தாபனம் என்றார் அவர். தானாகவே ஒரு உற்சாகமும் தேவைப் பூர்த்தியும் அதனால் ஏற்பட வேண்டும். எடுத்துக்கொண்ட காரியத்தில் ஒரு ஆன்மீக ஈடுபாடுதான் அவசியம் என்றார்.

1943-க்குள் சுவைட்சரின் சேவையிலே அமெரிக்காவில் ஏராளமான பேருக்கு ஒரு ஈடுபாடு ஏற்பட்டுவிட்டது. பசிபிக் ஓரக் கிளை ஒன்று ஏற்பட்டது 'சுவைட்சர் பெல்லோஷிப்' ஸ்தாபனத்துக்கு. அந்தப் பிராந்தியத்திலே ஆயிரக்கணக்கான டாலர்கள் சம்பாதித்து ஆப்பிரிக்கா சேவைக்குத் தந்தது மட்டுமல்ல, பலரையும் அதில் ஈடுபடவைத்தது இந்தக் கிளை.

அலிஸ் எஹ்லெர்ஸ் என்கிற சங்கீத வாத்ய (harpsichord) விதூஷிக்கு சுவைட்சர் தம்பதிகள் ஐரோப்பாவிலேயே அறிமுகம் ஆகியிருந்தனர். பல கச்சேரிகள் செய்து லாம்பரீனுக்குப் பணம் சேகரித்துத் தந்தாள் இந்த அம்மாள்.

அமெரிக்காவின் சுர வாத்திய மேதைகளும் அவர்களுடைய ஸ்தாபனமும் பல விதங்களில் உதவினர். ஸ்டிராஸ்போர்க் நகரில் சிறுவனாக இருந்தபோது சுவைட்சரைக் கண்டறிந்திருந்த எடுவார்டு நீஸ்பெர்கர் தான் இந்த விஷயத்தில் முனைந்து செயலாற்றி வருபவர். பல கச்சேரிகள் அவரே செய்து பொருள் சேகரித்துத் தந்தார்.

எங்கேயோ உள்ள ஆஸ்திரேலியா, ந்யூஜீலாந்து முதலிய தேசங்களில் இருந்தெல்லாம் 'ஆல்பர்ட் சுவைட்சர் பெல்லோஷிப்' பற்றி விசாரித்துப் பலர் எழுதுகிறார்கள். ஜாதிகளை ஒன்று சேர்க்கும் முயற்சிகளில் சுவைட்சரின் சேவையின் முக்கியத்தை அவர்கள் உணர்கிறார்கள். ஆஸ்திரேலிய ப்ரெஸ்பிடிரியன் மதாலய அதிகாரி எழுதினார் : 'இப்போது இத்தாலியிலிருக்கும் ஒரு ந்யூஜீலாந்து உதவி அதிகாரியைத் தெரிந்த காரணமாக, நீங்கள் மெல்போர்னில் உள்ள எனக்கு வெர்மாண்டிலிருந்து ஆப்பிரிக்கா பற்றி எழுதியது, ஒரு சர்வதேசப் பிரகடனமாகவே படுகிறது.'

1945 ஜனவரி பதினைந்தாந் தேதியன்று சுவைட்சருக்கு எழுபதாவது வயது நிரம்பியது. அமெரிக்கா பூராவும் எல்லா சங்கீத வட்டாரங்களும் வாரப் பத்திரிகைகளும் மதாலயங்களும் மற்றும் பல ஸ்தாபனங்களும் அந்த விழாவைக் கொண்டாடின.

'பெல்லோஷிப்' கழகத்திற்கு டாக்டர் சுவைட்சர் எழுதிய கடிதத்தில் பின்வருமாறு எழுதியிருந்தார் :

'பணம் அனுப்புவதாக ஜனவரி 14-ந் தேதி நீங்கள் அடித்த தந்தி எனக்குப் பெரிதும் மகிழ்ச்சியளித்தது. இப்படிப் பணம் அனுப்பச் சாத்தியமாக்கி நிதியளித்தவர்களுக்கு நான் நன்றி பாராட்டுகிறேன். தவிரவும் யூனிடேரியன் சேவைக் குழுவின் தலைவர் டாக்டர் ஜாயிடமிருந்தும், மற்றும் பலரிடமிருந்தும் ஆசிகளும் இனாம்களும் வந்து கொண்டிருப்பதாகத் தந்தி வந்தது. என் சேவையிலே இவ்வளவு பேருக்கு இவ்வளவு அனுதாபம் இருப்பது தெரிந்து எனக்குப் புது உற்சாகமும் புதுத் தெம்பும் பிறக்கிறது.

'அறுபத்தைந்து வயதானதும் ஆஸ்பத்திரியையும் அதன் பொறுப் பையும் இவ்வளவு நாள் எனக்கு உதவி செய்த டாக்டர்களிடம் ஒப்புவித்துவிட்டு, ஐரோப்பாவிலே காலத்தைக் கழிக்கலாம் என்று எண்ணியிருந்தேன். சில புத்தகங்களை எழுதி முடிப்பது, ஆஸ்பத்திரிக்காகக் கச்சேரிகள் செய்து பணம் திரட்டுவது என்று எண்ணியிருந்தேன். பல வாரங்கள் சேர்ந்தாற் போல சேவையிலிருந்து ஓய்வு எடுத்துக் கொள்ளலாம் என்று கூட எண்ணினேன். யுத்தம் வந்து அந்தத் திட்டத்தைப் பாழாக்கியது. எல்லாவற்றையும் மாற்றிவிட்டது. எத்தனையோ களைப்புக் கண்டங்களைத் தாண்டி விட்டேன் நான். உஷ்ணத்தையும் தாங்கிக்கொண்டு நாள் பூராவும் வேலை செய்ய எனக்கு எப்படியோ சக்தி இருந்து வந்தது.'

'கிறிஸ்தவ நூற்றாண்டு' எனும் பத்திரிகை சுவைட்சரின் எழுபதாவது பிறந்த தினம் பற்றி 1945, பிப்பரவரி 14 அன்று எழுதியது : 'அவருடைய புத்தகத்தை முடிக்க அவருக்குப் பலத்தை ஈசன் அருள்வார் என்றே நம்புகிறோம். அது ஒரு தத்துவ தரிசன நூல். சகோதரக் கொலையில் ஈடுபட்டிருக்கும் நமது நாகரிகத்தை எடை போட்டுப் பார்க்க அவரை விடத் தகுதியுள்ளவர் இன்று வேறு யார் இருக்கிறார்கள் நம்மிடையே? வாழ்க்கை மதிப்பு என்பது தான் அவர் வாழ்வின் அடிப்படையான தத்துவம்; அதை அவர் உலகுக்கு எடுத்துச் சொல்ல வேண்டும். இந்தப் பிறந்த தினத்தை அவர் எப்படிக் கழித்தார் என்பது நமக்குத் தெரியாது. ஆனால் அது அப்படி ஒன்றும் இந்த பதினோராயிரம் நாட்களிலிருந்து மாறுபட்டதாக இருந்திராது என்று சொல்லலாம். முப்பது வருஷங்களுக்கு முன் ஆஸ்பத்திரியைக் கட்டிய பிறகு இந்த பதினோராயிரம் நாட்களையும் கழித்த மாதிரியே தான் இந்தத் தினத்தையும் கழித்திருப்பார்.'

இது பற்றி ஆசிரியருக்கு எழுதிய கடிதத்தில் டாக்டர் சுவைட்சர் பின்வருமாறு எழுதினார் : 'பரிதாபம் தான்! நான் செய்ய வேண்டிய

வேலைக்கு எழுபது வயதானவனாக இருக்கக் கூடாது, முப்பது வயதானவனாக இருக்க வேண்டும். அந்தத் தினத்தை நான் எப்படிக் கழித்தேனோ என்று எழுதியிருந்தீர்கள். அது ஒரு ஞாயிற்றுக் கிழமை. மற்ற நாட்களை விட எனக்கு அன்று வேலை அதிகம். மாலையில் ஒரு விரைவாத ஆபரேஷன் செய்தோம். கவலைப்படும் படியான பல இதய நோயாளிகள் வேறு இருந்தனர். தவிரவும், உஷ்ணம் இங்குள்ளவர்களுக்குக் கூட அதிகமாகவே இருந்தது.'

லண்டனிலும் அவருடைய எழுபதாவது பிறந்த நாள் கொண்டாடப்பட்டது. 'கிறிஸ்தவ நூற்றாண்டுப் பத்திரிகையின் லண்டன் நிருபர், காலஞ்சென்ற எட்வர்டு ஷில்லிடோ, 1945, பிப்பரவரி 21 அன்று எழுதினார் : 'அகம்பாவமே இல்லாத, நட்பு மிகுந்த நண்பர் இவரைப் போன்ற யாரும் இதுவரை இங்கிலாந்து வந்ததில்லை. எங்கும் அவருக்கு அளவுகடந்த மதிப்புத்தான்... அவரை எப்படி அறிமுகம் செய்துவைப்பது என்று யாரோ கேட்ட போது அவர் ''இதோ இந்த ஸ்காட்டிஷ் நாய்க்குட்டி போன்றவர் தான் ஆல்பர்ட் சுவைட்சர் என்று சொல்லுங்கள் போதும்'' என்று சொன்னார் - என்று ரேடியோ பிரசங்கி ஒருவர் இங்கு சொன்னார். வேறு விஷயமும் இந்த சந்தர்ப்பத்தில் ஆங்கிலேயர்களுக்கு ஞாபகம் வந்தது. அவர் வெஸ்ட்மின்ஸ்டரில் சுர வாத்தியத்தை முதல் முதலாக வாசித்த போது, ஆலயக் கதவு திறக்க லண்டன்வாசிகள் நீள வரிசையாகக் காத்து நின்றார்கள்... ஒரு ரேடியோ பிரசங்கத்தில் ஆக்ஸ்போர்டைச் சேர்ந்த டாக்டர் மிக்லெம், ஏசுவைப் பற்றி சுவைட்சர் இந்தக் காலத்துக் குழந்தையாகக் கருதிப் பேசாமல், அந்தக் காலத்துக் குழந்தையாகவே சரித்திர பூர்வமாகக் கருதிப் பேசி எழுதியிருப்பதை ஞாபகப்படுத்தினார்.'

யுத்தத்துக்குப்பின் பல அமெரிக்கர்கள் லாம்பரீன் போய் அவர் ஆஸ்பத்திரியிலேயே அவரைச் சந்தித்தார்கள். அந்நிய நாட்டு மதப் பிரசார ஸ்தாபனத்தைச் சேர்ந்த டாக்டர் எமாரி ராஸ் என்பவர் தான் அமெரிக்காவில் 'ஆல்பர்ட் சுவைட்சர் பெல்லோஷிப்பின் காரியதரிசியும் பொக்கிஷதாரரும். அவரும் அவர் மனைவியும், 1946 ஆகஸ்டில், லாம்பரீன் போயிருந்தார்கள். அவர்கள் நாட் குறிப்பிலிருந்து சில பகுதிகள் கீழே தரப்பட்டிருக்கின்றன :

'புகழ்பெற்ற மிஷன் ஆஸ்பத்திரியைப் போய்ப் பார்த்து, அதை விடப் புகழ்பெற்ற டாக்டர் சுவைட்சரைச் சந்தித்த சந்தர்ப்பத்தை விவரிக்க உலகில் சிறந்த கவிதாதேவியின் அருள் இருந்தால் தேவலையே என்றிருக்கிறது எனக்கு.

'இருட்டில் ஏழரை மணிக்குப் போய்ச் சேர்ந்தோம். கும்மிருட்டிலே நம்பிக்கையான ஆப்பிரிக்கர்கள் எங்களை இறக்கிக் கரை சேர்த்தனர். மணலில் அதிக தூரம் நடந்தோம். கரடுமுரடான. சில படிகளில் ஏறினோம். கைவிளக்குகள் உதவியால் மேலே ஏறினோம். பிறகு காட்டிற்குள் போனோம். எதிரே அங்குமிங்கும் விளக்குகள் மின்னின. திடீரென்று சில ஜன்னல்களை அடைந்தோம். உள்ளே ஒரு நீண்ட அறையும் அதில் ஒரு நீள மேஜையும் இருந்தது. அதைச் சுற்றி சிலரும் இருந்தனர். மேஜை மேல் மண்ணெண்ணை விளக்குகள் மூன்று நான்கு இருந்தன...

'இதை நாங்கள் கவனிக்குமுன், நாங்கள் வந்திருப்பது உள்ளே யிருந்தவர்கள் காதில் விழுந்து, வாசற்படியை நாங்கள் அடையும் போது எங்களை வரவேற்க டாக்டர் சுவைட்சரே வெளியே வந்து விட்டார். அவருக்குப் பின் திருமதி சுவைட்சர் நின்றாள். என்றுமே பெரியவராக நாங்கள் கருதியிருந்த அவரை இப்படி முதல் தடவை யாகப் பார்த்தோம். அங்கு தங்கி நேருக்கு நேர் கண்டவையால் அவர் இன்னும் எவ்வளவோ பெரியவர் என்கிற நினைப்பே எங்களுக்கு உண்டாயிற்று; அவர் முன் நிற்பதாலேயே விளங்கிற்று. ஆப்பிரிக்காவின் காட்டிலே அவர் நிர்மாணித்து நிறுவியிருந்த வேலையைப் பார்த்து நாங்கள் பிரமித்தோம்...

'7-30 மணிக்கு காலை உணவுக்கு மணியடித்தது. இருட்டிலே மறைந்திருந்த அந்நிய உலகத்தைக் கண்டோம். என்ன உலகம் அது! ஜெர்மன், பிரெஞ்சு குடும்ப வாழ்வை அறிந்தவர்களுக்கு அது எப்படிப்பட்ட உலகம் என்று தெரியும். வீட்டுக்குள்ளேயும் வெளியேயும் ஒரு மிருகப் பண்ணையே இருக்கிறது - கோழிக் குஞ்சுகள், வாத்துகள், வான்கோழிகள், பூனைகள், ஆடுகள், மான்கள், பறவைகள் முதலியன. ஒரு பெலிகன் பறவை பக்தியிற் சிறந்தது என்று தெரிகிறது. அதைத் தூங்கச் சொல்லி விரட்டுகிறாள் திருமதி சுவைட்சர். ஆனால் அது திரும்பத் திரும்ப மற்ற பறவைகள், மிருகங்களுடன் டாக்டர் சுவைட்சரைச் சுற்றிச் சுற்றி வருகிறது...

'இவரும் உண்மையிலேயே அஸிஸியைச் சேர்ந்த புனித. பிரான்ஸிஸ் மாதிரி ஒருவர் தான். இரவுகளில் உட்கார்ந்து அவர் தன் தத்துவ தரிசன நூலை எழுதிக் கொண்டிருக்கும்போது, குட்டியாக இருந்த போது அவர் காப்பாற்றிய, வெள்ளையும் மஞ்சளும் கலந்த வர்ணமுள்ள ஒரு பூனை விளக்கைச் சுற்றிக்கொண்டு படுத்திருக்கிறது. கார்ல் பார்த்தையும் மற்றும் பல தத்துவதரிசிகளையும் பற்றிப் பேசிக்கொண்டே அவர் அந்தப் பூனையைத் தடவிக் கொடுப்பார்.

சில வேளை அதைப் பற்றிப் பேசுவார் அல்லது அதனுடன் பேசுவார். அவருடைய எளிய இரக்க சுபாவமும் அவருக்கு ஹாஸ்யத்திலுள்ள பிரியமும் எனக்கு இதற்கு முன் தெரியாது. எதிர்பாராத விருந்து அது. சாப்பிடும்போது வேடிக்கையாகப் பேசி எல்லோரையும் சிரிக்க அடித்தார் அவர்.

'அந்த ஆஸ்பத்திரி நியூயார்க் நகர ஆஸ்பத்திரி அல்லதான். இங்குள்ள ஜனங்களின் பண்பாட்டுக்குத் தக்கபடி தான் எதையும் வைத்துக் கொள்ள வேண்டும் என்கிற நம்பிக்கையுள்ளவர் டாக்டர் சுவைட்சர். இந்த ஆஸ்பத்திரியின் சேவை தரத்திலும் பரப்பிலும் பிரசித்தமானது. எந்த ஆஸ்பத்திரிக்கும் சளைக்காதது. ஆப்பிரிக்கர் மட்டுமல்ல, ஐரோப்பியர்களும் அதில் அபார நம்பிக்கை வைத்திருக் கிறார்கள். நூற்றுக்கணக்கான மைல்களுக்கப்பாலிருந்து அதைத் தேடி வருகிறார்கள்... எத்தனையோ விதமான வியாதிகளுடன் பல ஆப்பிரிக்கர்கள் இருக்கிறார்கள். டாக்டருடன் ஒரு நாள் அவர்கள் மத்தியில் போனேன். அவருடைய இரக்கத்தையும் கருணையையும் அவர்களுடன் அவருக்கு இருக்கிற ஆன்மீக நெருக்கத்தையும் பார்ப்பதற்கு ஆனந்தமாக இருந்தது.'

1947 கோடையில் டாக்டர் சார்ல்ஸ் ஆர். ஜாய் என்பவரும் திரு. மெல்வின் ஆர்னால்டும் ஆப்பிரிக்காவுக்குப் பறந்து சென்று டாக்டர் சுவைட்சுரைப் பேட்டி கண்டனர். அவரையும் அவருடைய சேவையையும் அமெரிக்காவுக்கு இன்னும் நன்றாக அறிமுகம் செய்து வைப்பதற்காக பீகன் பதிப்பகத்தாரும் மற்றும் பல பதிப்பாளர்களும் இட்ட திட்டத்தின்படி இவர்கள் இருவரும் டாக்டர் சுவைட்சரைப் பேட்டி காணப் போனார்கள். விருந்தாளி களாக வந்தவர்களா அவர்கள்? அல்ல. அவர்களும் ஆஸ்பத்திரிக் குடும்பத்துக்குள் ஏற்றுக் கொள்ளப்பட்டனர்.' பிரச்சினைகள், கவலைகள், நம்பிக்கைகள், திட்டங்கள், மற்றும் இந்த அதிசயமான காட்டு டாக்டரின் கனவுகள் எல்லாவற்றிலும் பங்கு கொள்ளச் செய்யப்பட்டனர். தனது *'நாகரிகத்தின் தத்துவம்'* என்கிற நூலின் மூன்றாவது பாகத்தை எழுதி முடிக்க எவ்வளவு ஆவலாக இருக்கிறார் டாக்டர் சுவைட்சர் என்று அவர்கள் சொல்லுகிறார்கள்.

இரவு நேரம் கழித்து, ஒரு மண்ணெண்ணை விளக்கின் மின்மினி வெளிச்சத்திலே, தன்னுடைய சிறிய அறையிலே உட்கார்ந்து எழுதுகிறார் டாக்டர்... அத்தியாயங்களை முடித்ததும், தலைக்கு மேலே இருக்கும் அலமாரியிலே அடுக்கி வைக்கிறார். முடிக்காது பாக்கியுள்ள அத்தியாயங்கள் அவருக்குப் பின்னால் ஆணிகளில் கட்டித் தொங்கவிடப்பட்டிருக்கின்றன. 'வேடன் இப்படித்தான்